□

பேருந்திலோ ரயிலிலோ
பயணம் செய்பவர்கள்
தங்களுடைய
பக்கவாட்டில் மரங்கள்
பின்னோக்கி
ஓடுவதைப் போல
உணர்வார்கள்.
உண்மையில் மரங்கள்
இருந்த இடத்திலேயே
அசையாமல்தான்
நிற்கின்றன. இவர்கள்
உட்கார்ந்திருக்கும்
வண்டிதான் முன்னோக்கி
ஓடுகின்றது.
வாழ்க்கையில்
நாம்தான் இயல்பாக
இருப்பதில்லை.
அதனால் நமக்கு
மற்றவர்கள்
விநோதமானவர்களாக
விரோதிகளாகத்
தென்படுகின்றனர்.
உண்மையில் மற்றவர்கள்
இயற்கையாகத்தான்
வாழ்கின்றனர்.
எண்ணற்ற
செயற்கைகளால்
முரண்பாடுகளால்
நாம்தான்
சூழப்பட்டுள்ளோம்.
இயல்பாய் இருப்பதை
நாமும் கற்றுக் கொண்டால்
நமக்கு எல்லா நாளும்
இனிய நாள்தான்.

□

சூட்சுமத்தை உணர்த்தும் சூஃபி கதைகள்

குருஜி வாசுதேவ்

□ படிக்க □ சிந்திக்க □ சாதனையாளராக

சிக்ஸ்த்சென்ஸ் பப்ளிகேஷன்ஸ்
10/2 (8/2) போலீஸ் குவார்ட்டர்ஸ் சாலை
(தி.நகர் பேருந்து நிலையத்திற்கும்
காவல் நிலையத்திற்கும் இடைப்பட்ட சாலை)
தி.நகர் சென்னை - 600 017
தொலைபேசி : 2434 2771, 65279654
e-mail : sixthsensepub@yahoo.com

Publisher
K.S. Pugalendi
Managing Editor
P. Karthikeyan

Title:
Sutchumaththai Unarthum Sufi Kathaigal

Author:
Guruji Vasudev

Address:
Sixthsense Publications
10/2(8/2) Police Quarters Road,
(Between Thiyagaraya Nagar Bus Stop & Police Station)
Thiyagaraya Nagar, Chennai - 17
Phone: 2434 2771, 29860070
Cell: **72**000 50**73**

Sixthsense Publications
6 th sense_karthi
e-mail : sixthsensepub@yahoo.com
Website: www.sixthsensepublications.com

Edition:
First   : **December, 2007**
New Edition : **December, 2025**

Pages   : 264
Price   : Rs. 399

No part of this book should be reproduced or transmitted in any form without permission in writing from the author or publisher

G – 056

நீங்கள் Smart Phone உபயோகிப்பவராக இருந்தால் QR Code Reader Application மூலம் இதை Scan செய்தால் நேரடியாக எமது இணையதளத்திற்கு சென்று மேலும் எங்கள் வெளியீடுகள் பற்றிய விவரங்களைப் பெறலாம்.

A1 ISBN : 978-81-92465-76-0

தலைப்பு   : சூட்சுமத்தை உணர்த்தும் சூஃபி கதைகள்
நூலாசிரியர்   : குருஜி வாசுதேவ்
பக்கங்கள்   : 264
விலை   : **ரூ. 399**
முதற்பதிப்பு   : டிசம்பர், 2007
புதிய பதிப்பு   : டிசம்பர், 2025

சிக்ஸ்த்சென்ஸ் பப்ளிகேஷன்ஸ்
10/2 (8/2) போலீஸ் குவார்ட்டர்ஸ் சாலை
(தியாகராயநகர் பேருந்து நிலையத்திற்கும் காவல் நிலையத்திற்கும் இடைப்பட்ட சாலை)
தியாகராயநகர், சென்னை – 600 017
தொலைபேசி : 24342771, 29860070
கைபேசி: **72**000 50**73**
மின்னஞ்சல்: sixthsensepub@yahoo.com

இந்தப் புத்தகத்திலுள்ள எந்த ஒரு பகுதியையும் பதிப்பாளர் மற்றும் எழுத்தாளர் அனுமதியை எழுத்து மூலம் பெறாமல் பதிப்பிக்கக் கூடாது

முன்னுரை

'ஒரு மனிதன் எப்படியெல்லாம் இருக்கக் கூடாது என்பதைப் பற்றி போதிக்க இந்த உலகத்தில் ஆயிரமாயிரம் பேர் இருக்கிறார்கள். ஆனால், எப்படி இருக்க வேண்டும் என்பதை போதிக்கத்தான் எவருமே இல்லை' என்கிறார் ஒரு அறிஞர்.

"என்னென்ன செய்யக்கூடாது என்பதைப்பற்றி எனக்கு நன்றாகவே தெரியும். ஆனால், என்ன செய்ய வேண்டும் என்பது பற்றி மட்டும் எனக்குத் தெரிவதே இல்லை'' என்கிறார் இன்னொரு அறிஞர்.

"நூலறிவைவிட, நுண்ணறிவைவிட வாழ்க்கைதான் மகத்தான சிறந்த வழிகாட்டி.'' இப்படி போதனை செய்கிறவர்கள் பலரும் தாங்கள் மட்டும் அதைப்பின்பற்றுவதே இல்லை. வெறும் போதகர்களாக, உரத்த குரலில் தங்கள் கொள்கைகளை முழங்குபவர்களாகவே அவர்கள் இருக்கிறார்கள். வெகு சிலர் மட்டுமே தாங்கள் காட்டிய வழியில் மற்றவர்களுக்கு முன் மாதிரியாக தாங்கள் முதலில் நடந்து காட்டினார்கள்.

சொல்லப்போனால் இவர்கள் எவருக்கும் எந்த வழியையும் போதிப்பதில்லை. தாங்கள் கண்ட வழியில் அவர்கள் நடந்தனர். அவர்கள் சென்ற வழியை உலகம்தான் பின்பற்றியது. அவர்களை ஞானிகள் என்றும், தீர்க்கதரிசிகள் என்றும், குருமார்கள் என்றும் அது கொண்டாடியது.

கண்ணன் காட்டிய வழி பகவத்கீதை எனப்படுகிறது.

பௌத்த ஞானிகளின் வழி ஜெ‌ன் எனப்படுகிறது. சீன ஞானி லா வோத் ஸுவின் வழி 'தாவ்' அல்லது 'தாஓ' எனப்படுகிறது.

இதேபோல் அரேபியா, பாரசீகப் பகுதிகளில் பல ஞானியர் தோன்றினர். இஸ்லாம் மதத்தின் ஒரு பிரிவு என்று கருதப்படும் இந்தப் பாதை சூஃபி எனப்பட்டது. இதனைச் சேர்ந்தவர்கள் சூஃபி ஞானிகள் எனப்பட்டனர்.

பௌத்த மதத்திற்கோ, கிறிஸ்தவ, இஸ்லாம் மதங்களுக்கோ மதம் மாறி அதில் ஒருவர் இணைவது போல் 'நான் சூஃபி மார்க்கத்தில் இணைந்து விட்டேன்' என்று எவரும் கூறி இதில் சேர்ந்து விட முடியாது. சூஃபி என்று போற்றப்படுபவர்கள் பெரும்பாலும் மிகப்

பெரிய ஞானிகளாகவே உள்ளனர். எனவே ஞானம் பெற்ற பின்பு நீங்கள் ஒரு சூஃபியாக கருதப்படலாமே தவிர ஒருவர் சூஃபியாக மாறுவது என்பது கிடையாது.

ஜென் தத்துவம் போலவே சூஃபியும் இயற்கையை அப்படியே ஏற்பதாக, இயல்புத் தன்மையுடன் முரண்பாடற்றதாக, எல்லாப் பாதைகளிலும் பயணிப்பதாக உள்ளது. இதையும் ஜென் போலவே அல்லது தாவோயிஸம் போலவே பாதையில்லா பாதை என்று கூறலாம்.

ஜென் குருமார்கள் போலவே சூஃபிகளும் விசித்திரமானவர்கள். இதில் என்ன வேடிக்கை என்றால் ஆழ்ந்து பரிசீலித்தால் அவர்கள் இயல்பாக காணப்படுகிறார்கள். பேருந்தில் அல்லது ரயிலில் பயணம் செய்பவர்கள் அந்த சமயத்தில் தங்களுடைய பக்கவாட்டில் பார்த்தால் மரங்கள் பின்னோக்கி ஓடுவதைக் காண்பார்கள். உண்மையில் மரங்கள் அப்படியேதான் இருந்த இடத்திலேயே அசையாமல்தான் நிற்கின்றன. இவர்கள் உட்கார்ந்திருக்கும் பேருந்துதான் முன்னோக்கி ஓடுகின்றது.

இதேபோல் வாழ்க்கையில் நாம் தான் இயல்பாக இருப்பதில்லை. அதனால் நமக்கு அவர்கள் விநோதமாகத் தென்படுகின்றனர். உண்மையில் அவர்கள் இயற்கையாகத்தான் வாழ்கின்றனர். எண்ணற்ற செயற்கைகளால் முரண்பாடுகளால் நாம்தான் சூழப்பட்டுள்ளோம்.

கீதையைப் போல், தம்மபதாவைப் போல் மத்திய கிழக்கு உலகுக்கு வழங்கிய அருட்கொடைதான் சூஃபி என்பது. இஸ்லாத்தின் ஏக இறைவன் என்ற தத்துவம்தான் இதிலும் உண்டு என்றபோதிலும் இது எதனையும் வலியுறுத்துவதில்லை. குறிப்பிட்ட கடமைகள், சடங்குகள், மரபுகள் என்று ஒரு ஒழுங்குமுறை (Uniform) கொண்டு வருவதை சூஃபிகள் விரும்புவதில்லை.

எந்தெந்த கோணத்தில் ஆராய்ந்தாலும் அந்தந்த வழிகளில் புதிய, பதிய கருத்துக்கள் தோன்றிக் கொண்டே இருக்கும்.

நம் தமிழ்நாட்டில்கூட 'குணங்குடி மஸ்தான்' என்பவரை இறைநிலை கண்ட அல்லது ஞானம் பெற்ற சூஃபி என்று சொல்கின்றனர். சூஃபிக் கதைகளும் சரி, சூஃபிகளின் வரலாறும் சரி, அவசியம் தெரிந்து கொள்ள வேண்டிய ஒன்றாகும்.

■

பொருளடக்கம்

1. இயல்பாயிரு........................ 7
2. போதனை........................ 13
3. பக்குவமான விளைநிலம்........................ 19
4. அவதார புருஷர்கள்........................ 31
5. ஆன்மாவின் தேடல்........................ 39
6. இறை தத்துவம்........................ 47
7. யார் வறியவர்........................ 55
8. பூக்கடைக்கு விளம்பரம்........................ 65
9. மனதுடன் ஒரு மல்யுத்தம்........................ 69
10. நம்பிக்கை........................ 75
11. விதைகளின் வீரியம்........................ 81
12. உணர்வுகள்........................ 89
13. சத்திரங்கள்........................ 101
14. சூஃபிகள் காட்டும் பாதை........................ 109
15. எத்தனை நிறங்கள்........................ 117
16. அச்சமின்மை........................ 123

17.	புதையல்..	129
18.	நடுநிலைமை...	139
19.	பயன்பாடு..	149
20.	புதுவெள்ளம்...	157
21.	நிறைகுடம்...	163
22.	இறைவனின் இருப்பிடம்........................	171
23.	மண்ணிலிருந்து விண்ணிற்கு...............	179
24.	தளைகள்..	187
25.	ஞானப்பசி..	195
26.	விழிப்புணர்ச்சி..	203
27.	இருளும் ஒளியும்..................................	213
28.	வாழ்வின் இரகசியம்..............................	221
29.	பிரார்த்தனை..	231
30.	கடவுளின் விருப்பம்..............................	239
31.	தேடுங்கள் கிடைக்கும்............................	249

1 இயல்பாயிரு

ஞானி ஜுன்னாயிது தனது சீடர்களுடன் நடந்து சென்று கொண்டு இருந்தார். வழியில் எந்த கிராமமும் தென்படவில்லை. கண்ணுக்கெட்டிய தூரம் வரை வெறும் வெட்டவெளி தான் இருந்தது. தலைக்கு மேலே வெய்யில் சுட்டெரித்தது. காற்று அனலாய் தகித்தது. எங்காவது ஒதுங்கி இளைப்பாறலாம் என்றால் மரம், செடி, கொடிகள் எதையுமே மருந்துக்கும் அங்கே காண முடியவில்லை.

பசியோ அவர்களது உடலை தள்ளாட வைத்தது. தாகமோ தொண்டையை வறட்டியது. மயக்கம் போட்டு விழாத குறையாக சீடர்களின் கால்கள் ஒன்றோடொன்று அடிக்கடி பின்னிக் கொண்டதால் தடுமாறியபடி அவர்கள் மெல்ல நடந்தனர்.

உணவோ, தண்ணீரோ கிடைப்பதற்கான எந்த வழியும் அவர்களுக்குத் தெரியவில்லை. வீடுகள் ஏதாவது தென்பட்டால் உணவு கேட்கலாம். நீர்நிலைகள் ஏதாவது தென்பட்டால் தண்ணீராவது அருந்தலாம். எதற்கும் வழியின்றி குட்டி பாலை வனம் போன்ற அந்த இடத்தில் பயணம் செய்ய வேண்டிய நிலை.

நாள் முழுதும் கழிந்தது இப்படியே. மெல்ல மாலை மறைந்து இருட்டத் துவங்கியது. வழியில் ஒரு விசாலமான மரம் தென்பட்டது. சீடர்களின் மனநிலை அறிந்த குரு, இரவை இங்கேயே கழிப்போம் என்றார். மறுகணமே அடித்து போட்டாற்போல் அனைவரும் அங்கேயே சுருண்டு படுத்து விட்டனர்.

எப்போதும் உறங்குவதற்கு முன்பாக இறைவனை நோக்கி பிரார்த்தனை செய்வது குரு ஜுன்னாயிதின் வழக்கம். அந்தந்த நாளின் நல்லது, கெட்டதுகளுக்காக இறைவனுக்கு நன்றி தெரிவிப்பதும், மன்னிப்பு வேண்டுவதும் அந்தப் பிரார்த்தனை யின் போது நடக்கும்.

அன்றும் வழக்கம்போல்மண்டியிட்டுப் பிரார்த்தனை செய்த குரு, "இறைவா! இன்று தாங்கள் அளித்த அனைத்திற்கும் மனப்பூர்வமான நன்றி" என்றார். இதனைக் கேட்டதும் அருகே படுத்திருந்த ஒரு சீடன், "குருவே! இறைவன் இன்று நமக்கு ஒன்றுமே தரவில்லையே?" என்றான் கவலையுடன்.

"யாரப்பா சொன்னது?" என்றார் குரு புன்னகையுடன். "இறைவன் இன்று நமக்கு அருமையான பசியை அளித்தார். அற்புதமான தாகத்தை அளித்தார். அதற்காகத்தான் நான் அவருக்கு நன்றி செலுத்துகிறேன்."

இதுதான் உலகம் போற்றும் சூஃபி ஞானம் என்பது. எது எப்படி உள்ளதோ அதனை அப்படியே ஏற்றுக் கொள்வது. மனம் என்ற ஒன்று நம்மிடம் உள்ளவரை மனத்தில் நான் என்பது இருக்கும். அந்த நான் எனும் உணர்வானது ஒவ்வொன்றையுமே தனக்கு விரும்பிய விதத்தில் தான் கற்பனை செய்யும். நிஜமான உண்மை அந்த கற்பனைக்கு முரணாக இருக்கும் பட்சத்தில் மனம் உண்மையைத்தான் தூக்கி எறியுமே தவிர தனது கற்பனைகளை விட்டுத் தரவே செய்யாது.

நமது அன்றாட வாழ்விலேயே இதற்கு எண்ணற்ற உதாரணங்களை நாம் காண முடியும். நமது பெற்றோர், நமது உறவினர்கள், நமது நண்பர்கள் என்று நமக்குப் பிடித்தமான வட்டம் ஒன்று ஒவ்வொருவருக்கும் இருக்கிறது. இதிலுள்ளவர்களுடன் தான் நாம் அன்றாடம் பழகுகிறோம். இவர்களுடன்தான் வசிக்கிறோம். இவர்களும் சராசரி மனிதர்கள்தான். பலவீனங்கள் உள்ளவர்தாம். ஆனால், இவர்களைப் பற்றிய நல்ல செய்திகளை ஈடுபாட்டுடன் கேட்கும் அளவு இவர்களைப் பற்றிய தவறான செய்திகளை நாம் காது கொடுத்துக் கேட்கவே விரும்புவதில்லை.

நம்மைச் சேர்ந்த ஒருவன் வெற்றி பெற்றான் என்றால் நமது மனம் அதை வெகுவாகக் கொண்டாடுகிறது. அவனைப் பற்றி நம்நாக்கு ஆரவாரமாகப் பேசுகிறது. எனக்கு அப்பவே தெரியும். அவன் நிச்சயம் ஜெயிப்பான் என்று என பலரிடமும் அந்தச் செய்தியை முக்கியப்படுத்தி நாம் பேசுவோம். அதே சமயம் அவனிடம் தீய பழக்கமோ அல்லது ஏதேனும் பிரச்சினைகளோ இருக்கும்பட்சத்தில் அதுபற்றி பேசக்கூட விரும்ப மாட்டோம்.

அவன் அப்படி இல்லை என்று கூறி ஏதேனும் சாக்குப் போக்கு சொல்லி சமாளிப்போம். இல்லையெனில் அவன் நல்லவன் தான். இவனுடன் சேர்ந்ததில் கெட்டுப் போய்விட்டான் என்று வேறொருவன் மீது பழியை சுமத்துவோம்.

சராசரி பாமர மக்களிடம் இதுபோன்ற மன நிலைகளைப் பார்க்கலாம். ஏதேனும் ஒரு நடிகரையோ, அரசியல்வாதியையோ அல்லது வேறு பிரபலமானவரையோ தங்களது லட்சிய நாயகனாக இவர்கள் ஏற்றுக் கொள்வார்கள். அவனைப் பற்றி பிறர் சொல்லும் சிறப்புகளை மட்டும்தான் இவர்கள் ஏற்பார்கள். அவனைப் பற்றிய கெட்ட செய்திகளை அவனுக்கு எதிரான செய்திகளை கேட்கவும் தயாராயிருக்க மாட்டார்கள். அப்படிச் சொல்பவனை அடிக்க வருவார்கள்.

அரசியல் தலைவர்களைப் பற்றிய குற்றச்சாட்டுகள் வரும்போது தொண்டர்கள் இது எதிரிகள் செய்யும் சதி. வீண் அபாண்டம் என்பார்கள். அதையும் மீறி ஆதாரங்களுடன் தகவல்கள் வரும்போது அவர் செய்திருக்க மாட்டார். சுற்றி இருப்பவர்கள் செய்ததற்கு இவர் மீது பழி விழுந்து விட்டது. இவர் அவர்களை நம்பி ஏமாந்து விட்டார் என்பார்கள்.

உள் மனத்துக்கு நிச்சயமாகத் தெரியும் உண்மை என்னவென்று. ஆனால் புறமனம் உண்மையை மறைப்பதற்கு வழி கிடைக்காதா என்று ஏங்கும்.

ஜப்பானில் ஒரு புதிய ரோபோ கண்டுபிடிக்கப்பட்டது. அதனை இயக்கிய நிபுணர் கூறினார், இது சூப்பர் கம்ப்யூட்டர். இதன் நினைவாற்றல் அதிசயமானது. எல்லா வகையிலும் இது மனிதனைப் போலவே செயல்படும் என்று.

அவ்வளவு சரியாக பிழையின்றி செயல்படுமா?

இல்லை. பிழைகள், தவறுகள் எல்லாம் வரும்தான். ஆனால் அதற்கு காரணம் நான் இல்லை என்று அடுத்த கம்ப்யூட்டர் மீது மனிதனைப் போலவேபழி போடும் என்றாராம் அவர்.

சூஃபிகளின் மெய்ஞ்ஞான முறைக்கு எந்தவிதமான பாடத் திட்டங்களும் கிடையாது. ஒழுங்காக வடிவமைக்கப்பட்ட கல்வி முறை உன்னை ஒரு குறிப்பிட்ட திசையில் மட்டும்தான் செலுத்தும். புகழ்பெற்ற கோயில்களில் பக்தர்கள் வரிசையாக ஒழுங்காக செல்லவும், மற்றவர்கள் நடுவில் புகாமல் இருப்பதற்கும் வேண்டி கம்பிகள் கட்டி வைத்திருப்பார் கள். அந்த வரிசையில் ஒருவன் நுழைந்து விட்டால் அதன் பின்னர் அவன் பக்கவாட்டிலும் வெளியேற முடியாது. திரும்பியும் வர முடியாது. முன்னோக்கி சென்று மூலஸ்தானத்தைப் பார்த்து விட்டு அதே வரிசைப்படி வெளியே வரவேண்டியதுதான். அவன் வரிசையில் சென்று தரிசித்தான் என்று வேண்டுமானால் கூறலாமே தவிர கோயிலின் எல்லா பகுதிகளுக்கும் இயல்பாகச் சென்று பார்த்து மகிழ்ந்தான் என்று கூற முடியாது.

ஒருவன் சென்னையில் விமானத்தில் ஏறுகிறான். அவன் உள்ளே சென்று அமர்ந்ததுமே கதவுகள் சாத்தப்பட்டு விடும். அவனும் இருக்கை யுடன் பிணைக்கப்பட்டு விடுவான்.

சில மணி நேரம் சென்ற பின்னர் விமானத்தின் கதவு திறக்கும். அவன் வெளியே வருவான். இப்போது அவன் இருப்பது லண்டனில்.

அதேசமயம் சென்னையில் இருந்து ஒரு பறவை விண்ணில் கிளம்புகிறது. சிறகடித்துப் பறந்து சென்று அதுவும் லண்டனைத்தான் அடைகிறது. இருவரது பயணத்திற்கு இடையே தான் எத்தனை வேறுபாடு? நான் பறவையைப் போல் விண்ணில் பறந்து சென்று லண்டனை அடைந்தேன் என்று இவன் கூற முடியுமா? விமானம் பறந்தது உண்மை. இவன் லண்டன் போய் சேர்ந்ததும் உண்மை. ஆனால் நிஜமான பறத்தல் என்ற அனுபவம் இவனிடம் இல்லை. பாதுகாக்கப்பட்ட ஒரு கூண்டினுள் இவன் நுழைகிறான். பின்னர் வெளியே வருகிறான். அவன்

உள்ளே நுழைந்த இடம் சென்னை. வெளியே வந்த இடம் லண்டன். மற்றபடி பறக்கும் அனுபவம் என்பது இவனுக்கு இல்லை.

அந்த விமானப் பயணியைப் போன்றவர்கள்தான் நாம் அனைவருமே. அந்த பறவையைப் போன்றவர்கள்தான் சூஃபி ஞானிகள். நாம் திட்டமிடப்பட்ட ஒரு பாதையில் கொண்டு செல்லப் படுகிறோம் என்ன நடக்கிறது என்று தெரியாமலேயே. சூஃபிகளோ தானாக விண்ணில் பறக்கும் பறவையைப்போல் முழு பிரக்ஞையுடன் இருக்கிறார்கள்.

சென்னையில் விமானத்துள் ஏறியவன் இறங்கும்போது லண்டனில் இருப்பதுபோல் பிறப்புக்கு முன் எங்கோ இருந்தோம். எதில் ஏறினோம், எப்படி பயணம் செய்தோம் என்பது நமக்குத் தெரியாது. விழிக்கும்போது பூமியில் இருக்கிறோம். அதேபோல் மரணத்துக்குப் பின் எங்கு செல்வோம் என்பது நமக்குத் தெரியாது. முன்னதாக உணர்வற்ற நிலைக்கு செல்கிறோம். பிறகு மரணத்தின் பாதையில் பயணம் முடிவில் எங்கு சென்று சேர்வோம் என்பது தெரியாது.

சூஃபி ஞானிகள் இந்த வாழ்வின் பயணத்திலும் சரி, மனதின் பயணங்களிலும் சரி, ஆன்மாவின் பயணத்திலும் சரி பூரண விழிப்புணர்ச்சியுடன் இருக்கிறார்கள். பறவை தன் இஷ்டப்படி பறப்பதுபோல். பறவை நினைத்த இடத்தில் தங்குவதுபோல், பறவை புறப்பட்ட இடம், செல்லும் வழி, சென்று சேரும் இடம் அனைத்தையும் தெரிந்து வைத்திருப்பது போல், ஏன், தன் பாதையை அது தானே நிர்ணயிப்பதுபோல் சூஃபிகள் தங்களது நிலையை நன்கு அறிந்து உள்ளனர். அதை நிர்ணயிக்கும் வலிமையுடனும் உள்ளனர்.

அவர்களிடம் தனிப்பட்ட விருப்பங்கள் இல்லாததால் அவர்கள் எதையும் தாமே நிர்ணயிக்க விரும்புவது இல்லை. ஆனால் அந்த ஆற்றல் அவர்களின் உள்ளே உண்டு.

அல்-பயாசித் ஒரு பறவையைப் போலவே வாழ்ந்தார் என்கின்றன சூஃபி இலக்கியங்கள்.

விட்டு விலகி நிற்பாய் அந்த சிட்டுக் குருவியைப் போலே என்று பாடுகிறார் பாரதியார்.

வாழ்க்கை என்பதே புரிதலுக்கும், தெளிவதற்குமான ஒரு வரம். பிறரிடம் கேட்பதை விடவும், நூல்களில் படிப்பதை விடவும், பலரது வாழ்வை கண்ணால் காண்பதை விடவும் நீயே அனுபவிப்பதன்

மூலம்தான் தெரிந்து கொள்ள முடியும். ஆகவே, வாழ்வை ஆரவாரத்துடன் கொண்டாட்டமாக நேசி என்கிறது சூஃபி ஞானம்.

இறைவன் என்ற ஒருவன் உண்டென்பதை அறிய வேண்டுமானால் நீ பிறந்தாக வேண்டும். பிறக்காமலேயே இருக்கும் ஒருவன் இறைவனை உணர முடியாது. பிறந்து மறைந்தவன் இறைவனுடனே ஐக்கியமான பின் அவனாலும் உணர முடியாது. வாழ்ந்து கொண்டிருப்பவன் மட்டுமே இறைவனை உணர முடியும். இறைவனுக்காக ஏங்க முடியும்.

கடலிலிருந்து மேகமாக பொழிந்த மழை நதியாக ஓடும்போது கடலை நோக்கி ஆவேசமாக குதித்து, தவழ்ந்து, பாய்ந்து ஓடுகிறது. அது கடலில் சங்கமித்து விட்டால் அதன் பிறகு ஒன்றுமே இல்லை. அது மேகமாகப் புறப்படும் முன்பும் ஒன்றுமே இல்லை.

ஆனால், மேகமாகி, மழையாகப் பொழிந்து, நதியாக உருவான பின்னரே கடலில் சென்று சேரும் தாகம் அதனுள் மூண்டு எழுகிறது. அத்தகைய பயணமே கடலை உணரும் பக்குவத்தையும், சென்று சேரும் ஆற்றலையும் உண்டு பண்ணுகிறது.

மனிதன் என்று படைக்கப்படாவிட்டால் இறைவனை உணர வேண்டிய வாய்ப்பு ஏது? அந்த மனிதனுக்கும் சிந்திக்கும் திறன் இல்லா விட்டால் இறை உணர்வு என்பது அவனிடம் ஏது? அல்லது சிந்தனை உள்ள மனிதனிடம் துயரங்களே இல்லாவிட்டால் இறைவனை நாட வேண்டிய அவசியம்தான் ஏது?

வாழ்க்கையே ஒரு நதியின் பிரவாகம் போன்றது. மலையில் பிறந்த நதி கடலில் சென்று முடிவது போல் கருவறையில் பிறந்த வாழ்வு கல்லறையில் முடிகிறது. இடையிடையே எத்தனையோ மேடுகள், பள்ளங்கள்...! எத்தனையோ ஆரவாரங்கள், மோதல்கள்...

அத்தனை ரணங்களையும், போராட்டங்களையும் அப்படியே ஏற்றுக் கொள் என்கிறது சூஃபி ஞானம். வாழ்க்கையை அதன் போக்கில் அப்படியே ஏற்றுக் கொள். எதையும் திணிக்காதே. எதையும் மறுக்காதே.

இயல்பை இயல்பு என உணர்ந்து அந்த இயல்போடு ஏற்றுக் கொள்வதே சூஃபி தத்துவம்.

2 போதனை

உண்மையைத் தேடிய ஒருவன் ஞானி ஒருவரின் வீட்டுக்குள் நுழைந்தான். அவனை எப்படியாவது வீட்டிற்கு நுழைய விடாமல் திருப்பி அனுப்பிவிட சாத்தான் முடிவு செய்தது.

அதனால் ஞானியின் வீட்டுக்குள் நுழைய முடியாதபடி அந்த மனிதனுக்கு பல இடையூறுகள் ஏற்பட்டன. அழகிய பெண்ணொருத்தி அவனை அணுகி இன்முகத்துடன் கொஞ்சு மொழியில் பேசினாள். சரசமாடித் தன்னுடன் அவனை அழைத்துச் சென்றாள். சிறிது தூரம் சென்றதுமே சட்டென சுய உணர்வு பெற்றவனாக அவளிடமிருந்து விடுபட்டு திரும்பி விட்டான். அவ்வாறு திரும்பும் வழியில் பிரபு ஒருவர் அவனைக் கண்டு பேசினார். தனது அரண்மனைக்கு வரும்படி அவனை அன்புடன் அழைத்தார்.

அந்த சமயத்தில் சாத்தான் தன்னிடம் இருந்த அத்தனை விதமான அஸ்திரங்களையும் ஒன்றுவிடாமல் எய்தான். பொருள், காமம், புகழ், அதிகாரம், அந்தஸ்து என அத்தனையும் அணிவகுத்து நின்று ஒன்றன்பின் ஒன்றாக அவனைத் தாக்கின. எனினும் எதனாலும் அவனது உறுதியை அசைக்க முடிய வில்லை.

எந்த மயக்கங்களுக்கும் ஆட்படாமல் இயல்பாக அவற்றையெல்லாம் உதறிவிட்டு ஞானியிடம் வந்து சேர்ந்தான் அவன். தனது அத்தனை ஆயுதங்களும் செயலற்றுப் போய் சாத்தான் ஒரு மூலையில் இருட்டில் சோர்ந்து போய் ஒடுங்கினான்.

ஞானியிடம் வந்து நிமிர்ந்து பார்த்த அந்த மனிதன் அதிர்ச்சி அடைந்தான். இவர் ஆசனத்தில் அமர்ந்திருக்க இவரைச் சுற்றி சீடர்கள் தரையில் அமர்ந்திருந்தனர். ஒரு குருவுக்கு இருக்க வேண்டிய அடிப்படை இலக்கணமான அடக்கம் இவரிடம் இல்லையே என்று எண்ணினான் அவன்.

ஞானி இவன் வந்ததை கவனிக்கவில்லை. அங்கிருந்த எவரும் இவனைப் பொருட்படுத்தவும் இல்லை. வந்தவரை வரவேற்பது, இன்சொல் கூறுவது என்ற எந்த நல்ல பழக்கமும் இல்லை அவரிடம் என்று எண்ணினான்.

சற்று நேரம் மவுனமாக அங்கே நடப்பனவற்றைக் கவனித்தான். ஞானியின் பேச்சில் உயர்ந்த தத்துவங்களோ, கோட்பாடோ ஏதும் காணப்படவில்லை. ஒரு படிப்பறிவற்ற கிராமவாசிகூட இதைவிட சிறப்பாகவே பேசுவான்.

என்று எண்ணிய ஞானியின் உடை, பேச்சு, செயல்பாடுகள் எதிலுமே ஒரு சராசரி மேதைக்குரிய இலக்கணங்கள் கூட இல்லை. எப்படி இவரை எல்லோரும் ஞானி என்று கூறுகிறார்கள்?

அவனுக்குள் மெல்லிய ஏளனப் புன்னகை எழுந்தது. "மக்கள் மடையர்கள். யாரையாவது தொழுது வணங்க வேண்டும். அதற்காக எந்த பரதேசியையாவது பிடித்துக் கொண்டு தொங்குவார்கள் எல்லா காலங்களிலும்" என்று

குருஜி வாசுதேவ்

நினைத்தவாறு ஒன்றுமே சொல்லாமல் மவுனமாக வந்த வழியே வெளியேறினான் அந்த மனிதன். அவன் வெளியேறியதும் குரு அந்த இடத்தின் மூலையில் உற்றுப் பார்த்தார். "நீ இவ்வளவு சிரமப்பட்டிருக்க வேண்டியதே இல்லை. அவன் தொடக்கத் திலிருந்தே உன்னுடையவன் தான்" என்றார் சாத்தானிடம் சிரித்தபடியே.

இறைவனைத் தேடும்போது பொருள், புகழ், பெருமை, ஆசை எல்லாவற்றையும் உதறத் துணிந்தவர்கள்கூட இறைவன் இப்படித்தான் இருப்பார் என்று தங்கள் மனதில் தாங்கள் உருவாக்கிக் கொண்டுள்ள கருத்துகளிலிருந்து விடுபட மாட்டார்கள் என்பதை விளக்கும் அற்புதமான கதை இது.

மனம் எண்ணற்ற வடிவங்களை எடுக்கும் தன்மை கொண்டது. எத்தனையோ ரூபங்களில் அது பிறப்பெடுக்கிறது. ஒரு மனிதனை வீழ்த்த அவனது எண்ணங்களைவிட சிறந்த ஆயுதம் என்று எதுவும் கிடையாது. இருட்டில் உள்ள கயிற்றையும் பாம்பாக நினைக்க வைத்து மிரட்டுவதும் இதே எண்ணங்களின் திருவிளையாடல்தான். நிஜ பாம்பே நெளிந்து ஓடி இருளில் மறைய முயற்சித்தாலும் துணிவுடன் துரத்திக் கொண்டு போய் பிடிக்கும் தைரியம் வருவதும் இதே எண்ணங்களால்தான்.

இறைவனைக்கூட அவர் இப்படித்தான் இருப்பார். அவரது பேச்சு இப்படித்தான் இருக்கும். அவரது செய்கைகள் இப்படித்தான் இருக்கும் என்றெல்லாம் அவரைப் பற்றி பல்வேறு வித உருவகங்களை மனதில் ஏற்றி வைத்துக் கொண்டு காத்திருக்கும் நாம் நிஜமான இறைவனைக் காணும்போது இது இறைவன் அல்ல என்று நம்மை ஒதுங்கி ஓடிவிடச் செய்வதும் இந்த எண்ணங்களின் வேலைதான்.

ஒருவர் விரலைக் கொண்டே அவர் கண்ணைக் குத்துவது. அதே விரலாலேயே அவர் கண்ணைத் தடவி விடுவது என மாற்றி, மாற்றி மனம் செய்யும் சாகசங்களிலிருந்து தப்புபவர் எவரும் இல்லை.

மனம் ஒரு குரங்கு, மனம் என்னும் மாயப் பிசாசு என்றெல்லாம் மகான்களே புலம்பி உள்ளனர். சராசரி மனிதர்கள் வாழ்வில் காதல் திருமணங்கள் தோல்வியில் முடிவதும், லட்சிய வெறியுடன் ஒன்றை அடைய எண்ணுபவர்கள் அதை அடைந்தபின் சோர்ந்து போவதும் இதனால்தான். அவர்கள் காதலிக்கும் போதும், லட்சியத்தை நோக்கி பயணிக்கும் போதும் மனம் ஏதேதோ கற்பனைகளில் திளைத்து இருக்கும். இலக்கை எட்டிய பின்பு காணும் நிஜமானது அவர்கள் கற்பனைக்கு

ஏறுமாறானதாக இருக்கும். அதனால் அவர்கள் மனதில் தோன்றும் இதற்காகவா இவ்வளவு பாடு? என்ற எண்ணமே அவர்களைச் சோர்ந்து விழ வைத்து விடும்.

சூஃபி ஞானம் கற்பனைக்கு இடம் தராதது. மாய உலகங்களைக் காட்டி நிஜத்திலிருந்து விலக வைக்காதது. எது நிஜமோ அதனை உணர, ஏற்க எப்போதும் திறந்த மனத்துடன் அது தயாராயிருக்கும்.

குழந்தைகள் எதைக் கண்டாலும் குதூகலப்படுகின்றன. பரவசமடைகின்றன. காரணம் அவற்றின் மனத்தில் எதைப்பற்றிய கற்பனைகளும் இல்லை. அவை நேரிடையாக நிஜத்தை எதிர்கொள்கின்றன. நாம் ஒன்றைப்பற்றி கேள்விப்படும் போதே நமது மனம் அதுபற்றி அதீதமாகக் கற்பனைகள் செய்யத் துவங்கிவிடுகிறது. அதனால் அதன் பின்னர் நேரில் பார்க்கும்போது அது எவ்வளவு சிறப்பானதாக இருந்தாலும் நம் மனத்தால் நிறைவை அடைய முடிவதில்லை.

தேவனின் ராஜ்யத்தில் எப்படிப்பட்டவர்கள் நுழைய முடியும்? என்று கேட்கின்றனர் சீடர்கள். அதற்கு இயேசு நாதர் குழந்தைகளைக் காட்டி, நீங்கள் இவர்களைப்போல் ஆனால் ஒழிய கர்த்தரின் ராஜ்யத்துக்குள் நுழைய முடியாது என்கிறார்.

வாழ்க்கை என்பதே வரவேற்பு, கொண்டாட்டம் இவை நிறைந்தது தான் என்கிறது ஞானம். சூஃபிகள் அப்படித்தான் வாழ்ந்திருக்கின்றனர். மகிழ்ச்சி என்பது ஒரு குறிப்பிட்ட பொருளிலோ, குறிப்பிட்ட செய்கையிலோ ஒளிந்திருப்பது இல்லை. வாழ்க்கையில் எதிர்ப்படும் எல்லாமே மகிழ்ச்சி தருபவைதான்.

குறிப்பிட்ட பொருளால் ஒருவனுக்கு மகிழ்ச்சி ஏற்படுகிறது என்றால் அந்தப் பொருள் அவனை விட்டு நீங்கிவிட்டால் அந்த மகிழ்ச்சியும் அவனை விட்டுப் போய்விடும். குறிப்பிட்ட செயலால், நோக்கத்தால் ஒருவனுக்கு மகிழ்ச்சி ஏற்படுகிறது என்றால் அந்த செயல் முடிவடைந்த பின்னர், அந்த நோக்கம் நிறைவேறிய பின்னர் அந்த மகிழ்ச்சி அவனிடமிருந்து காணாமல் போய்விடும்.

அதுமட்டும் அல்ல. ஒவ்வொரு பொருளுக்கும் எதிர்ப்பொருள் உண்டு. ஒவ்வொரு செயலுக்கும் எதிர் செயல் உண்டு. குறிப்பிட்ட பொருள் நம்மை மகிழ்விக்கும் என்றால் அதற்கு எதிரான பொருள் நம்மை துயரத்தில் ஆழ்த்திவிடும்தானே. குறிப்பிட்ட செயல் மகிழ்ச்சிதரும்

என்றால் அதற்கு எதிரான செயல் சந்தேகமின்றித் துயரத்தைத்தானே அளிக்கும்?

இங்கே மகிழ்ச்சி வெளியிலிருந்து வருவது அல்ல. அது உள்ளிருந்து பொங்கிப் பெருகுவது. எப்போதும் பரவச நிலையில் இருப்பது அது.

ஞானிகளும், சித்தர்களும் அடைந்த இந்த பரவச நிலையை பிரம்மானந்தம் என்றும் பேரின்பம் என்றும் சமய நூல்கள் வர்ணிக்கின்றன. இறைநிலை அடைவதை பேரின்பப் பெருவீடு என்றே இவை குறிப்பிடுகின்றன. இறந்த பின்னர் மனிதர்கள் அடையும் இந்த பேரின்ப மெய்ஞானத்தை இருக்கும்போதே அடைந்து காட்டியவர்கள்தான் சூஃபி ஞானிகள்.

எல்லாவிதமான கற்பனைகள், ஊகங்கள், எதிர்பார்ப்புகள் இவை அனைத்தையும் உதறிவிட்டு நிஜத்துடன் ஒன்றுதலே சூஃபி ஞானம்.

மனிதன் பகுத்தறிவு பெற்றவன் என்று விஞ்ஞானமும், சமூகவியலும் போற்றுகின்றன. நிஜத்தில் பகுத்தறிவு என்பதே ஒரு மிகப் பெரிய குறைபாடுதான். பகுத்தறிவு என்பது ஒரு மலரை பாகம், பாகமாகப் பிரித்து புல்லிவட்டம், அல்லி வட்டம், மகரந்த சேகரங்கள், சூற்பை, காம்பு என்று பிரித்துப் போட்டு ஆராய்கிறது. எப்போது ஒரு பொருளை பாகம் பாகமாக பிரிக்கிறோமோ அப்போதே அதன் உயிர்ப்பு காணாமல் போய்விடும். அதனுள் இருக்கும் ஜீவனானது மறைந்துபோய்விடும்.

அதேசமயம் பாகம், பாகமாக பிரியாமல் சேர்ந்திருக்கும்போது தான் அது ஒரு அழகிய மலராக இருக்கிறது. அதற்கென்று நறுமணமும் உண்டு. எண்ணற்ற மரங்களை உருவாக்கும் படைப்பாற்றலும் அதனுள் அப்போது மறைந்திருக்கிறது.

இறந்தவர்களை போஸ்ட் மார்ட்டம் செய்யும் அடாப்ஸி முறைதான் பகுத்தறிவு. அதேசமயம் மலரை மலராகக் காணும் அறிவுதான் ஒட்டுமொத்த அறிவு அல்லது பரிபூர்ண ஞானம் எனப்படுவது. இதையே சூஃபி ஞானம் என்கிறோம்.

சூஃபிகள் ஞான முறையை ஒட்டுமொத்த அறிவு என்கிறார் இத்ரீஸ் ஷா. மனித வாழ்வின் எல்லா பகுதிகளிலும் இதன் தாக்கம் பெருமளவுக்கு உண்டு அல்லது இதில் மனித வாழ்வின் அனைத்தின் தாக்கங்களும் உண்டு. எந்தவிதமான வரையறுக்கப்பட்ட கொள்கைகளும், சித்தாந்தங்களும், நடைமுறைகளும் இன்றி அவர்களது ஞான முறை பரம்பரை பரம்பரையாகத் தொடர்ந்து வருகிறது.

மதங்கள், சமய மரபுகள் இவற்றுக்கெல்லாம் அப்பாற்பட்டவர்கள் சூஃபிகள். எப்பேர்ப்பட்ட அற்புத கொள்கையாயிருப்பினும் இவர்கள் தங்களை அவற்றுடன் இணைத்துக் கொண்டதே இல்லை. முறைப்படுத்தப்பட்ட எந்த சடங்குகளும், வழிபாடுகளும் அவர்களிடம் இருந்தது இல்லை. இந்துக்கள் காசிக்கும், முஸ்லிம்கள் மெக்காவுக்கும், கிறிஸ்தவர்கள் ஜெருசலேத்துக்கும் புனித யாத்திரை செல்வதுபோல் சூஃபிகள் தமக்கென்று புனிதத்தலம் என எதையும் வைத்துக் கொள்ளவில்லை. தங்களுக்கென தனியாக மடங்கள் எதையும் அவர்கள் நிறுவவில்லை. இன்னும் சொல்லப்போனால் எந்த குறிப்பிட்ட ஒரு கொள்கை அல்லது அடையாளத்தை உள்ளடக்கிய பெயர்களில் தாங்கள் சுட்டிக்காட்டுப்படுவதையே கூட அவர்கள் வெறுத்தனர்.

சூஃபி என்ற பெயர் மட்டும்தான் அவர்களைக் குறிப்பதாக இருந்தது. அதுகூட அவர்களை ஒரு மதமாகவோ, இனமாகவோ காட்டும் ஒரு அடையாளமாக மாறிவிடவில்லை. அப்பெயரால் அவர்களை யாரும் அழைக்கவும் இல்லை.

மடாதிபதி, பேராயர், முல்லா, லாமா என்றெல்லாம் மதத்துறவிகளை அழைப்பது போல் சூஃபி என்பது இவர்களின் சீருடை (Uniform) ஆக மாறி விடவில்லை. எந்த குறியீட்டுக்குள்ளும் அடைபடாதவர்கள் அல்லது தமக்கென்று தனி அடையாளம் அற்றவர்கள் என்று குறிப்பிடும் வகையில்தான் சூஃபி என்ற சொல் மக்களால் உபயோகிக்கப்பட்டது.

மதங்களையும் அவற்றின் கோட்பாடுகளையும் தாண்டி இவர்களது சிந்தனைகள் உலகம் முழுவதும் பரந்து விரிந்து ஏராளமானவர்களை ஈர்த்துள்ளன. இந்த சூஃபி ஞானிகளில் சிலர் போதனைகள் செய்ததும் உண்டு. இவர்களுடன் பழகிய அல்லது நட்பு கொண்டவர்களுக்கு இவர்கள் போதனைகள் செய்தார்கள். மற்றவர்களுக்கு தனிப்பட்ட முறையில் எந்த போதனைகளையும் இவர்கள் செய்ததில்லை. ஆனால் அவர்களின் வாழ்வே மற்றவர்களுக்கு ஒரு மாபெரும் போதனையாக விளங்குகிறது. மனம், சிந்தனை, நடைமுறை என அனைத்தையும் தாண்டிய ஓர் அபூர்வனமான அற்புதமாக அவை விளங்குகின்றன.

3 பக்குவமான விளைநிலம்

அழகிய பவுர்ணமி தினம் அது.

ஆற்றங்கரை ஓரத்தில் இருந்தது அந்த சிறு குடிசை. தனியாக ஒதுக்குப்புறமாக இருந்தது அது. அந்த இடத்தில் இருந்த நிலவு வெளிச்சம் பால் எங்கும் வழிந்தோடிக் கொண்டிருப்பது போன்று காட்சி தந்தது.

அந்த வழியே நடந்து வந்து கொண்டிருந்த ஒரு திருடன் இந்த குடிசையைக் கண்டான். அப்பகுதிக்குப் புதியவன் அவன். திறந்து கிடந்த அந்தக்குடிசையைக் கண்டதும் அவன் அதன் உள்ளே புகுந்துவிட்டான். அவனுடைய இயல்பு அது. அங்கும் இங்கும் ஏதாவது கிடைக்குமா என்று தேடிப் பார்த்தான். ஆனால் உள்ளே ஏதாவது இருந்தால்தானே அவன் கைகளில் அகப்பட?

அந்த சமயத்தில் திடீரென வெளிச்சம் தன்மீது விழவும் திகைத்துப்போய் திரும்பினான் அவன். கையில் விளக்குடன் நின்றிருந்தார் ஒருவர். அவரை கண்டதில் ஏற்பட்ட கலவரத்தில் ஓடக்கூடத் தோன்றாமல் மலைத்துப் போய் அவரையே பார்த்தபடி செயலற்று அங்கேயே நின்றுவிட்டான் அவன்.

"இருட்டில் என்ன தேடுகிறாய்? என்றார் அவர் இயல்பாக. என்னை எழுப்பி இருக்கலாமே? கதவுக்குப் பக்கத்தில் தானே நான் தூங்கிக் கொண்டிருந்தேன். நானே உனக்கு வீடு பூராவையும் சுற்றிக்காட்டியிருப்பேனே..." என்றார் தொடர்ந்து.

எளிமையானதாகவும், அப்பாவித்தனமாகவும் இருந்த அவரது குரல் அவனை என்னமோ செய்தது. முன்பின் தெரியாதவனான தன்னிடம், யார் நீ? எங்கு வந்தாய் என்றெல்லாம் கேட்டு மிரட்டாமல் ஒரு உறவினரிடம் குசலம் விசாரிப்பதுபோல் தன்னிடம் அவர் பேசவே குழம்பிப் போனவனாக, "நான் யாரென்று நினைத்தீர்கள்? நான் ஒரு திருடன் என்பது உங்களுக்குத் தெரியுமா?" என்றான்.

"அதனால் என்ன? ஒவ்வொருவருமே ஏதாவது ஒன்றாக இருக்கத்தானே வேண்டும்...? என்றார் அவர் இப்போதும் சகஜமாக. இந்த வீட்டில் 30 வருடத்துக்கும் மேலாக நான் இருக்கிறேன். ஆனால் எதையுமே நான் பார்த்தது இல்லை. இருந்தாலும் உனக்காக நானும் உன்னுடன் வருகிறேன் வா. இருவரும் சேர்ந்தே தேடுவோம். ஏதாவது கிடைத்தால் பங்காளி ஆகிவிடுவோம். ஆனால் இங்குள்ள எதுவும் என் கண்ணில் இதுவரை பட்டதில்லை. இது வெறும் வீடு."

திருடனுக்குள் ஒரு சந்தேகம் எழுந்தது. இந்த மனிதர் ஒரு மாதிரியாக தென்படுகிறாரே? ஒருவேளை பைத்தியமாக இருக்குமோ...? யார் கண்டது? திருடன் என்று கூறிய பின்பும் நிற்க வைத்து பேசும் நபரை என்னவென்று சொல்வது.

எப்படியாவது அங்கிருந்து தப்பித்துப் போய்விட வேண்டும் என்ற எண்ணம் ஏற்பட்டது அவனுக்கு. வேறு சில இடங்களி லிருந்து திருடி வந்த சில சாமான்களை அவன் அவரது வீட்டிற்கு வெளியே போட்டு வைத்திருந்தான்.

அவரிடம் ஏதும் இல்லை. தோளில் ஒரே ஒரு கம்பளி மட்டும் தான் போட்டுக் கொண்டிருந்தார். அது ஒன்றுதான் அவரது

உடைமை போலும். பல்லை கிடுகிடுக்க வைக்கும் குளிர் வெளியே வாட்டி எடுத்துக் கொண்டிருந்ததது. அவர் சொன்னார், "இந்த மாதிரி நீ வெறுங் கையோடு திரும்பிப் போகக் கூடாது. அது என்னை அவமானப்படுத்துவதாக ஆகிவிடும். பிறகு என்னை என்னாலேயே மன்னிக்கவும் முடியாது. நள்ளிரவில் ஒருவன் என் வீட்டிற்கு எதிர்பார்ப்புடன் வந்துவிட்டு ஏமாற்றத்துடன் போவதா? இந்த போர்வையை எடுத்துக் கொள். இது உனக்குத் தான் இப்போது அவசியம் தேவை. வெளியே குளிர் அதிகமாக இருக்கிறது. நான் வீட்டிற்குள்ளே இருப்பவன். கதகதப்பாக இருக்கிறது இங்கே. அதனால் அது எனக்கு இப்போது தேவை இல்லை" என்று.

அத்துடன் நில்லாமல் தனது தோளின்மீது போர்த்தி இருந்த கம்பளியை எடுத்து அவன் மீது போர்த்தியும் விட்டார். திருடனுக்குத் தலை சுற்றியது. "என்ன காரியம் செய்கிறீர்கள்? நான் ஒரு திருடன்" என்றான் பதைபதைப்புடன்.

" அது ஒரு பெரிய விஷயமா என்ன?" என்றார் அவர் சகஜமாக. "உலகில் உள்ள எல்லோருமே வாழ்க்கை ஓட்டுவதற் காக ஏதாவது ஒரு தொழிலை செய்துகொண்டுதான் இருக்கிறார் கள். நீ இதை செய்கிறாய். செய்யும் தொழில் எதுவாயிருந்தால் என்ன. அதுவும் ஒரு தொழில் தானே. எனது முழு ஆசிகளுடன் உன் தொழிலை நீ கண்ணும் கருத்துமாக செய். ஆனால் யாரிடமாவது மாட்டிக் கொண்டு விடாதே. அப்புறம் உன் கதை சிக்கலாகி விடும்."

"நீங்கள் ஒரு விந்தையான மனிதர்தான்" என்ற திருடன். "வெறும் கோவணத்துடன் இருக்கிறீர்களே! வேறு உடை எதுவும் உங்களுக்கு இல்லையா?" என கேட்டான்.

"கவலைப்படாதே. நானும் உன்னோடு வருகிறேன். இந்தப் போர்வை ஒன்றுதான் என்னை இந்த வீட்டில் இருக்க வைத்தது. இதை இப்போது உன்னிடம் கொடுத்துவிட்டேன். இப்போது இங்கு எதுவும் இல்லை. அதனால் பாதுகாப்பதற்கு இங்கு எதுவும் இல்லை. அதனால் உன்னோடு நானும் வருகிறேன். நாம் சேர்ந்து வாழலாம். உன்னிடம் பல பொருட்கள் இருக்கலாம். என்னிடம் இருப்பதை எல்லாம் நான் உன்னிடம் தந்து விட் டேன். அதில் நீ எனக்கு ஏதோ கொஞ்சம் தந்தாலும் போதும்."

திருடனுக்கு தர்மசங்கடமாகப் போய்விட்டது. தன்னுடன் பேசிக் கொண்டிருப்பவர் ஒரு சூஃபி ஞானி என்பதை அவன் கொஞ்சமும் உணரவில்லை. எப்படியாவது அங்கிருந்து போனால் போதும் என்ற நிலையில் அவன் இருந்தான்.

"அது எப்படி ஐயா சாத்தியம்? எனக்கென்று ஒரு குடும்பம் இருக்கிறது. மேலும் உங்களைத் திடீரென்று கூட்டிக்கொண்டு போனால் என் மனைவி, பிள்ளைகள், அக்கம்பக்கத்தார் எல்லாம் என்ன சொல்வார்கள்? இப்படி கோவணத்துடன் உள்ள உங்களைக் கூட்டிக் கொண்டு போய் அவர்களிடம் என்னவென்று சொல்லி அறிமுகப்படுத்துவது!"

"அதுவும் சரிதான்" என்றார் அவர். "நான் உன்னை சங்கடப்படுத்தக் கூடாது. அது நியாயமான செயலல்ல. அதனால் நான் இங்கேயே இருக்கிறேன். நீ போகலாம்" என்றார் புன்னகையுடன். விட்டால் போதும் என்று வேகமாக திருடன் அங்கிருந்து கிளம்பினான். மறுகணம் அவர் குரல் இடியென முழங்கியது. "ஏய், வா இங்கே" என்று. திடுக்கிட்டான் திருடன். இப்படித் தன்னைக் கடுமையாக அதட்டிய ஒருவரை அவன் இதுவரை சந்தித்தது இல்லை. அதனால் திகைப்புடன் தன்னை அறியாமலே திரும்பி வந்தான்.

"வாழ்க்கையில் கொஞ்சமாவது நற்பண்புகளை கற்றுக் கொள். நான் உனக்கு கம்பளி கொடுத்துள்ளேன். இவ்வளவு நேரம் பழகியுள்ளேன். அதற்கு நீ எனக்கு நன்றி கூற வேண்டாமா? முதலில் நன்றி சொல். அது உனக்கு பெரிதும் துணை செய்யும். வரும்போது கதவை திறந்து வைத்தாயே போகும்போது அதை மூட வேண்டாமா? வெளியே குளிர் வீசுவது தெரியவில்லையா? நான் வெற்று உடலுடன் இருப்பதை நீ பார்க்கவில்லையா? நீ திருடன் என்றாலும் பரவாயில்லை. அது பற்றி எனக்குக் கவலை இல்லை. ஆனால், பழக்க வழக்கங்களில் நான் ரொம்பக் கண்டிப்பானவன். தெரிந்து கொள்."

அவர் சொல்லச் சொல்ல மேன்மேலும் திகைப்படைந்த திருடன், "நன்றி ஐயா" என்றான் திணறியபடி. பின்னர் மெல்ல கதவை சாத்திவிட்டு விட்டால் போதும் என்று ஒரே ஓட்டமாக ஓடிப் போனான்.

அன்றிரவு முழுதும் அவனுக்கு உறக்கமே இல்லை. தனக்கு ஏற்பட்ட அந்த விநோத அனுபவம் பற்றியே நினைத்து,

நினைத்து அவன் குழம்பிக் கொண்டிருந்தான். மறுநாள் பிறரிடம் விசாரித்து தெரிந்து கொண்டான். தான் சந்தித்தவர் ஒரு பெரிய சூஃபி ஞானி என்று.

கொஞ்ச காலம் சென்ற பின் அவன் பிடிபட்டான். நீதிமன்றத்தில் நிறுத்தப்பட்ட அவனிடம் நீதிபதி கேட்டார்.

"உன்னை நன்கு தெரிந்தவர்கள் யாராவது இந்த ஊரில் உண்டா?"

நிறையப் பேருக்கு அவனைத் தெரியும். ஆனால் யாரும் அவனுக்காக சாட்சி சொல்ல முன் வரமாட்டார்கள். ஒரு திருடனை தனக்கு தெரிந்தவன் என்று எவன் வந்து சாட்சி சொல்வான்? யோசித்த அவன் சட்டென்று சூஃபி ஞானியின் பெயரைச் சொன்னான்.

அதிர்ந்து போனார் அந்த நீதிபதி. "இது பொய்யாயிருந்தால் உன்னைக் கடுமையாகத் தண்டிப்பேன். உண்மையாயிருந்தால் உன்னை உடனே விடுவிப்பேன்" என்றார்.

குருவுக்கு தகவல் அனுப்பப்பட்டது. நீதிமன்றத்திற்கு வந்த குருவிடம் நீதிபதி கேட்டார். "இந்த நபரை உங்களுக்குத் தெரியுமா?" என்று.

"தெரியுமாவா? இவர் எனது நண்பர். நாங்கள் இருவரும் பங்காளிகள். ஒருநாள் நள்ளிரவு இவர் என் வீட்டுக்கு வந்தார். அன்று குளிர் அதிகமாயிருந்தது. அதனால் என் கம்பளியை இவருக்கு அளித்தேன். அதைத்தான் இப்போதும் போட்டுக் கொண்டு இருக்கிறார். இந்தக் கம்பளிதான் நாடு முழுதும் பிரசித்திப் பெற்றதாயிற்றே. இது என்னுடையது என்று உங்கள் எல்லோருக்கும் தான் தெரியுமே."

ஞானி சொல்லவும் நீதிபதி கேட்டார். "இவர் உங்கள் நண்பர் என்கிறீர்கள். இவர் மீது மற்றவர்கள் திருட்டுக் குற்றம் சுமத்துகிறார்களே?"

"இருக்காது. இவர் இனிமையானவர். என் கம்பளியை பெற்றுக் கொண்டு எனக்கு நன்றி கூறினார். வீட்டை விட்டு போகும்போது கூட எனக்கு தொந்தரவு ஏற்படாத வகையில் கதவை மெதுவாக மூடிக் கொண்டுதான் போனார். அருமையான நண்பர்" என்றார் ஞானி.

"ஐயா! நீங்களே இவரைப் பற்றி இவ்வளவு உயர்வாக சொல்வதால் இவரை விடுவிக்கிறேன்" என்று கூறிய நீதிபதி அந்த வழக்கை தள்ளுபடி செய்தார்.

ஞானி திரும்பிப் போன போது விடுவிக்கப்பட்ட திருடனும் அவருடனேயே போனான். "என்ன செய்கிறாய் நீ? எதற்கு என்னுடன் வருகிறாய்?" என்று கேட்டார் ஞானி.

"இனி என்னால் உங்களைவிட்டுப் போக முடியாது. என்னை உங்கள் நண்பர் என்றீர்கள். பங்காளி என்றீர்கள். என்னை இனிமையான மனிதன் என்று சொன்னவர் இந்த உலகத்தில் நீங்கள் ஒருவர் மட்டுமே. இதுவரை உலகில் என்னை மதித்தவர் எவருமில்லை. இனி உங்கள் காலடிதான் எனக்கு எல்லாம். நானும் உங்களைப் போல் ஆகவேண்டும். எல்லா விஷயங்களையும் வித்தியாசமாகக் காணும் இந்தப் பக்குவம் எப்படி உங்களிடம் வந்தது?"

திருடன் இப்படிச் சொல்லக் கேட்ட குரு சொன்னார்: "அன்று இரவு நீ போனபின் எனக்கு எப்படி இருந்தது தெரியுமா? கடும் குளிர் என்னைப் படாதபாடு படுத்தியது. கம்பளி இல்லாததால் தூக்கமும் வரவில்லை. அதனால் சன்னலின் அருகே அமர்ந்து வெளியே பார்த்துக் கொண்டிருந்தேன். வெளியே பவுர்ணமி நிலவு தெரிந்தது. அதைப் பார்த்து இனிய கவிதை ஒன்றை எழுதினேன்.

> நானும் ஓர் செல்வனாயிருப்பின்
> எதையோ தேடிவந்த ஏழைக்கு
> காணும் முழு நிலவை கவின்பரிசாய் தந்திருப்பேன்.
> ஆனால் நான் பரம ஏழை. என் செய்வேன்?

இப்படிப் போனது அந்தக் கவிதை. வா என்னுடன். அதை உனக்குக் காட்டுகிறேன். அன்றிரவு சில விஷயங்களையாவது கற்று கொண்டாக வேண்டுமே என்று அழுதேன். என்னைப் போன்றவர்கள் வீட்டுக்கு திருடர்கள் வருவதானால் முன் கூட்டியே அவர்கள் எங்களுக்குத் தகவல் தரவேண்டும். அப்போதுதான் நாங்கள் ஏதாவது அவர்களுக்குக் கொடுப்பதற்கென்று தயார் செய்து வைக்க முடியும். எங்களைப் போன்ற ஏழைகளைப் பார்க்கவரும் அவர்களும் வெறும்

கையோடு போகவேண்டியிருக்காது. நீதிமன்றத்திலாவது உனக்கு என் பெயர் ஞாபகம் வந்ததே. இல்லையேல் சட்டத்தின் பேரால் உன்னை துன்புறுத்தி இருப்பார்கள். அப்போதே நாம் பங்காளியாகி விடுவோம் என்றேன். நீதான் அதை ஏற்கவில்லை. இப்போது எனக்கு பங்காளியாக விரும்புகிறாய். சரி. பரவாயில்லை. என்னுடன் நீ வரலாம். எனக்குக் கிடைப்பதை உனக்குத் தருகிறேன். ஆனால் அது ஒரு பொருளாக இருக்காது. புலன்களுக்கு எல்லாம் புரிபடாத ஏதோ ஒன்றாக அது இருக்கும்."

திருடன் சொன்னான். "கண்ணுக்குத் தெரியாத அந்த ஏதோ ஒன்றை என்னால் உணர முடியும் என்று நான் நம்புகிறேன். நீங்கள் என் உயிரைக் காத்தவர். இதுநாள் வரை நான் அதை வீணடித்து வந்துள்ளேன். உங்களை பார்ப்பதில் உங்கள் கண்களை கவனிப்பதில் இருந்து எனக்கு ஒன்று தெரிகிறது. நீங்கள் எனக்கு மறுபடியும் கொடுப்பீர்கள். இம்முறை அதைப்பெற என்னால் முடியும் என்று கருதுகிறேன்."

அற்புதமான சூஃபி கதை இது. அந்த ஞானி மெய்ப்பொருளை உணர்ந்தவர். மெய்ப்பொருள் என்றால் மெய்ம்மை. அதாவது எது அனைத்தின் ஆதியானதோ அது. எது அனைத்துக்கும் அப்பாற்பட்டதோ அது. அதனை உணர்ந்தவர் இந்த சூஃபி ஞானி. வெளி உலகத்தில் வாழ தேவையான பொருள் ஒன்றும் அவரிடத்தில் இல்லை. ஆனால் உள்ளே எல்லாம் நிரம்பி இருந்தது.

புறப்பொருள்கள் அனைத்தையும் உதறி தன்னுள் தான் தேடி அகப்பொருளைக் கண்டடைந்தவர் அவர். அவரிடம் வழங்க எல்லாம் இருந்தது. ஆனால் எவரும் அதனை நாடி வரவில்லை. ஒரு திருடன் திருடும் எண்ணத்துடன் அவரைத் தேடி வந்தான். சாதாரண செல்வங்களை நாடிவந்த அவனுக்கு செல்வத்துக்கெல்லாம் மிகப் பெரிய செல்வமான என்றும் அழியாச் செல்வம் கிடைத்தது. தனக்குக் கிட்டிய செல்வத்தின் மதிப்பு அவனுக்கே தெரியாது என்பதுதான் இதில் வியப்பு.

உண்மையில் அதுதான் எங்கும் நடக்கிறது. நல்லொழுக்கங்களின் இருப்பிடமாக பலர் இருப்பார்கள். 3 வேளை குளியல். தூய உடை, 1008 ஜெபம், அனைத்து ஆலயங்களிலும் தரிசனம் என்றெல்லாம் இருப்பார்கள். ஆனால் ஆன்மீகத்தில் ஒரு அடிகூட அவர்களால் முன்

குருஜி வாசுதேவ்

னேறியிருக்க முடிவதில்லை. மாறாக அரூப வாழ்வு வாழ்பவன் ஒரு நொடியில், எங்கோ ஏதோ ஒரு புள்ளியில் மனமாற்றமடைகிறான். வரலாறு அவனால் அடியோடு மாற்றமடைந்து விடுகிறது.

ஞானம் பெற்ற பலரும் ஆலயங்களிலோ, வழிபாட்டுத் தலங்களிலோ அன்றாடம் தொழும் பக்திமான்களாக அவர்கள் இருந்ததே இல்லை:

ஆடு மேய்ப்போன், மாடு மேய்ப்பவன், துணி துவைப்பவன், விறகு உடைப்பவன், வேடன் என்று சாதாரண மட்டங்களில் இருந்தவர்களே நாளடைவில் பரம ஞானிகளாக பரிணமித்துள்ளனர்.

ஏன் இப்படி அமைகிறது? என்ன காரணம் இதற்கு? இதுபற்றி முழுமையாக அலசும்போது பின்வரும் விடை மட்டுமே கிடைக்கிறது. இயற்கை என்றுமே மனிதனின் புறச்சூழ்நிலைகளைப் பார்ப்பதில்லை. அவன் மனத்தை மட்டுமே பார்க்கிறது.

காலிப் பாத்திரம் எளிதில் நிரம்பும் என்பது ஞான மொழி. ஆலயப் பணி, இறைவன் தொண்டு என்று எல்லாம் ஈடுபடும் பலரிடமும் உள்ளூர ஊடுருவிப் பார்த்தால் அகந்தை கொப்பளிப்பதைக் காணலாம்.

நான் 48 வருடமாக விடாமல் மாலை போட்டு விரதம் இருப்பவன் என்பார் ஒருவர். இந்தப் பகுதியில் ஸ்பஷ்டமாக மந்திரம் ஓதுவதற்கு என்னை விட்டால் ஆளே கிடையாது என்பார் இன்னொருவர். தை பிறந்தால் போதும். போக 150 வர 150 ஆக மொத்தம் 300 கிலோ மீட்டர் நடந்தே போய் சுவாமியை தரிசனம் செய்து முடி இறக்கி, குளித்து, கும்பிட்டுவிட்டு வருவேன் என்பார் வேறொருவர்.

இவர்களிடம் பக்தி இருப்பது உண்மைதான். கூடவே அதன் அடிப்படையிலான பெருமிதமும் ஒட்டிக் கொண்டிருக்கிறது. அதனாலேயே தாங்கள் மிகவும் புனிதமானவர்கள் என்ற செருக்கும் அதனுடன் இவர்களுடன் சேர்ந்து கொண்டு விடுகிறது.

பத்துக் கட்டளைகளை இறைவனிடமிருந்து நேரிடையாக பெற்ற மோசஸ் ஆடு மேய்த்தவர்தான். ஏசு நாதர் தச்சரின் மகனாகப் பிறந்து மரம் இழைத்தவர். முகமது நபியோ எழுத்தறிவற்றவர். கீதையை வழங்கிய கிருஷ்ணரோ மாடு மேய்த்தவர்.

சூஃபி ஞானி ஒரு திருடனுக்கு தன்னிடம் உள்ள ஒப்பற்ற ஞானத்தை அளித்தார். அவருக்கு நன்கு தெரியும். இவன் தொழில் திருடுவதுதான் என்பது. எனினும் இவனது உடல்தான் அதனை செய்கிறதே தவிர இவன்

உள்ளத்தில் எள்ளளவும் திருட்டு புத்தி இல்லை என்று அவர் கண்டு கொண்டார்.

இராமாயணம் என்ற மாபெரும் காவியத்தைப் படைத்தவர் வால்மீகி முனிவர். அவர் முனிவர் ஆகும் முன்பு வேடனாக இருந்தவர். எண்ணற்ற விலங்குகளை வேட்டையாடிக் கொன்றவர். வழிப்பறி கள்வனாகவும் அவர் இருந்திருக்கிறார்.

நாரத முனிவர் அவரிடம் கேட்கிறார், "பாவமான இத்தொழிலை நீ எதற்காக செய்கிறாய்?" என்று.

"என் மனைவி, மக்களைக் காப்பாற்றவே நான் இதனை செய்கிறேன் என்கிறார் கௌசிகன் என்ற அந்த வேடன்.

"அப்படியா? அப்படியானால் நீ அவர்களிடம் சென்று இதனால் விளையும் பாவத்தில் அவர்களும் பங்கேற்கிறார்களா என்று கேள்" என்கிறார் நாரதர்.

வேடன் திரும்பிச் சென்று தன் மனைவியிடம் நாரதர் கேட்கச் சொன்ன கேள்வியைக் கேட்கிறான். அவளோ பதிலுக்கு, "எனக்கு என்ன தலையெழுத்தா? உன் பாவம் உன்னோடு. என்னை மணந்ததால் உன்னை நம்பி வந்த எனக்கு சம்பாதித்துப் போட வேண்டியவன் நீ. நீ பாவம்தான் செய். அல்லது பஞ்சமா பாதகம்தான் செய். எனக்கும் அதற்கும் எந்தவித சம்பந்தமும் கிடையாது" என்கிறாள்.

வேடனின் அகக்கண் திறக்கிறது. மனிதன் அவனுடைய கர்மவினைகளை அவன்தான் சுமக்க வேண்டுமே தவிர வேறு எவரும் அவனுடன் சேர்ந்து கொண்டு அதைச் சுமப்பதற்குத் துணை வர மாட்டார்கள் என உணர்கிறான். திரும்பிச் சென்று நாரதரை வணங்கி அவர் உபதேசித்தபடி ராமநாமத்தை இடையறாது ஜெபித்து மகா முனிவராகிறான்.

பௌத்த மதத்திலும் எண்ணற்ற கொலைகளை செய்த அங்குலிமால் என்ற கொடூரமானவன் புத்தரால் ஆட்கொள்ளப்பட்டு மனம் மாறிய கதை உண்டு.

இவை அனைத்தும் சுட்டிக்காட்டுவது ஒன்றை மட்டுமே. பிறப்போ, கல்வியோ, சுற்றுப்புற சூழ்நிலைகளோ ஒருவன் ஞானம் பெறக்

காரணமாக அமைவது இல்லை. அதேபோல் அவன் ஞானம் பெற அவை தடையாகவும் அமைவது இல்லை.

காலியாக இருக்கும் ஒரு பாத்திரத்தில் மிக எளிதாக நீரை நிரப்பி விடமுடியும். ஏற்கனவே ஏதாவது வேறு ஒன்றால் நிரப்பப்பட்டிருக்கும் பாத்திரத்தை எளிதில் நிரப்ப முடியாது. முதலில் அந்த பாத்திரம் முழுவதையும் சுத்தம் செய்ய வேண்டும். உள்ளே இருப்பவை எல்லாவற்றையும் கீழே கொட்ட வேண்டும். பின்னர் அந்த மிச்சம் மீதிகளை துடைத்து சுத்தப்படுத்திய பின்பே அதனுள் புதியதாக எதையும் நிரப்ப முடியும்.

நாம் எல்லோருமே கற்பிதங்களால் நிரப்பப்பட்டுள்ளோம். பல்வேறு கருத்துகள், பலவகையான ஊகங்கள், பல தீர்மானங்கள் என்று பலவும் நம்முள் நிரம்பி உள்ளன. நமக்கு சொல்லிக் கொடுக்கப்பட்டவை மற்றும் நாமாக கருதிக் கொண்டவை எனப் பலவும் இவற்றில் உண்டு. இறைவன் என்ற வகையில் நம்முள் பல கற்பனைகள் உண்டு. பிறப்பு பற்றிய பலவிதமான கருத்துக்கள், இறப்பு பற்றிய பல கருத்துக்கள், வாழ்வியல் தொடர்பான எண்ணற்ற கோட்பாடுகள் எனப்பல உண்டு. இவற்றையெல்லாம் மீறி எதுவும் நம் மனதில் நுழையவும் முடிவதில்லை. நமது அபிப்பிராயங்களுக்கு மாறானவற்றை நாமும் இவற்றில் ஏற்பது இல்லை. அதனாலேயே ஞானத்தின் அடிப்படையான நிஜத்தை ஏற்கும் பக்குவம் நம்முள் இருப்பதில்லை.

இறைவனைக்கூட அவர் இப்படித்தான் இருப்பார் என்று நம்முள் ஒரு தீர்மானம் செய்து கொண்டு விடுகிறோம். அதற்கு முரணான எதையும் நாம் ஏற்பதில்லை.

ஒருவர் மகான் என்றால் அவரது தோற்றம் இப்படித்தான் இருக்கும் என்று நமக்கு நாமே ஒரு முடிவெடுத்து வைத்திருக்கிறோம். அதனாலேயே அதற்கு மாறாக காட்சியளிக்கும் ஞானிகளை நம்மால் அடையாளம் காண முடிவதில்லை. அதே சமயம் நமது மனத்திரையில் நாம் உருவகப்படுத்தி வைத்திருக்கும் பிம்பத்தைப் போலவே தமது தோற்றத்தை அமைத்துக் கொண்ட போலித் துறவிகள் நமது வணக்கத்துக்கு உரியவர்கள் ஆகிவிடுகின்றனர்.

பின்னர் நிஜம் தெரிய வரும்போது அடிப்படைத் தவறான நமது நம்பிக்கையை நாம் குறை கூறாமல் பதிலுக்கு ஆன்மீகம் என்பதே

போலிகளின் கூடாரம் என்ற முடிவுக்கு வந்துவிடுகிறோம். அதீத நம்பிக்கை, பின்னர் அதன் நேர் எதிரிடையான அவநம்பிக்கை என்ற இரு உணர்வுகளுக்குமிடையே மாட்டிக் கொண்டு ஊசலாடுகிறோம். இரண்டிலும் நாம் அடைவது பெரும் ஏமாற்றம் மட்டுமே.

அளவுக்கு மீறிய ஆதரவை வலியச் சென்று அவர்களுக்கு அளிப்பதும் நாமேதான். கண்மூடித்தனமான எதிர்ப்பை பிறகு கைக் கொள்வதும் நாமேதான். இரண்டும் அற்ற நிலை என்பது நம்மிடம் என்றுமே இருப்பதில்லை.

நான் ஒரு திருடன் என்று அவன் கூறும்போது, ஒவ்வொருவனும் ஏதாவது ஒன்றாக இருந்துதானே ஆக வேண்டும் என்கிறார் சூஃபி ஞானி.

ஒரு நாடகத்தில் ஒவ்வொருவரும் ஒவ்வொரு விதமான பாத்திரம் ஏற்று நடிக்கின்றனர். இந்த பூமியில் வாழ்க்கை என்ற நாடகத்தில் நீ திருடன் என்ற பாத்திரம் ஏற்றுள்ளாய் என்று கூறாமல் கூறுகிறார் அவர். ஆனால் நாடகத்தில் நடிப்பவன் இது தனக்கு அப்போதைக்கு அளிக்கப்பட்ட வேடம் என்பதையும் இது சிறிது நேரமே நமக்கு அளிக்கப்பட்டுள்ளது என்பதையும் நன்கு உணர்ந்து வைத்துள்ளான்.

ஆனால் வாழ்க்கையில் நமக்கு அளிக்கப்பட்ட இந்த வேடத்தை ஏற்றுக் கொள்ளும் நாம் பிறகு இதை மறந்து விட்டு அதுவே நம் உண்மை நிலை என்றே நம்பி விடுகிறோம். உண்மையாக நாம் யார் என்று நமக்கு இறுதிவரை தெரிவதில்லை என்பது மட்டும் இல்லாமல் தெரிந்து கொள்ளக்கூட நாம் விரும்புவதே இல்லை.

சூஃபி ஞானிகள் தான் யார் என்பதை தெளிவாக உணர்ந்தவர்கள். நாம் யார் என்பதையும் அறிந்தவர்கள். நாம் ஏற்கத் தயாராக இருந்தால் மட்டுமே அவர்கள் அளிக்க முன் வருவார்கள். அதற்கு தயாராக பக்குவமான விளை நிலமாக நம் மனதை வைத்திருக்க வேண்டியது நம் பொறுப்பு.

4 அவதார புருஷர்கள்

மிகச் சிறந்த ஆன்ம ஞானியான ஜலாலுதீன் ரூமி பாடுகிறார்.

நான் கனிப்பொருளாக இறந்தேன்;
ஒரு செடியாக ஆனேன்
நான் செடியாக இறந்தேன்;
மிருக நிலைக்கு உயர்ந்தேன்
மிருகமாக நான் இறந்தேன்;
மனிதனாக எழுந்தேன்.
திரும்பவும் இறக்க நான் தயார்.
தயக்கமேன்? என்ன குறை?
மீண்டும் ஒருமுறை மனிதனாக இறப்பேன்;
மிகுந்த உயரத்தில் பறப்பேன்

வேண்டும் தேவதைகளால் ஆசி பெற்றேன்
 எனினும் தேவதை நிலையிலிருந்தும்
மீண்டும் என் பயணம் தொடரும்.
 ஏனெனில் இறைவனைத் தவிர
வேண்டும் அனைத்தும் அழிந்திடும்
 ஒருநாள் தேவதைகளும் மறைந்திடும்.
எனது தேவதைத் தன்மையை நான்
 இயல்பாய் தியாகம் செய்தபின்
கனவிலும் கற்பனையிலும் கண்டிராத
 புதுமையாய் நிச்சயம் ஆவேன்.
ஓ, என்னை வாழவிட வேண்டாம்
 ஏனெனில் இல்லாமல் இருப்பது
ஓசைகளில் சேதி தன்னை வெளிப்படுத்தும்
 ஒருநாள் அவரிடமே அனைவரும்
ஒடுங்குவதாய் திரும்பிச் செல்வோமென்று

சூஃபி தத்துவம் காட்டும் மகத்தான பாதைக்கு எளிய எடுத்துக்காட்டு இப்பாடல். மாபெரும் ஞானியாக இருந்தவர் ஜலாலுதீன் ரூமி. அவரது கருத்துக்கள் அழியாகப் புகழ் பெற்றவை. பல்வேறு இடங்களில் தனது கருத்துக்களை மட்டும் இன்றி தான் எட்டிய அற்புத நிலையையும் விளக்க முயன்றுள்ளார் அவர்.

பொதுவாகவே ஆன்மீக கருத்துகளை படித்துவிட்டு தர்க்கம் செய்பவர்கள் இரு கட்சிகளாகப் பிரிந்து விடுகிறார்கள். முடிவில்லாத விவாதங்களில் எவர் கருத்து ஓங்கி ஒலிக்கிறது என்ற போட்டிதான் அங்கு காணப்படுகிறதே தவிர, விவாதங்களின் போதே உண்மையை விட்டு தாங்கள் வெகுதூரம் விலகி விடுவதை அவர்கள் உணர்வதே இல்லை.

இதுபோன்ற போட்டிகள், மோதல்களால் புத்தமதம் இரண்டாகப் பிளந்து ஹீனயானம், மகாயானம் என்றானது. அதைவிட இதில் வேடிக்கை என்னவென்றால் வழிபாடுகள் சடங்குகளை புறந்தள்ளிய புத்தருக்கே பிரம்மாண்டமான அறுபது அடி உயர சிலைகளை நிறுவி, வழிபாட்டு சடங்குகள் தொடங்கப்பட்டது தான். அந்த மார்க்கமே சீனா, ஜப்பான், திபேத், இலங்கை, பர்மா, தாய்லாந்து என்று எங்கும் பரவியது.

குருஜி வாசுதேவ்

புத்த மதத்தின் பிரிவான ஜென் தத்துவம், சீன பாரம்பரியத்தைச் சேர்ந்த தாவோயிஸம், இஸ்லாமிய மரபில் வந்த சூஃபி, ஆதிசங்கரரின் அத்வைதம் இவற்றின் அடிப்படையிலேயே தியானம் என்ற உள்முகப் பயண பற்றியும், இரண்டற்றதான இறை நிலைபற்றியும் சுட்டிக் காட்டப் படுகின்றன.

ஆன்மீகத்தை உலகம் முழுதும் உள்ள ஆராய்ச்சியாளர்கள் இரண்டாகப் பிரிக்கின்றனர், கிழக்கு நாடுகளின் ஆன்மீகம், மேற்கு நாடுகளின் ஆன்மீகம் என்று.

கிழக்கு நாடுகளில் இந்தியா, சீனா, உள்ளிட்டவை முக்கியமானவை. மேற்கே ஐரோப்பிய நாடுகள் அனைத்துமே இந்தப் பிரிவில் உள்ளடங்கியவை தான்.

மேற்கில் மோசஸ், ஏசு, நபி போன்றோர் தோன்றி சித்தாந்தங்களைப் பரப்பினர். இங்கே மகாவீரர், புத்தர், சங்கரர் போன்றோர் அவதரித்து தங்கள் சித்தாந்தங்களைப் பரப்பினர். யூதம், கிறிஸ்தவம், இஸ்லாம் இவற்றின் அடிப்படையே இறைவன் வேறு, மனிதன் வேறு என இரண்டாகப் பிரித்த துவைத தத்துவமாக இருந்தன. இந்து, ஜைன, பௌத்த மதங்கள் மனிதனின் உள்ளேயே இறைத் தன்மை உண்டு. தியானத்தின் மூலம் அவன் அதை அடைய முடியும் என வலியுறுத்தின.

மேற்கின் தத்துவங்கள் பிரார்த்தனையை வலியுறுத்தின. ஆனால் எதையும் விடும்படி கூறவில்லை. கிழக்கின் தத்துவங்கள் தியானத்தை முதன்மைப்படுத்தின. அதேசமயம் துறத்தலை அவை வலியுறுத்தின.

புத்தர், மகாவீரர், சங்கரர் எல்லோருமே துறந்தவர்கள். ஐந்து வயதிலேயே முதலை காலைக் கவ்வியதால் தாயின் அனுமதியுடன் துறவு பூண்டவர் சங்கரர். மகாவீரரும் சரி, புத்தரும் சரி இருவருமே அரசகுமாரர்கள். அனைத்தையும் துறந்து உண்மையைத் தேடிக் கண்டவர்கள். அத்வைத நிலை என்று சங்கரரும், கைவல்யம் என்று மகாவீரரும், பரிநிர்வாணம் என்று புத்தரும் குறிப்பிட்ட அந்த இறுதி நிலையை எட்டியவர்கள். இஸ்லாமிய மார்க்கம் என்பதே இறையச்சம் என்று கூறப்படுகிற தொழுகையையும், குரான் ஓதுவதையும் மட்டுமே முக்கியமாகக் கருதுவதுதான்.

ஆனால், இஸ்லாமியத்தின் உட்பிரிவான சூஃபி ஞானிகள்தான் இறைநிலையை எட்டியவர்கள். தன்னுள் தான் அமிழ்ந்து உச்ச நிலையை எட்டிய சூஃபி ஞானி மன்சூர் நானே கைம்பர் என்று கூவினார்.

இந்தப் பாடலில் ஜலாலுதீன் ரூமி தனது பல்வேறு பிறவிகளில் தான் எடுத்த பல நிலைகளைக் கூறி, ஆன்மாவின் பயணம் முடிவற்றது என்றும் முடியும் ஒவ்வொரு பிறவியும் அதைவிட சிறப்பான வேறொரு பிறவியை அளிக்கும் என்றும் அழிவற்ற இறைவனே இறுதி நிலை என்றும் பாடுகிறார்.

ஏறக்குறைய இப்பாடல் மாணிக்கவாசகப் பெருமான் பாடிய பாடலை நினைவூட்டுகிறது. இல்லையா?

புல்லாகிப் பூடாய், புழுவாகி, மரமாகி

பல்விருகமாகிப் பறவையாய், பாம்பாய்,மனிதனாய்

வல்லசுரராய், பேயாய், கணங்களாய், தேவராய்

செல்லாநின்ற இத்தாவர சங்கமத்துள்

எல்லாப் பிறப்பும் பிறந்து இளைத்தேன்! ஐய! நின்

பொன்னடிகள் கண்டிங்கே வீடுற்றேன்.

இந்தியாவுக்கு மட்டுமே சொந்தமானது என்று கருதப்படும் பல பிறவிக் கோட்பாடுகளையும், கர்மவினை சித்தாந்தங்களையும் சூஃபி ஞானிகள் கூறியுள்ளனர் என்பதே ஒரு ஆச்சரியம்தான். அதிலும் மேற்கின் சமயத் தத்துவங்களுக்கு முற்றிலும் முரண்பட்டவை இவை.

இந்தியாவுக்கு மட்டும் உரித்தானது என்று கருதப்படும் மறுபிறவிக் கோட்பாடு அதாவது ஒரு ஆன்மா அதன் கர்மவினைகளுக்கேற்ப எண்ணற்ற பிறவிகள் எடுக்கும் என்ற கருத்து பௌத்த, சமண சமயங்களுக்கும் உண்டு எனினும் சமணம், பௌத்தம் ஆகியவற்றை இந்து மதத்தின் கிளைகள் என்றே மேல் நாட்டார் கருதியதால் ஒட்டுமொத்தமாக இவை இந்தியாவின் தத்துவ சிந்தனையாகவே கருதப்பட்டு விட்டன.

பௌத்த மதத்தில் ஜாதகக் கதைகள் என்று ஒரு தனித் தொகுப்பே உண்டு. அதில் போதி சத்துவர் எடுத்த பல்வேறு பிறவிகள் பற்றி ஏராள மான கதைகள் உண்டு. பிரம்ம தத்தன் காசியை ஆண்டபோது என்று துவங்கும் இக்கதைகள் எண்ணற்ற பல்வேறு தத்துவங்களை போதிப்பவை.

விதி, கர்ம வினை, அவற்றின் வலிமை, இவை பற்றியும் மனித மனம் அவற்றிலிருந்து மீளத் துடிப்பது பற்றியும் கர்ம வினைக்கு உட்பட்டு அதன் கடனை கழித்து இதிலிருந்து மீட்சி பெறுவது என்றெல்லாம் இவற்றில் விவரிக்கப்படும்.

கிறிஸ்தவ, இஸ்லாமிய சமயங்களில் மேலெழுந்தவாரியாக இக்கருத்து தெரிவிக்கப்படவில்லை. எனினும் இம்மதங்களின் அறிஞர்கள் பலரும் இதுகுறித்த தமது கருத்துக்களை கூறியுள்ளனர்.

கிறிஸ்தவ மதத்தில் ஆதாம் கடவுளால் நேரிடையாக படைக்கப் பட்டான். சாத்தான் சொல் கேட்டதால் அவன் தண்டிக்கப்பட்டான். அவன் வழி வந்த மனிதர்களின் பிறவி முடிந்ததும் தீர்ப்பு நாள் வரும். அன்று அவர்கள் சொர்க்கம் அல்லது நரகம் அனுப்பப்படுவார்கள்.

இதுதான் பைபிளின் சாராம்சம் என்பதுபோல் கூறப்பட்டாலும் எண்ணற்ற கிறிஸ்தவ அறிஞர்கள் பிறவிகள் கோட்பாட்டை வலியுறுத்தி உள்ளனர்.

ஜோஸப் அடிகள் (1672-1717) தமது எகேடோ நாடகத்தில் (பகுதி 5, காட்சி 1) பாடுகிறார்.

நான் ஒரு போதும் இறக்கமாட்டேன்
ஆத்மா அவளது வாழ்வில்
பத்திரமாக புன்சிரிப்பு சிரிக்கிறாள்
தான் உருவப்பட்ட கத்தியின் கூர்மையை
கண்டு அதனை எதிர்க்கிறாள்
விண்மீன்கள், சூரியன் யாவும்மங்கும்
ஏன் இயற்கையே காலங்களுள் மூழ்கிவிடும்
ஆனால்நீ இளமையுடன் பளிச்சிடுவாய்
இயற்கைப்போர் அழிவுகளில் காயம்அற்று

ரூட்யார்ட் கிப்ளிங் எழுதுகிறார் பின்வருமாறு:

இந்த சிவந்தபூமி உருளும்வரை அவர்கள்
வருவார்கள், மீண்டும் மீண்டும் வருவார்கள்
எந்தஒரு இலையையும்கூட இறைவன் வீணாக்குவதில்லை
அவர் ஆத்மாக்களை வீணடிப்பார் என்றாநீர் எண்ணுகிறீர்?

இப்படி எண்ணற்ற கவிதைகளும், கருத்துக்களும் வெளியிடப்பட் டுள்ளன அவர்களால். பல பாடல்களில் நமது பல பிறவிகள் என்னவாக இருந்திருக்கும் என்பதை அவர்கள் புதுமையான கற்பனைகளால் விளக்க முயன்றுள்ளனர். வாளேந்திய போர் வீரனாக, மத குருவாக, வரலாற்றாசி ரியனாக என்றெல்லாம் எண்ணற்ற பல பிறவிகள் எடுத்ததையும், இன்னும் பல பிறவிகள் தங்களுக்கு உண்டு என்பதையும் இறைவனை அடைதலே தங்களது இறுதி இலக்கு என்றும் இவர்கள் தெரிவித்துள்ளனர்.

தாமஸ் பெய்லி அல்ட்ரிச் (1837 - 1907) ஒரு கவிதை எழுதினார். அதன் பெயரே உயிர் ஓர் உடலிலிருந்து மற்றோரு உடலை அடைதல் என்பதுதான்.

என் சொந்தப் படைப்பு தெய்வீக மென்றறிவேன்.
ரோமுலஸ், ரீமஸ் காலத்துக்கு முன்பே நான் இருந்தேன்
நினெவே, பாபிலோன் முன்பாகவும் நானிருந்தேன்
இருந்தேன், இருக்கின்றேன், எப்போதும் இருப்பேன்
முன்னேறிக் கொண்டே முடிவை மட்டும் அடையாமல்
ஒருநூற்றாண்டும் ஒரு தினம்தான். அழிவற்ற
என் ஆன்மாவுக்கொரு நாள் என்பதொரு மூச்சு அவ்வளவே

ஆங்கில அருசுவைக் கவிஞர் ஜான் மேஸ்பீல்ட் தனது கவிதைகள் ஒன்றில் கூறுகிறார்.

ஒருவர் இறக்கும்போது அவரது ஆத்மா
பூமிக்கு திரும்புகிறது என்பதென் கருத்து
ஒரு தாய் மீண்டும் புது உடலை வரித்துக்கொண்ட
அவருக்கு புதுப்பிறப்பை அளிக்கின்றாள்
பிரகாசமான மூளை, வலுவான கை கால்கள்
பழைய ஆத்மா மீண்டும் புதுப்பாதையில்
உறுதியான என் கருத்து, நம்பிக்கை இதுவேதான்
எழுதுகோ லேந்திய என் இந்தக்கை
பல நூறு தடவைகள் மண்ணாகி மீண்டது
தீப்சிலும், டிராயிலும், பாபிலோனிலும்
வலுவான யுத்தங்கள் நடத்தினேன்; நடந்தேன்
விண்மீன்களின் அடியிலான நீண்ட இப்போரில்

வில்லியம் எர்னெஸ்ட் ஹென்றி (1849 - 1903)யும் இதையேதான் கூறுகிறார் மூன்று பாகங்கள் கொண்ட ஒரு வண்ண அச்சு என்ற தமது கவிதையில்.

புகழ்பெற்ற சமுராயாய் நானிருந்தேன்.
பெரிய வில், மூர்க்கமான கத்திகளோடு
திகழ்கின்ற நூலறிவு, கோணல் புத்தி
கொண்டதொரு மதகுருவாய் சுமைகூலி
வரலாற்றா சிரியனாக குழந்தையே
அறிகின்றேன்; அனைத்தையும் மறந்துவிட்டேன்
இருந்தபோதும் ப்யூஜி சான்நிழலில், செர்ரி பழ
தோட்டத்தில் உன்னை ஒருமுறை நேசித்தேன்!

இப்படி எண்ணற்றவர்கள் ஏராளமான கருத்துக்களை கூறியுள்ளனர். என்றாலும்கூட சூஃபியிஸம் கூறும் கருத்துக்கள் இவையனைத்தையும் தாண்டி நிற்பவை. இறைவனை முதன்மைப் படுத்தும் கோட்பாடுகள்,

வழிபாடு, தொழுகை, பாவ மன்னிப்பு வேண்டல் என்று இவை வலியுறுத்துகின்றன. மறுபிறவிக் கோட்பாடுகள் கர்மவினை, விதி ஆகியவற்றை வலியுறுத்துகின்றன.

சூஃபி ஞானிகளோ எதையுமே வலியுறுத்துவதில்லை. இறைவனை வணங்குவதால் எல்லா நன்மையும் கிட்டும் என்றும் அவர்கள் சொல்லவில்லை. கர்மவினைகளின்படி வாழ்க்கைச் சக்கரம் சுழலும் என்பதையும் அவர்கள் எடுத்துரைக்கவில்லை. மேற்கத்திய சித்தாந்தங்கள் இகலோக வாழ்வை வலியுறுத்துகின்றன. கிழக்கின் கோட்பாடுகள் மறுஉலக வாழ்வை வலியுறுத்துகின்றன. இறப்புக்குப்பின் ஆன்மாவின் நிலை என்பதே அவற்றின் முக்கிய கருத்தாக உள்ளது.

சூஃபி ஞானிகளோ இம்மையைப் பற்றியும் கவலைப்படவில்லை; மறுமையைப் பற்றியும் அக்கறை கொள்ளவில்லை.

கலீல் கிப்ரான், உமர் கய்யாம் போன்றவர்களின் கவிதைகளை வைத்து இடைக்காலத்தில் ஒரு மாபெரும் கருத்து பரவியிருந்தது. பிறப்புக்கு முன்பு என்ன என்பது நமக்குத் தெரியாது. இறப்புக்குப் பின்பு என்ன என்பதும் நமக்குத் தெரியாது. இரண்டிலுமே நமக்கு அதிகாரமில்லை. நம் கையில் இருப்பது இந்த வாழ்வு மட்டுமே. இதில் ஏன் போராட்டங்களும், போட்டி, பொறாமைகளும்? ஆகவே இருக்கும் வாழ்வை இன்பமாக வாழ்வோம். ஆடல், பாடல், கொண்டாட்டம், மது, மங்கை, கவிதைகள்! என்று இருக்கும் வாழ்க்கையை அனுபவிப்பது. இதுதான் சூஃபிகளின் கொள்கை என்பதான கருத்து அது.

புகழ்பெற்ற கவிஞர் கண்ணதாசன்கூட உமர் கய்யாம் பாடலின் அடிப்படையில் ஒரு திரைப்படப் பாடல் எழுதியுள்ளார்.

ஒரு கோப்பையிலே என் குடியிருப்பு
ஒரு கோலமயில் என் துணையிருப்பு
ஒரு கிண்ணத்தை ஏந்துகிறேன்
பல எண்ணத்தில் நீந்துகிறேன்

போன்றவை உமர் கய்யாமின் பாடல்களின் கருத்தை அடிப்படையாகக் கொண்டவைதான்.

ஆனால் உண்மையில் சூஃபி ஞானம் என்பது அது அல்ல. சூஃபிகள் இன்பத்தையும் பொருட்படுத்துவதில்லை. துன்பத்தையும் பொருட்படுத்துவதில்லை.

புத்தமதம் ஆசையின்மையைப் போதித்தது. பின்னாளில் புத்த துறவிகள் அடித்த கூத்துக்களை பல்லவ மன்னன் மகேந்திர வர்மனின்

மத்த விலாசப் பிரகசனம் நாடகம் கூறவில்லையா? அதுபோன்றதுதான் சூஃபிகள் பற்றிய கருத்துக்களும்.

பாரசீகக் கவிஞன் உமர்கய்யாமும், கலீல் கிப்ரானும் மானுடத்தை நேசித்த சிந்தனையாளர்கள். ஆனால் அவர்கள் வாழ்ந்ததோ மதப் போரில் மக்கள் கூட்டம் கூட்டமாக கொல்லப்பட்டும் கொடுமை நடந்து கொண்டிருந்த காலத்தில். அந்த சமயத்தில் மனித உயிர்களுக்கு மதிப்பே இல்லாதிருந்தது. எழுத்தில் எழுதப்பட்ட உயிரற்ற சட்டங்களுக்காக கணக்கற்ற உயிர்கள் அந்த நேரத்தில் பறிக்கப்பட்டதால் அவர்களுக்கு ஏற்பட்டிருந்த வேதனை அவர்கள் எழுத்தில் புலப்பட்டது. அதன் விளைவுதான், ஏன் போரிடுகிறீர்கள்? எந்த சொர்க்கத்தை நீங்கள் கண்டீர்கள்? இறந்த பின்பு எங்கு போகிறோம் என்பதை யாரறிவார்? எல்லா இன்பமும் இங்கேயே இருக்கிறது. அதை அனுபவித்து, தன்னை மறந்து ஆடிப்பாடி மகிழுங்கள். என்றோ இறந்துபோன மகான்களின் பெயரை வைத்து இருப்பவர்களையும் இம்சித்து நீங்களும் ஏன் இம்சைப்படுகிறீர்கள்? என்ற அவர்களது போதனைகள் பாடல்களாக வெளிப்பட்டன.

சூஃபிகளின் கொள்கைகள் பற்றி அவர்களது கதைகளைப் படிக்கும்போது நம்மால் நன்றாக உணர்ந்து கொள்ள முடியும்.

5 ஆன்மாவின் தேடல்

ஞானி சொன்னார்.

மனிதனின் ஆன்மா கடவுளிடம் இருந்து வந்தது. அது இறுதியில் கடவுளையே சென்றடையும். இறுதியாக அது எப்போது கடவுளை அடைகிறதோ அப்போது அதன் பயணம் முழுமையாக முடிவடைகிறது. அதுவரையிலும் அதன் பயணம் தொடரும்.

அவர் கூறியது அனைத்துக்கும் பொதுவான கருத்து. எங்கே தொடங்கியதோ அங்கேயே போய் முடிவடைவதில்தான் வட்டம் பூர்த்தியாகும். என்பதை அநேக பிறவிகள், அநேக மார்க்கங்களுக்குப் பிறகு என்று எப்படி வேண்டுமானாலும் எடுத்துக் கொள்ள முடியும். சொல்லப் போனால் வாழ்வில் ஏதோ ஒரு தேடல் இருந்துகொண்டே இருக்கிறது. உள்ளம் ஏதோ

ஒன்றை நாடுகிறது. ஆனால் அது எதை நாடுகிறது என நம்மால் உணரக்கூட முடிவதில்லை. இதுவா? அதுவா? அல்லது வேறொன்றா? என எதையெதையோ அடைய முயல்கிறோம். பணம் பொருள், புகழ், அதிகாரம், படிப்பு என இவற்றில் எதையாவது ஒன்றை அடையும் வேட்டை மனிதனின் ஆயுள் முழுவதும் தொடர்கிறது. ஆனால் இவற்றை அடையும் வரை அவனிடம் இருந்த வேகம் அதை அடைந்த பின்னால் அவனிடம் வடிந்து போய் பின்னர் பாடுபட்டு அப்படி அடைந்தவற்றின் மேல் ஒரு சலிப்பு கூட அவனுக்கு ஏற்படுகிறது.

இதைத்தான் அந்த ஞானி ஆன்மாவின் பயணம் என்று விளக்கினார். ஆனால் இதைக்கேட்டுக் கொண்டிருந்த சீடனுக்கோ பெரிய சந்தேகம் ஏற்பட்டது.

"ஐயா! ஆன்மாவின் இறுதி இலக்கு இறைவனில் முடிவடை கிறது என்கிறீர்களே? அப்படியென்றால் எல்லோரும் இறை வனை அடைகிறார்கள் என்றல்லவா பொருள்படுகிறது?"

"ஆம்" என்றார் ஞானி. "முன் பின்னாக இருப்பினும் இறுதி யில் எல்லோரும் இறைவனை அடையத்தான் செய்வார்கள். இதிலென்ன சந்தேகம்."

"ஒரு சில அவதூதர்களைத் தவிர எவருமே இறைவனை அடைந்ததில்லை என்று சமய மார்க்கங்கள் கூறுகின்றனவே?"

ஞானி சிரித்தார். "நீ ஊருக்குள் போய் ஒவ்வொரு வீடாகச் சென்று அவர்களுக்கு என்ன வேண்டும் என்று கேட்டு எழுதிக் கொண்டு வா" என்று அவனுக்குக் கட்டளையிட்டார்.

சீடன் ஊருக்குள் போனான். அரசன் முதல் ஆண்டி வரை ஏராளமானவர்களை சந்தித்தான். அவர்கள் எதை அடைய விரும்புகிறார்கள்? அவர்களது லட்சியம் என்ன? அவர்கள் மனம் எதைப் பெற்றால் நிறைவடையும்? என்றெல்லாம் விசாரித்து எழுதிக் கொண்டான்.

நூற்றுக்கணக்கானவர்களைப் பேட்டிக் கண்டு அவர்கள் லட்சியங்களைப் பற்றிப் பட்டியலிட்ட பின் அவன் ஞானியிடம் திரும்பி வந்தான். "ஐயா!" இந்த ஊரின் அரசர் பேரரசுக்கு கப்பம் செலுத்த விரும்பவில்லை. சுதந்திர மன்னனாக இருக்க விரும்புகிறார். இளவரசர் அண்டை நாடுகளை வெற்றிகொள்ள ஆசைப்படுகிறார். தனவந்தர் தன்னுடைய...." என்று படிக்க

ஆரம்பித்தபோது ஞானி குறுக்கிட்டார். "அது போகட்டும். இவர்களில் எத்தனை பேர் இறைவனை அடைய விருப்பம் தெரிவித்துள்ளனர். அதனை முதலில் படி.

"ஒருவர்கூட இல்லை" என்றான் சீடன். "நீ உட்பட. இல்லையா?" என்றார் ஞானி சிரித்தபடியே. மவுனமாக தலை குனிந்தான் சீடன்.

"பிரச்சினையே அதுதான். எல்லா ஜீவன்களாலும் இறைவனை அடைய முடியும். இறுதியில் எல்லாம் இறைவனை அடையத்தான் போகின்றன. ஆனால் இப்பொழுதே இப்பிறவியிலேயே இறைவனை அடைய வேண்டும் என விரும்புபவர்கள் இவர்களில் வெகு சிலரே" என்றார் ஞானி.

உடல்சார்ந்த சூழ்நிலைகள் எப்படி வேண்டுமானாலும் இருக்கட்டும். ஆனால் உள்ளம் மட்டும் எப்போதும் தான் விரும்புவதில் ஒன்றி நிலைத்து இருக்க வேண்டும். ஆன்மீகத்தை நாடுபவனின் மனம் ஆன்மீகத்தில் லயித்திருக்க வேண்டும். ஏதேனும் ஒரு குறிப்பிட்ட இலக்கை நாடுபவன் மனம் அதிலேயே ஒன்றியிருக்க வேண்டும்.

நாம் எதில் தீவிர ஈடுபாட்டுடன் லயிக்கிறோமோ நாம் அதுவாகவே கடைசியில் ஆகி விடுகிறோம். உலகம் சார்ந்த பொருள்களில், அது எதுவாயினும் சரி, திரண்ட செல்வமோ, நிகரற்ற வெற்றியோ, அல்லது செயற்கரும் செயல்புரிந்த சாதனையோ எதுவாயினும் எதையும் அடையும் வரை நம் மட்டுமே உள்ளம் அதில் ஈடுபாடு காட்டும். பின்னர் அதை விட்டு அடியோடு விலகிவிடும்.

காதலில் ஒன்றுபட்ட உள்ளங்கள் ஒன்றை ஒன்று எண்ணி உருகுகின்றன. ஆண் பெண்ணுக்காகத் துடிக்கிறான். பெண் ஆணை எண்ணி ஏங்குகிறாள். ஒரு சமயத்தில் இருவரும் இணைந்தவுடன் அந்தக் கூடலில் கிடைக்கும் இன்பம் சில கணங்கள் மட்டுமே அவர்களிடம் நீடிக்கும். பிறகு இருவரும் பழையபடி வேறு, வேறாகப் பிரிந்துதான் இருக்கின்றனர்.

ஆன்மீகத்தில் மட்டுமே உள்ளம் லயித்து அந்த இலக்கை எட்டியபின் திரும்புவது என்பது இல்லை. அதன் பிறகு மீண்டும் பழையபடி நான் என்ற நிலைக்கு வர இடம் இல்லை.

அத்தகைய பரவச நிலையை எட்டியவர்கள் அதன்பின்னர் எதிலும் நாட்டம் செலுத்துவதில்லை. அங்கு அவர்களிடம் தனிப்பட்ட நாட்டம் என்பதே இருக்காது.

ஸூஃபி ஞானி அபுசையத் கூறுகிறார்:

கற்பிக்கப்பட்ட கருத்துக்கள், உன் மனத்தின் உருவகங்கள், முன் கூட்டியே உன் சிந்தனையின் விளைவாக ஏற்பட்ட ஊகங்கள் அனைத்தையும் அடியோடு தூக்கி எறிந்துவிட்டு எது நேர்கிறதோ அதனை எதிர் கொள்.

ஸூஃபியிஸத்தின் அடிப்படையை உணர்த்தும் கோட்பாடுகளில் இதுவும் ஒன்று.

மனம் எப்போதுமே கற்பனைகளில் திளைக்கக் கூடியது. நல்லவற்றை பற்றி நாலு பங்கு அதிகமாக சிந்திக்கும். கெட்டதைப் பற்றியும் எட்டு பங்கு எதிராக சிந்திக்கும். பெரும்பாலானவர்களிடம் பலம், பலவீனம் இவை இரண்டையும் உண்டாக்குவதே எண்ணங்கள் மட்டும்தான். தனியாக இருக்கும்போது சாதுவாக இருக்கும் பலரும் ஊர்வலம், பேரணி என்று வரும்போதுஅது தரும் தைரியத்தில் பெரிய வன்முறையாளர்களாகி விடுவதை நாம் காணலாம். அங்கே அவனுடைய தனிமனித சுயத்தன்மை காணாமல் போய்விடுகிறது. மாஸ் (Mass) என்று கூறப்படும் மிகப் பெரிய கூட்டத்தின் முகமாக அவன் ஆகிவிடுகிறான். அவனது எண்ணங்கள் அதீத கிளர்ச்சியை அவனுள் ஊட்டுகின்றன. வாகனங்களுக்கு தீ வைப்பது முதல் அடித்து நொறுக்குவது வரை எதையும் செய்யும் துணிவு அவனுள் ஊற்றெடுத்து விடுகிறது.

கூட்டத்தில் கோழையும் வீரனாகி விடுவது நடக்கிறது. தனிமையில் வீரனும் கோழையாகிவிடுவதையும் நாம் பார்க்கத்தான் செய்கிறோம். அவன் எண்ணங்களில் ஏற்படும் கிலியே அவனை கோழையாக்கிவிடும். வெள்ளையர் நமது நாட்டை ஆள கையாண்ட தந்திரங்களில் ஒன்றுதான் தனிமைப்படுத்துதல்.

அதற்கு முன்பும் பலர் நமது நாட்டை ஆண்டனர். யவனர்கள் முதல் முகலாயர் வரையில். ஆனால் அவர்கள் தம்மை எதிர்த்தவனுக்கு அங்கேயே மரண தண்டனை விதிப்பர். அவர்கள் ஒன்று தண்டனை விதிப்பர் அல்லது விடுதலை செய்து விடுவர். பிரிட்டிஷாரின் நீதிமுறை அப்படியில்லை. அவர்கள் நீதிமன்ற நடைமுறையில்தான் வாய்தா முறை துவங்கியது. வழக்குக்காக காத்திருத்தல், வழக்கு மன்றத்தில் விசாரணைக்காக காத்திருத்தல், பின் தீர்ப்புக்காக காத்திருத்தல்... இப்படி காத்திருந்து காத்திருந்து என்ன ஆகுமோ என்ற கற்பனையிலேயே எதிர்ப்பவனின் துணிவு,மனோதிடம் எல்லாம் நொறுங்கிவிடும்.

ஆக துணிவு, கோழைத்தனம், வீரம், பயணம் போன்ற எதிரெதிர் உணர்ச்சிகள் உருவாவதே மனதில்தான். மனதை வென்றவன் எதற்கும் அஞ்சமாட்டான். மனம் அற்றவனும் எது குறித்தும் அஞ்ச மாட்டான்.

அது ஒரு நள்ளிரவுநேரம். பாழடைந்த ஊருக்கு ஒதுக்குப்புறமான ஒரு இடத்தில் இருளின் ஒவ்வொரு அசைவும் திகிலைக் கிளப்பும் சூழ்நிலையில் இரண்டு பேர் அமர்ந்து இருந்தனர். அவர்களில் ஒருவன் முழு போதையில் இருந்தான். மற்றவன் தெளிவோடிருந்தான்.

தெளிவாயிருப்பவன் மிகவும் அஞ்சுகிறான். மரத்தின் சிறு அசைவுகள் கூட அவனுக்கு பிசாசுகள் அசைவதுபோல் தெரிகிறது. தரையில் கிடப்பவை எல்லாம் பாம்புகள் போல் தென்படுகின்றன. அங்கே கேட்கும் ஒவ்வொரு சிறு ஓசைக்கும் அவன் இதயத்துடிப்பே நின்று விடுவதுபோல் இருக்கிறது. அவன் திகிலின் உச்சத்தில் இருக்கிறான். என்ன நடக்குமோ? நல்லபடியாக உயிருடன் வீடு சேருவோமா என்றெல்லாம் கலங்குகிறான்.

அதேசமயம் போதையில் இருப்பவன் இதுபற்றி கவலையே படவில்லை. அவனை எந்த இருளோ, நிழலோ அச்சுறுத்தவில்லை. போதையிலிருப்பவர்கள் ஒன்று தூங்குவார்கள். அல்லது பிதற்றுவார்கள். அவர்கள் உளறல்கூட நான் யார் தெரியுமா? எனபதுபோன்ற உளறலாக இருக்குமே தவிர என்ன ஆகுமோ என்ற புலம்பலாக இருக்காது.

இந்த சூழ்நிலையில் இவர்கள் இருவரும் இருப்பது ஒரே இடத்தில்தான். ஒரே சூழ்நிலையில் தான். ஆனால் ஒருவனது மனமானது தெளிவாக இருக்கிறது. மற்றொருவன் மனம் அற்ற நிலையில் இருக்கிறான். தெளிந்த மனத்துடன் இருப்பவன் அவன் மனதின் எண்ணங்களாலேயே தாக்கப்படுகிறான். புலியைவிட கிலி பலமாக அவனைத் தாக்குகிறது. மனமற்று போதையில் இருப்பவன் கற்பனை பயங்களால் பாதிக்கப்படுவதில்லை.

பிறவியில் மனிதன் கூடிவாழும் இயல்பினன். சந்தோஷம் வந்தாலும் சரி, துக்கம் வந்தாலும் சரி, பகிர்ந்துகொள்ள அடுத்தவனை நாடி ஓடுவான். யாரையுமே பார்க்க முடியாமல் ஒருவனைத் தனிமைப்படுத்தினால் அவன் விரைவில் பைத்தியமாகி விடுவான்.

பிரிட்டிஷார் விதித்த தண்டனைகளிலேயே கொடியது, கொடிய தண்டனை தனிமைச் சிறை தண்டனைதான். இந்த தண்டனையின் போது ஒரு செல்லில் உள்ள கைதி அடுத்த செல்லை பார்க்க முடியாது.இங்கு

ஜன்னல் இருக்காது. வானத்தையோ, வெளிச்சத்தையோ இவர்கள் பார்க்க முடியாது. உணவும், நீரும் கூட வாரம் இருமுறை தான் ஒரு சிறு துவாரத்தின் வழியே கொம்பு மூலம் இவர்களிடம் நீட்டப்படும். வெளிநபரின் கை, கால்கூட இவர்களுக்கு தெரியாது. இந்த நிலையில் அரசையே எதிர்த்த அந்த மாபெரும் புரட்சி வீரன் சீக்கிரத்தில் தனக்குத் தானே பேசிக் கொள்வதில் ஆரம்பித்து கடைசியில் சித்த பிரமை பிடித்தவனாகி விடுவான்.

தனிமை என்பது அவ்வளவு கடுமையானது. கொடுமையானது. மனம் என்பது வலுவானதுதான். ஆனால் மன வலிமை இல்லாதவன் தான் மனதின் எண்ணங்களிலிருந்து தப்பவே புகை, போதை எனப் பல்வேறு வடிகால்களை நாடுகின்றான்.

சூஃபி ஞானிகள் பெரும்பாலும் தனிமையில் இருப்பார்கள். மனதை சந்திக்க அவர்கள் அஞ்ச மாட்டார்கள். நிஜத்தில் அவர்களை சந்திக்க மனம்தான் அஞ்சும்.

இருளைக் கண்டு மனிதன் நடுங்குவான். அந்த சமயத்தில் பிசாசு பற்றிய பயம் அவனுக்கு வரும். கற்பனை பயம்தான் எனினும் அது அவனை கலங்க வைத்து விடும். அவனை ஒரு அடி வைக்க விடாது. அல்லது ஓட வைத்துவிடும். சூஃபிகள் இருளைக் கண்டும் அஞ்சுவதில்லை. தனிமையைக் கண்டும் அஞ்சுவதில்லை. நிஜத்தில் பிசாசு இருந்தால் அது என்ன செய்யும் என்று நேரில் சென்று பார்த்து விடுவார்கள். மற்றபடி மனதிலேயே அதுபற்றிக் கற்பித்துக் கொண்டு நடுங்க மாட்டார்கள்.

வனாந்தரத்துக்கு ஓடிப்போன மோசஸ் 40 ஆண்டுகாலம் தனிமையில்தான் இருந்தார். இறைவனை நேருக்கு நேர் கண்டு பேசி, 10 கட்டளைகள் பெற்றவர் இவரே. புத்தர், மகாவீரர், சங்கரர், ஏசு, நபி இவர்களனைவருமே நெடுங்காலம் தனிமையில் இருந்தவர்கள்தான்.

தனிமையைக் கண்டு நான் அஞ்ச மாட்டேன்; ஏனெனில் தனிமை என்னைக் கண்டு அஞ்சுவதில்லை.

தனிமையைக் கண்டு நான் பரிதாபப்படுகிறேன்; ஏனெனில் என்னைப் போலவே அதுவும் தனியானது.

தனிமையை நான் விரும்புகிறேன். ஏனெனில் அது என்னிடம் ஏதோ சொல்ல விரும்புகிறது.

ஒரு தத்துவ ஞானி கூறிய மேற்கண்ட வரிகள் அனைத்து ஞானிகளுக்குமே, பொருந்துபவை. சராசரி மனிதர்கள் 5 நிமிடம்கூட தனிமையை சகித்துக் கொள்வதில்லை. ஞானிகள் தனிமையைத் தவிர எதையுமே விரும்புவதில்லை. சராசரி மனிதர்களால் மவுனத்தை சகித்துக் கொள்ளவே முடியாது. ஞானிகள் மவுனத்தையே பெரிதும் விரும்புவார்கள்.

நேரு ஒரு முறை பத்திரிகையாளர்களிடம் சொன்னார்: நீங்கள் என்னைப் புகழ்ந்து எழுதுங்கள். அல்லது திட்டியாவது எழுதுங்கள். எழுதாமல் மட்டும் விட்டு விடாதீர்கள்.

சராசரி மனிதர்களின் எதிர்பார்ப்பும் இப்படிப்பட்டதே. ஒன்று பேசிப் பழக வேண்டும். அல்லது சண்டையாவது போட வேண்டும். மவுனமாக மட்டும் இருக்கக் கூடாது.

வெளி இரைச்சல்கள் அடங்கும்போது மனதின் உள் இரைச்சல் ஆரம்பமாகி விடுகிறது. அதனைத் தாங்க பெரும்பாலோரால் முடிவதில்லை. வீடுகளில் வயது முதிர்ந்த பெரியவர்கள் உடல் தளர்ச்சி காரணமாக மூலையில் முடங்கி இருப்பார்கள். அவர்களின் கண், காது போன்ற புலன்கள் உட்பட அனைத்தும் மங்கத் துவங்கி விட்டிருக்கும். முன்போல் வீட்டின் காரியங்களை தலைமையேற்று நடத்த அவர்களால் இயலாது. அவர்கள் துக்கப்பட்டவர்கள். அப்படிப்பட்டவர்களின் அருகாமையில் போய் பாருங்கள். தனக்குத்தானே நிறைய பேசிக் கொண்டிருப்பார்கள்.

அவர்கள் மனம் பல்வேறு குறைகளை, குற்றச்சாட்டுகளை பலரின் மீதும் அடுக்கிக் கொண்டிருக்கும். அதற்கு அவர்களே பதிலும் சொல்லிக் கொண்டிருப்பார்கள். அதாவது தானே கேள்வி கேட்டு தானே அதற்கு பதிலும் சொல்லி, இதன்மூலம் தன்னைத்தானே சமாதானப்படுத்திக் கொள்ள முயற்சிப்பார்கள். அதுவும் தடை செய்யப்பட்டால் அவர்கள் சித்தம் கலங்கி விடும்.

உடல்நிலை காரணமாக, முதுமையின் காரணமாக இவர்கள் தங்களது முக்கியத்துவத்தை இழந்தவர்கள். அதாவது அவர்கள் மனம் இன்னும் முதன்மை பதவியைத்தான் விரும்புகிறது. ஆனால் அது முடிவதில்லை. அது அவர்களுக்கு மறுக்கப்படுகிறது. இந்த ஆற்றாமையைத் தாள முடியாமல் அவர்கள் மனம் தளர்ந்து விடுகிறது.

இந்த நிலையில் தனிமையும், சேர்ந்து கொள்ளும்போது அவர்களின் மனதில் இரைச்சல் ஆரம்பமாகி விடுகிறது. ஞானிகளைப் பொறுத்தவரை அவர்கள் தாமே முன்வந்து அனைத்தையும் உதறியவர்கள். அவர்கள் யாராலும் ஒதுக்கப்பட்டவர்களில்லை. தானே ஒதுங்கியவர்கள். தனிமையும் அவர்கள்மீது திணிக்கப்படவில்லை. அவர்களே வலிய அதை ஏற்றுக் கொண்டனர்.

அவர்கள் மனம் மிக இயல்பாக லௌகீக வாழ்வை உதறி முதல் கட்டத்தில் இருந்து இரண்டாம் கட்டத்துக்கு நகர்ந்து விடுகிறது. முதுமை, உடல் தளர்ச்சி என முற்றிலுமாய் செயலிழந்து பிறகும்கூட நமது மனம் உலக இன்பங்கள் எதையும் துறக்கவே முன் வருவதில்லை. விடாமல் இதனுடன் ஒட்டிக் கொண்டிருக்கவே விரும்புகிறது.

சூஃபி ஞானி இதையே தனது சீடனுக்கு சுட்டிக்காட்டினார். இந்த ஊர் மக்கள் எதை விரும்புகிறார்கள்? என்று கேட்டு. ஊரில் இருந்த அத்தனை மக்களில் ஒரே ஒருவர்கூட ஞானம் அடையவோ, சுவர்க்கம் அடையவோ, இறைநிலை அடையவோ விரும்பவில்லை. முதலில் அதுபற்றிய எண்ணம்கூட அவர்களிடம் ஏற்படவில்லை. அதனை சீடன் சுட்டிக்காட்டியபோது தான் நீ உட்பட என்கிறார் ஞானி.

மற்றவரை குறை கூறும் பலரிடமும் அந்த குறை இருக்கும். ஊரில் எவருக்குமே ஞான தாகம் இல்லை என சீடன் கூறுகிறான். அவனுக்கே அது இல்லை என்பதை ஞானி அவனுக்கு சுட்டிக்காட்டினார். தான் ஒரு ஞானியிடம் சீடனாயிருப்பவன் என்ற பெருமித உணர்வுதான் அவனிடம் காணப்பட்டதே தவிர ஞானம் பெறும் வேட்கையோ, தவிப்போ அவனிடம் இருக்கவில்லை.

பல இடங்களிலும் இந்த நிலையே காணப்படுகிறது. புத்தரின் சீடர்கள் எவரும் புத்தராகவில்லை. மகாவீரரின் சீடர்களில் எவரும் மகாவீரராக ஆனதில்லை. ஆதிசங்கரரின் சீடர்கள் எவரும் அவர்போல் ஆனது இல்லை. ஏசுவின் சீடர்கள் யாரும் ஏசு ஆகவில்லை.

அதனாலேயே சூஃபி ஞானிகள் எவரும் தங்களுக்கு என சீடர்களை எப்போதும் உருவாக்குவதில்லை. அப்படி உருவாக்கினால் அதுவும் காலப்போக்கில் ஒரு தனி ஸ்தாபனமாகி விடும் என்பதை அவர்கள் நன்கு அறிவார்கள்.

அதனால் அவர்கள் சீடர்களை ஏற்பதில்லை. வலிய வந்து சேரும் சீடர்களுக்குத் தக்க வழியைக் காட்டி விட்டு தனியே நகர்ந்து விடுவார்கள். பெரும்பாலும் எந்த சூஃபி ஞானியும் சீடர்கள் புடைசூழ கூட்டத்துடன் காணப்படுவது இல்லை.

6. இறை தத்துவம்

சூஃபி இலக்கியத்தின் சிறப்பியல்புகளில் ஒன்று நகைச்சுவை. மனித இனம் மிருக நிலையிலிருந்து மனித நிலையை அடையக் காரணமாக இருப்பதே இந்த நகைச்சுவை உணர்வுதான். மனிதனை தேவ நிலைக்கு உயர்த்துவதில் முக்கியப் பங்கும் அதற்கே உண்டு.

இந்த நகைச்சுவைக்கு மிகச் சிறந்த உதாரணமாக விளங்குபவை முல்லா நஸிருதீன் கதைகள். அதன் ஆழமான நகைச்சுவை, பல இடங்களில் பக்தி என்ற பெயரில் நிலவும் மூடநம்பிக்கையையும் மனித மனத்தின் அற்ப ஆசைகளையும் துல்லியமாக படம் பிடித்து காட்டுவதுடன் நகைச்சுவையாக சாடவும் செய்யும்.

உங்களுக்கு விசேஷமான ஞானம் தேவை எனில் மனித முகத்தைப் பாருங்கள். அந்த முகத்தின் சிரிப்பில் இருக்கிறது முடிவான உண்மையின் சாரம்.

இவ்வாறு ரூமி குறிப்பிடுகிறார். மேலும் அவர் ஒருவரின் நகைச்சுவையை பிரதிபலிக்கும் இயல்பைக் கொண்டே அவருடைய எண்ண ஓட்டம், மன நிலை இவற்றை அறியலாம் என்கிறார்.

முல்லா நஸிருதீனின் மீது ஒருமுறை வழக்கு தொடரப் பட்டது. அவரது பெருமை, புகழ் இவற்றைக் கண்டு பொறாமை கொண்ட கும்பல் ஒன்று இருந்தது. இந்த கூட்டத்தில் அரசவைப் பிரபுகளுக்கும் இருந்தனர். மதத் தலைவர்களும் இருந்தனர். சுல்தான் முல்லா மீது வைத்திருந்த மதிப்பைக் கண்டு பொறாமை கொண்ட இவர்கள் சுல்தானிடம் முல்லா பற்றி புகார் தந்தனர்.

புகாரின் முக்கிய அம்சமே முல்லா மதத்துக்கு எதிராக பிரசாரம் செய்கிறார் என்பதுதான்.

வேறு எந்தக் குற்றமாக இருந்தாலும் அதை மன்னரால் தள்ளுபடி செய்துவிட முடியும். சமயத்துக்கு எதிராக என்று கூறும்போது அதனை மன்னன் அலட்சியம் செய்யமுடியாது. ஆகவே முல்லாவை அழைத்து வருமாறு வீரர்களை அனுப்பினார்.

நஸிருதீன் அவைக்கு வந்தார். அவர்மீது விசாரணை என்று கேள்விப்பட்டு அதை வேடிக்கை பார்க்க ஏராளமானவர்கள் திரண்டு விட்டனர். பக்திமான்கள், தத்துவவாதிகள், அவைப் பிரதானிகள், பொதுமக்கள் என ஏராளமானவர்கள் அங்கே கூடியிருந்தனர்.

முதலில் குற்றச்சாட்டு கூறுபவர்கள் எழுந்தனர். முல்லா நஸிருதீன் ஊர் ஊராகப் போய் கடவுளுக்கு எதிராகப் பேசுகிறார் என்று அவர்கள் தெரிவித்தனர். பல ஊர்களிலும் அவர் பேசியதாக சொல்லப்பட்டவைகளைக் கூறினர்.

''முல்லா! இதற்கு உங்களது விளக்கம் என்ன?'' என்று சுல்தான் கேட்டார்.

முல்லா நஸிருதீன், ''அரசே! ஆன்றோர்கள் நிரம்பிய இந்த அவையில் இருந்து 10 புத்திசாலிகளைத் தேர்ந்தெடுங்கள்'' என்று வேண்டுகோள் விடுத்தார்.

மீண்டும் அவர்களுக்குள் போட்டி ஏற்பட்டது. யார் அந்த 10 புத்திசாலிகள் என்று தேர்ந்தெடுப்பதில் கூச்சலும், குழப்பமும்

அங்கே நிலவியது. கடைசியாக 10 பேர் தேர்ந்தெடுக்கப் பட்டனர். அந்த பத்து பேரிடமும் எழுதுகோலும், தாளும் தரப்பட்டன. அதில் இறைவன் பற்றி அவர்கள் நினைப்பதை எழுதித் தரும்படி கேட்டுக் கொண்டார். அவற்றை அவர்களும் எழுதினார்கள். மன்னர் ஒவ்வொன்றாக உரக்க வாசித்தார். ஒருவர் இறைவனை பிரம்மாண்டமானவர் என்று அதில் குறிப்பிட்டிருந்தார். மற்றொருவர் அவர் அணுவுக்குள் அடங்கியவர் என்று கூறியிருந்தார். ஒருவர் ஆகாயத்தில் இருப்பவர் அவர் என்று எழுதியிருந்தார். இன்னொருவர் எளிய வடிவமானவர் அவர் என்று சொல்லி இருந்தார். வேறொருவர் இறைவனை வடிவமற்றவர் என்கிறார். மற்றொருவர் எல்லா வடிவமும் உடையவர் என்று தன் முடிவை வெளியிட்டிருந்தார். எங்கும் இருப்பவர், எங்குமே இல்லாதவர்... இப்படி 10 பேரும் 10 வகையான பதில்களை எழுதியிருந்தனர்.

நஸிருதீன் மன்னரிடம், "எது இறைவன் என்பதிலேயே இத்தனை கருத்து வேறுபாடுகள் உள்ள இவர்கள் நான் சமய மறுப்பாளன் என்ற கருத்தில் மட்டும் ஒன்று பட்டிருக்கிறார்கள். முதலில் இவர்கள் எது இறைவன் என்பதை உறுதியுடன் நிலை நாட்டட்டும். பிறகு அதனை நான் ஆதரிக்கிறேனா, எதிர்க்கிறேனா என்பது பற்றி புகார் எழுப்பட்டும்" என்றார்.

சித்தாந்தங்களாலோ, அவற்றினிடையே உள்ள வேறுபாடுகளாலோ எந்த பிரச்சினையும் ஏற்படுவதில்லை. உண்மையான பிரச்சினை சித்தாந்தவாதிகள் தம் எண்ணங்களையெல்லாம் கடவுளின் விருப்பமாக சித்தரிக்கும் பிடிவாதத்தால்தான் ஏற்படுகிறது என்கிறது சூஃபி தத்துவம். நீ அறியாததை நான் அறியாதது இது என்றே கூறு. அதன்மீது உனது ஊகங்களை திணித்துவிடாதே என்கிறது.

இறை தத்துவத்தை சூஃபியிஸம் உணர்த்துவதுபோல் வேறு எதுவும் உணர்த்துவது கிடையாது. ஆனால் ஒரே ஒரு இடத்தில்கூட சூஃபிகள் இறைவன் இப்படிப்பட்டவர் என்றோ அவரை அடையும் மார்க்கம் இது என்றோ அதற்கான வழிமுறைகள், செயல்பாடுகள் இப்படி இருக்க வேண்டும் என்றோ வரையறுத்ததே கிடையாது.

உலகைச் சுற்றிலும் எல்லா திசைகளிலும் கடல்தான் சூழ்ந்து காணப்படுகிறது. நதி எப்படியெல்லாம் ஓடினாலும் கடைசியில் அது

சேரப்போவது கடலின் மடியில்தான். பிரபஞ்சத்தின் எல்லா திசைகளிலுமே இறைவன்தான் ஊடுருவி உள்ளான். ஜீவன்கள் எந்தப் பாதையில் சென்றாலும் இறுதியில் சேர்வது அவனிடத்தில்தான். அப்படியிருக்க எந்தப் பாதையை யாருக்கு யார் காட்ட முடியும்?

எனக்கென்று ஒரு பாதை உள்ளது. அது எனக்கு மிகவும் பயனுள்ளது தான். அதே சமயம் அந்தப் பாதை எனக்குப் பயனாகும் அளவு உனக்குப் பயனாகும் என்று எப்படிக் கூறமுடியும்? ஒருவேளை உனக்கு இதைவிட சிறந்த பாதை தென்படலாமல்லவா? உன்னை வலிய எனது பாதையில் இழுப்பதன்மூலம் அது உனக்கு இடையூறாகக் கூட மாறலாம் அல்லவா!

அதனால்தான் சூஃபிகள் எதையும் எவரிடமும் வலிந்து திணிப்பதில்லை. சுட்டிக்காட்டுவதுடன் அவர்கள் நிறுத்திக் கொண்டு விடுவார்கள். எஞ்சியவை தன் பாதையில் செல்பவனுக்கு அனுபவ ரீதியில் தேடிவரும்.

சூஃபி இலக்கியங்கள் பற்றி விமர்சித்த மேனாட்டினர் குறிப்பிட்டனர் ஒரு ஆணுக்கும், பெண்ணுக்கும் திருமணம் நடைபெறுகிறது என்றால் அதன் நோக்கம் அவர்கள் இருவரும் ஒன்றாக இணைய வேண்டும் என்பதுதான். ஆனால் திருமணத்தில் அதுபற்றி எந்தவிதமான பேச்சும் இருக்காது. அதைத் தவிர விருந்து, கேளிக்கை என்று எல்லாமே இருக்கும். ஆனால் இணைதல்தான் அங்கே முக்கியமானது. அதுபோல் சூஃபி இலக்கியங்களில் எந்த ஒரு இடத்திலும் இறைவனைப் பற்றியோ இறப்புக்குப் பின்னர் என்ன என்றோ எதுவும் குறிப்பிடப்படுவதில்லை. ஆனால் அதன் பிரதான நோக்கம் இறை நிலை அடைதல் என்பதே. மறைபொருளாக எல்லாவற்றிலும் அது ஊடுருவி நிற்கிறது.

ஆன்மீக நாட்டம் கொண்ட பலர் உணவு, நீர் ஆகியவற்றைத் துறந்து கடும் விரதங்களால் உடலை வருத்திக் கொள்வர். இந்து, கிறிஸ்துவம், இஸ்லாமிய சமயங்கள் உட்பட அனைத்திலும் இதுபோன்ற பழக்கங்கள் உண்டு. பௌத்த, சமண, பார்சி மதங்களிலும் உண்டு. இவை தீவிரமான மதப்பற்றின் அல்லது இறை நாட்டத்தின் வெளிப்பாடே தவிர இதனால் எந்த ஆன்மீக முன்னேற்றமும் ஏற்பட்டு விடுவதில்லை.

ஆரோக்கியம் என்பது உடல் சம்பந்தப்பட்டது. ஆன்மீகம் என்பது மனம் சம்பந்தப்பட்டது. ஆன்மீகமானது ஆரோக்கியத்தின் விரோதி அல்ல. சரீரத்தை அடக்குவது என்பது சுகபோகங்களுக்கு இடையே ஒரு வேகத்தடை (Speed Breaker) போன்றதே தவிர அதில் ஆன்ம இம்சைதான்

உண்டு. ஆன்ம ஞானம் என்பது கிடையாது. இதன்மூலம் எதையும் சென்றடைய இயலாது.

ஸூஃபி மார்க்கம் மனதை வலியுறுத்தும் அளவு உடலையோ, சூழ்நிலைகளையோ வலியுறுத்துவதே கிடையாது. இறைவனிடம் தீவிர பக்தி செலுத்துவதாக எண்ணி உணவின்றி, நீர் இன்றி உடலை வருத்துவர். அதுபோன்றே பலர் கண்ணீர் விட்டு கதறி பிரார்த்தனையின்போது இறை வனிடம் மன்றாடுவர். இவை பக்தியின் தீவிரமான வெளிப்பாடுகள்தானே தவிர இவற்றுக்கும் ஆன்மீகத்திற்கும் எந்தவிதமான தொடர்பும் இராது. பல்வேறு ஸூஃபி கதைகளில் இவை நாசூக்காக சுட்டிக்காட்டப்படும்.

எவனொருவன் எல்லாவித கருத்துக்களையும் நம்பிக்கைகளையும் உதறியவனோ அவன்தான் சத்தியத்தை-உண்மையை நெருங்க முடியும். தனக்கென்று தனிப்பட்ட ஒரு கருத்தோ, முக்கியத்துவமோ ஒருவனிடம் இருந்தால் அவன் எப்போதும் சத்திய ஞானத்தை அடைய முடியாது. கருத்து, முக்கியத்துவம் ஆகியவை மனம் சார்ந்தவை. உண்மை என்றுமே ஒரு பக்கத்தை சார்ந்து நிற்பதில்லை.

ஸூஃபிகள் எந்த பக்கமும் சாராதவர்கள். எந்த தத்துவம், சம்பிரதாயத்தையும், ஏற்காதவர்கள். கட்சிகள் அற்ற நிலைக்கு மனதைக் கொணர்ந்தவர்கள். அந்தப் புள்ளியில் எண்ணங்கள் முடிந்து விடும். தரிசனம் எனப்படும் இருப்பதை பார்க்கும் காட்சி கிடைக்கும்.

ஆன்மாவிற்கு எந்த பூமியும் இல்லை. அதற்கு திசைகளில் வேறுபாடும், வித்தியாசமும் இல்லை. மாறுபாடுகள் அனைத்தும் மனதால் உண்டாவது மட்டுமே.

ஒரு மதுபானச் சாலையில் சிலர் கூடி மது அருந்தினார்கள். பின்னர் பேசியபடியே அவர்கள் நதிக் கரைக்குச் சென்றனர். அங்கு இருந்த படகைக் கண்ட உடன் அவர்களுக்கு குதூகலம் தோன்றியது.

ஒருவன் கூறினான்: நாம் அனைவரும் இந்தப் படகில் ஏறி அமர்வோம். இன்று இரவு முழுதும் துடுப்பு வலிப்போம். நாளைக் காலை பொழுது விடியும்போது எவ்வளவு தூரம் போய் இருக்கிறோம் என்று பார்ப்போம்.

நல்லது. அப்படியே செய்வோம் என்று கூறி மற்றவர்களும் இந்த ஏற்பாட்டுக்கு சம்மதித்தனர். பிறகு அனைவரும் படகினுள் ஏறி அமர்ந்தனர். எவரும் எவருடனும் பேசவில்லை. முழு வீச்சில், துடுப்புக்களை எடுத்து வலிக்க ஆரம்பித்தனர்.

அந்த அமைதியான இரவில் எந்தவிதமான சப்தமும் கேட்கவில்லை. சளப் சளப் என்ற துடுப்புப் போடும் ஓசை மட்டும் இடைவிடாமல் கேட்டுக் கொண்டிருந்தது. இரவு முழுவதும் துடுப்பு வலித்த அவர்கள் காலை பொழுது விடிந்ததும் ஆவலுடன் பார்த்தனர் தாங்கள் எங்கு வந்திருக்கிறோம் என்று.

ஆச்சரியம். அவர்கள் புறப்பட்ட இடத்திலேயே தான் இருந்தனர். அந்த இடத்திலிருந்து ஒரு அடிகூட நகரவில்லை. எப்படி நேர்ந்தது இது என்று பார்த்தபோதுதான் அவர்களுக்கு தெரிந்தது படகை கரையுடன் பிணைத்திருந்த சங்கிலியை தாங்கள் அவிழ்க்கவே இல்லை என்பது.

படகைக் கட்டியிருந்த சங்கிலியை அவிழ்த்திருந்தால் இவர்கள் துடுப்பு வலிக்காவிட்டாலும் கூட காற்றாலும் அலைகளாலும் உந்தப்பட்டு அதுவாக மிதந்து சென்றிருக்கும். சங்கிலியை அவிழ்க்காமல் இருந்ததால் வலிய துடுப்பு செலுத்தியும்கூட அவர்களால் ஒரு அடி கூட முன்னேற இயலவில்லை.

மனமானது தளைகளுடன் பிணைக்கப்பட்டுள்ளவரை மனிதன் முயற்சி செய்தாலும்கூட ஆன்மீகத்தில் அவனால் ஒரு அடிகூட முன்னே எடுத்து வைக்க முடியாது. மனத்தின் தளைகளை அகற்றி விட்டால் அதுவே நகர ஆரம்பித்து விடும்.

சூஃபி ஞானிகளில் குறிப்பிடத்தக்கவர் ராபியா. இந்தப் பெண் துறவிக்கு சூஃபி இலக்கியங்களுள் முக்கியமான இடம் உண்டு. ஞானி ஹஸன் ஞானம் அடைய முக்கியக் காரணமாக இருந்தவர் இவர்தான். தன்னுள் அழுது அரற்றிக் கொண்டு இறைவனிடம் மன்றாடிய ஹஸனை ஒரு உலுக்கு உலுக்கியவர் இவர்தான்.

என்ன முட்டாள்தனம் செய்கிறாய் ஹஸன்? என்று கூறி அவரது ஒட்டுமொத்த எண்ணங்கள், வழிமுறைகள் அத்தனையையும் ஆட்டம் காண வைத்தவர் அவர்.

ஒருமுறை ராபியா தமது குடிசைக்குள் இருந்தார். மிக அழகான காலைப் பொழுது அது. வெளியே வானம் பளிச்சென்று துடைத்து வைத்தாற்போன்று நிர்மலமாக இருந்தது. அதன் நீல நிறம் கண்களுக்குக் குளுமையாக காட்சி அளித்தது. மென்மையான தென்றல் சுகந்தமாக வீசி உடலையும், உள்ளத்தையும் வருடிக் கொடுத்தது. பறவைகளின் டிலா, டிலா சப்தம் வேறு பக்கவாத்தியம் சேர்ந்ததுபோல் இன்னிசையை வழங்கிக் கொண்டிருந்தது.

அங்கு வந்தவர் இதனைக் கண்டு தன்னை மறந்தார். சுற்றுச்சூழலில் தான் வந்த வேலையையும் மறந்து நெடுநேரம் லயித்துப் போய் நின்று விட்டார். சட்டென்று சுயநினைவு பெற்றதும் கூவினார்.

“ராபியா! அங்கே குடிசைக்குள் அமர்ந்து என்ன செய்து கொண்டிருக்கிறீர்கள்? இங்கே வெளியே வந்து பாருங்கள். இறைவன் எவ்வளவு அற்புதமான விடியற் காலையைப் படைத்துள்ளார் என்று பாருங்கள்?”

ராபியா உள்ளிருந்தபடியே பதில் அளித்தார். “எந்த விடியற் காலையை நீங்கள் வெளியே இருந்தபடி பார்த்துக் கொண்டிருக்கிறீர்களோ, அதனைப் படைத்தவனையே நான் உள்ளே இருந்து பார்த்துக் கொண்டிருக்கிறேன். அருமை நண்பரே! நீங்களும் உள்ளே வாருங்கள். இங்குதென்படும் சவுந்தர்யத்தின் முன்னால் வெளியே காணப்படும் அழகுகள் அத்தனையும் அர்த்தம் அற்றவை.”

இந்த அற்புதமான கதைக்கு ஏராளமானவர்கள் எத்தனை எத்தனையோ விளக்கங்கள் கூறிவிட்டனர். புறக்கண்களால் பார்ப்பதை விட அகக்கண்ணால் பார்ப்பது படைக்கப்பட்ட பொருட்களைக் காண்பதை விடவும் படைத்த ஆற்றலையே காண்பது, வெளியே காண்பதை விடவும் உள்ளே புகுந்து பார்ப்பது! கண்ணால் பார்ப்பது போல் கண்ணையே பார்ப்பது, பார்ப்பதை பார்ப்பதுபோல் பார்ப்பவனையே பார்ப்பது.

இப்படி விதவிதமான கோணங்களில் இக்கதை விளக்கப்பட்டுள்ளது. ஓஷோ என்றழைக்கப்படும் ஆசார்ய ரஜனீஷ் இதுபற்றி தமது பிரசங்கத்தில் பின்வருமாறு குறிப்பிடுகிறார்.

மனிதன் தன் கண்களாலேயே எதையும் பார்த்து பார்த்துப் பழகிப் போய்விட்டபடியால் கண்களை மூடிக் கொண்டு எதையும் பார்க்கும் திறனை அவன் அறவே இழந்துவிட்டான். கண்களைத் திறந்து வைத்துக் கொண்டு பார்ப்பது கண்களை மூடிக் கொண்டு பார்ப்பதோடு ஒப்பிட்டுப் பார்க்கும்போது ஒன்றுமே இல்லை. விழியை மூடி நிற்கும் இமையே திரை போன்று செயல்பட்டு இரண்டு உலகங்களைப் பிரிப்பதாகவும் இணைப்பதாகவும் உள்ளது.

கண்களைத் திறந்ததும் ஓர் எல்லைக்குள் நாம் வந்து விடுகிறோம். நம் எண்ணங்களும் நாம் காணும் காட்சிகளும் ஒரு எல்லைக்குள் அடங்கி விடுகிறது. ஆனால் கண்களை மூடினால் எல்லையற்ற தன்மையின் வாயில் திறந்து கொள்கிறது. கண்ணைத் திறந்து வைத்திருப்பவனுக்கு தன் கண்முன் உள்ள காட்சிகள் மட்டும்தான் தென்படும். ஆனால் கண்ணை

மூடிக் கொண்டிருப்பவனால் தன்னிலிருந்து விலகி நின்று தன்னைத்தானே பார்த்துக் கொள்ளவும்முடியும்.

ஆனால் ஏராளமானவர்கள் கண்களை மூடிய நிலையிலும்கூட வெளிப்புறமே பார்வையை செலுத்திக் கொண்டு உள்ளனர். கண்களை மூடுவதால் மட்டும் காட்சிகளில் இருந்து இவர்கள் துண்டிக்கப்பட்டு விடுவதில்லை. இவர்களின் இமைகள் அடைக்கப்பட்டாலும் காட்சிகள் வெளியிலிருந்துதான் இறக்குமதியாகிக் கொண்டிருக்கின்றன.

கண்கள் மூடப்பட்டன என்பதன் பொருள், சூன்யம் என்பதுதான். எண்ணங்களும், காட்சிகளும் நம் மனதை விட்டு மறைந்து ஒரு சூன்ய நிலையை நம் மனம் அடையும் போதுதான் கண்கள் மூடப்பட்டன என்ற சொல்லுக்கான முழு அர்த்தம் கிடைக்கும். அதன் பின்னால் தோன்றுவது நிலையான மெய்ஞ்ஞானம் மட்டுமே. அதுவே சத் (தியம்). அதுவே சித் (தம்). அதுவே ஆனந்தம். மற்றபடியான அனைத்தும் கண்களின் விளையாட்டே. கண்கள் மாறினால் எல்லாமே மாறிவிடும்.

பார்க்கும் காட்சிகளை விட்டு காரணனை பார்ப்பது என்றும் இதனைக் கொள்ளலாம். அல்லது வெளியே பரந்து, விரிந்து செல்லும் பார்வையை உட்புறமாகத் திருப்புவது என்றும் கூறலாம். இந்த உள்முகப் பார்வையையே தன்னை அறிதல் என்கின்றனர் ஞானியர். வேதங்கள் இதனை அந்தகாரணம் என்று குறிப்பிடுகின்றன.

படகை தளையிலிருந்து விடுவித்தல் என்றும் இதனைக் கூறலாம். ரபியா தனது மனதை தளைகளிலிருந்து விடுவித்து விட்டார். அதனால் உள்ளிருந்தபடி அவரால் காண முடிந்தது. வெளியே இருப்பவர் ரம்மியமான அதிகாலையை காண்கிறார். இன்னும் சற்று நேரத்தில் அந்தக் காட்சி மாறிவிடும். உள்ளிருப்பவரோ இந்தக் காட்சிகளுக்கெல்லாம் காரணமான மூலத்தை அறிந்து கொண்டு அதனுடன் இருப்பவர். அதில் எந்த மாற்றமும் ஏற்படாது. நீங்களும் உள்ளே வாருங்கள் என்கிறார் அவர் அன்புடன். எனினும் அந்த அழைப்பை ஏற்பதும் ஏற்காததும் அடுத்தவர் விருப்பம். அதுபற்றி இவர் கவலைப்படுவதில்லை.

7 யார் வறியவர்

ஞானி ஃபரீத் ஒரு கிராமத்தில் வசித்து வந்தார்.

அந்த கிராமத்து மக்களுக்கு ஞானம் என்பதுபற்றியும் தெரியாது. ஞானிகளைப் பற்றியும் தெரியாது. சொல்லப் போனால் அதுபற்றிய அக்கறைகூட அவர்களுக்கு இருந்தது இல்லை.

ஒன்றைப் பற்றிய அறிமுகமே நமக்கு ஏற்பட வழி இல்லை என்ற நிலையில் அதுபற்றிய உயர்ந்த கருத்தும் நமக்கு ஏற்பட வழி இல்லை. அதுபற்றிய தாழ்ந்த எண்ணமும் ஏற்பட வாய்ப்பு இல்லை.

ஆனால் எங்கெங்கிருந்தோ பெரிய, பெரிய மனிதர்கள் அவரை வந்து சந்திப்பதையும், அடிபணிவதையும் கண்டபோது

அந்த இடத்தைச் சுற்றி இருந்த எளிய கிராமவாசிகள் இவர் ஏதோ ரொம்ப பெரியவர் என்பதை மட்டும் உணர்ந்திருந்தனர். அவர்களது வியப்பை அதிகப்படுத்தும்படியான வேறொரு சம்பவமும் அங்கே நடந்தது.

ஒருநாள் யாத்ரிகர்கள் இருவர் வந்து ஃபரீத்துடன் பேசி விட்டுப் போனார்கள். பிற்பாடுதான் தெரிந்தது அவர்கள் இருவரும் மாறு வேடத்தில் வந்தவர்கள் என்பதும், அதில் ஒருவர் சக்ரவர்த்தி அக்பர் என்பதும். வந்த இன்னொருவர் யார் எனத் தெரியவில்லை. அவர் பீர்பாலாக இருக்கலாம். அல்லது தான்சேனாக இருக்கலாம். ராஜா தோடர்மல் அல்லது வேறு யாரோ.... ஆக வந்தவர்களில் ஒருவர் அக்பர்.

முகாலய சாம்ராஜ்யத்தின் சக்ரவர்த்தியே வந்துகாணும் அளவுக்கு அவ்வளவு பெரியவரா இவர்? அப்படி என்ன சிறப்பு இருக்கிறது அவரிடம்?

அக்பர் பாதுஷைவைப் பொறுத்தவரை கலைகளில் அபார நாட்டம் கொண்டவர். அவர் தீராத தேடல் வேட்கை கொண்டவர். ஆற்றல் எங்கிருந்தாலும் சரி. அது இசையோ, நாட்டியமோ, சங்கீதமோ அல்லது ஆத்ம ஞானமோ எதுவாயினும் சரி. உடனே அது இருக்குமிடம் தேடி கிளம்பி விடுவார். தான் மன்னன் என்றறிந்தால் அவர்கள் இயல்பா யிருக்க முடியாது என்பதால் சாதாரண வழிப்போக்கனைப் போல் மாறு வேடமணிந்து கொண்டு சென்று அவர்களது திறனை கண்டுகளிப்பார்.

அந்தவகையில் ஞானி ஃபரீத் பற்றி பலரும் கூறவே எளிமையான உடையில் இயல்பாக வந்து அவரைக் கண்டு வணங்கினார் மன்னர். அடுத்த முறை மாறுவேடம் இல்லாமல் பகிரங்கமாக வந்து ஃபரீத்துடன் அளவளாவினார். பின்னர் சந்தர்ப்பம் கிடைக்கும் சமயங்களில் எல்லாம் வந்து அவரை சந்தித்தார்.

அக்பரே நேரில் வந்து கண்டு வணங்குவதால் ஊரார் அவரைப் பெரிதும் கொண்டாடினர். ஆனால் ஃபரீத் அவற்றை கொஞ்சமும் பொருட்படுத்தவில்லை. அவர் அக்பர் வருகையையே பொருட்படுத்தாதவர். மக்கள் அளிக்கும்

மதிப்பைப் பற்றியோ மரியாதையைப் பற்றியோ அவருக்கு என்ன கவலை?

ஒருநாள் கிராமத்து மக்கள் கூட்டமாக வந்தார்கள் அவரைப் பார்க்க. "பேரரசர் அக்பர் உங்களிடம் அடிக்கடி வருகிறாரே! நம் கிராமத்து ஏழை மக்களுக்கு அவரிடம் சொல்லி நல்ல வசதிகள் செய்து தரக்கூடாதா?" என்று கேட்டார்கள்.

"ஆஹா! அவசியம் செய்கிறேன்" என்றார் ஃபரீத். "அக்பர் இங்கு வரும்வரை எதற்காக காத்திருக்க வேண்டும். நானே நேரில் போய் கேட்டு வருகிறேன்" என்று கூறி அன்றே டெல்லிக்குப் புறப்பட்டார் அந்த சூஃபி ஞானி.

டெல்லியில் அக்பருடைய அரண்மனையில் அவருக்கு ஏகப்பட்ட வரவேற்பு. அக்பருக்கு இவரிடம் அளவற்ற மரியாதை என்பது அனைவருக்கும் தெரியும். அதனால் உபசரிப்பு பலமாக இருந்தது. அக்பர் தொழுகையில், இருக்கிறார் என்று அவரிடம் தெரிவிக்கப்பட்டது. ஃபரீத் நேராக அந்த இடத்துக்கே போனார். அங்கே உள்ளே அக்பர் மண்டியிட்டு பிரார்த்தித்துக் கொண்டிருந்தார்.

ஞானி நேராகப் போய் அக்பரின் பின்னால் நின்றார். அதனால் அவர் செய்த பிரார்த்தனை இவரது காதில் தெளிவாக விழுந்தது. "கருணை உள்ள இறைவனே! இன்னும் நிறைய செல்வத்தை என் மீது பொழிவீராக. இன்னமும் பெரிய ராஜ்யத்தை எனக்கு அளிப்பீராக. மேலும் ஆரோக்கியத்தை அளிப்பீராக" என்றெல்லாம் பிரார்த்தித்துக் கொண்டிருந்தார் அவர்.

ஃபரீத் அந்தக் கணமே அந்த இடத்தை விட்டு நகர ஆரம்பித்தார். அதேசமயம் பிரார்த்தனையை முடித்த அக்பரும் யாரோ அங்கு வந்து போவது கண்டு தலையைத் திருப்பினார். அவரது கண்களில் ஃபரீத் போவது தெரிந்ததும், வியப்பும் மகிழ்ச்சியுமாக ஓடோடிச் சென்று அவரை வணங்கினார்.

தமது கிராமத்திலிருந்து இவ்வளவு தூரம் தன்னை "எதற்காகத் தேடி வந்திருப்பார் என்றறியும் ஆவலுடன், எதற்காக வந்தீர்கள்? அதைச் சொல்லாமல் ஏன் திரும்பிப் போகிறீர்கள்?" என்று கேட்டார் அக்பர்.

ஃபரீத் சொன்னார். நீ செல்வந்தன் என்று நினைத்து உன்னிடம் ஏழைகளுக்கென்று சில உதவிகளைக் கேட்கலாம் என்று வந்தேன். உன் பிரார்த்தனையைக் கேட்ட பிறகு நீயும் ஒரு ஏழைதான் என்பதை அறிந்து கொண்டேன். எங்கள் கிராமத்து மக்கள் சில வசதிகளை செய்து தருமாறு கேட்டிருந்தார்கள். அதற்காக பொருளுதவி கேட்க எண்ணி உன்னிடம் வந்தேன். நீயோ இன்னும் பொருளும், அதிகாரமும் வேண்டி பிரார்த்தனை செய்து கொண்டு இருந்தாய். ஆகவே, உன்னிடம் நான் உதவி கேட்பது தகாது. ஏழையிடமே யாசித்தல் கூடாது.

"உனக்கே இன்னும் பொருள் தேவைப்படுவதால் என் கிராம மக்களிடம் வசூலித்து உனக்கு கொஞ்சம் பணம் அனுப்பி வைக்கிறேன். கிராம மக்களின் கோரிக்கையைப் பொறுத்தவரை நீயே எந்த கடவுளிடம் கேட்கிறாயோ. அவரிடமே நானும் கேட்டுக் கொள்கிறேன். எதற்கு எனக்கும் கடவுளுக்குமிடையே மூன்றாவது நபரின் மத்தியஸ்தம்?"

முகலாய மன்னனான அக்பர் தன்னுடைய சுயசரிதையில் இந்தக் கதையை சொல்லியிருக்கிறார். அத்துடன் அவர் எழுதியுள்ளார்:

"என் வாழ்நாளிலேயே முதன் முறையாக நான் செல்வந்தன் அல்ல என்பதை அந்த கணத்தில் புரிந்து கொண்டேன். என்னிடம் எவ்வளவு செல்வம் இருந்தாலும் அது எனக்குத் திருப்தி தரவில்லை என்பதையும், இன்னமும் வேண்டும் என்று கடவுளிடம் கேட்டுக் கொண்டிருந்தேன் என்பதையும் உணர்ந்தேன். ஏறக்குறைய தன் உணர்வே இன்றி இறைவனிடம் எப்போதும் எதையாவது கேட்டுக் கொண்டேதான் நான் இருந்துள்ளேன். இதனை ஒரு முடிவுக்கு கொண்டுவர வேண்டும். வாழ்க்கை கடந்து சென்று கொண்டே உள்ளது. நானோ குப்பை கூளங்களையெல்லாம் எனக்கு வேண்டும் என பிரார்த்திக்கிறேன். நிறையவே பொருள் சேர்த்துவிட்டேன். என்றாலும் அவற்றால் எனக்கு எதுவும் தரமுடியாது என்பதையும், அவை ஒன்றுமற்றவை என்பதையும் இப்போது உணர்கிறேன்."

ஏதுமே இல்லாத ஃபரீத் எதையும் இறைவனிடம் யாசிக்கவில்லை. புறத்தோற்றத்தில் பிச்சைக்காரனாக இருந்தாலும் அவர் அகத்தில் அரசனாக இருந்தார். நாட்டின் அரசரான அக்பரோ உள்ளே பிச்சைக்காரனாக இருந்தார். அவருக்குள்ளே இன்னமும் தேவைகள் ஏராளமாக இருந்தன.

குருஜி வாசுதேவ்

பணக்காரன், ஏழை இருவருக்குமே தேவைகள் பல உண்டு. இருவரது தேவைகளும் வடிவத்தில் வேறானவையாக இருக்கலாம். ஆனால் உள்ளே இருக்கும் அந்த தேவை அல்லது நிர்ப்பந்தம் ஒரே அளவானதுதான். குறிப்பிட்ட தேவையை மட்டும் மனத்தில் வைத்துக் கொண்டு இறைவனைப் பிரார்த்திப்பது என்பது நிஜமான சமயத்தன்மை ஆகாது. ஒருவன் மீது செலுத்தும் அன்பு ஒன்றை எதிர்பார்த்ததாக இருக்கும் என்றால் அதை உண்மையான அன்பு என்று எப்படிக் கூறுவது.

பிரதிபலனாக எதையும் எதிர்பாராமல் செலுத்தப்படுவது அல்லவா உண்மையான அன்பு?

பேரரசர் அக்பர் மேலும் மேலும் வேண்டும் என்று இறைவனிடம் கேட்டபோது சூஃபி ஞானி ஃபரீத் அவருக்கு அவனுடைய நிலையை எடுத்துக் காட்டி உள்ளார். இது எப்பேர்ப்பட்ட மூடத்தனம் என்பது பற்றி அவருக்கு விளக்கி உள்ளார். நிஜத்தில் மனத்தின் நிறைவு என்பது பெறப்படும் எப்பொருளிலும் இல்லை. எந்தப் பொருளும் ஒரு மனிதனின் மனதை போதும் என்று சொல்ல வைக்கவே செய்யாது.

ஒருமுறை இறைவனிடம் பக்தன் ஒருவன் கேட்டானாம்: "இறைவா! உன்னால் முடியாதது என்று ஏதாவது உண்டா?" என்று. அதற்கு கடவுள் சொன்னாராம்: "என்னிடம் எல்லையற்ற ஆற்றல் உண்டு. எதை வேண்டுமானாலும் என்னால் வழங்க முடியும். ஒன்றுமே இல்லாதவனை சக்ரவர்த்தி ஆக்குவேன். மன்னாதி மன்னனை நாடோடி ஆக்குவேன். இறந்தவனுக்கும் உயிர் கொடுப்பேன். எனினும் என்னாலும் முடியாதது ஒன்றே ஒன்று உண்டு. அதுதான் போதும் என்ற மனம். அதை வழங்க என்னால் கூட முடியாது" என்றாராம்.

இறைவனையே சதமென்று நம்பும் பக்தர்களும் சரி, இறை நம்பிக்கையே இல்லாதவர்களும் சரி எவருமே தமது தேவைகளையோ, ஆசைகளையோ விட்டுவிடுவதில்லை. பக்தர்கள் இறைவனிடமே எனக்கு அதைக் கொடு, இதைக் கொடு என்று யாசிக்கின்றனர். மற்றவர்களோ வழிமுறைகள் பற்றி கவலையே இன்றி எப்படியாவது வென்றால் போதும் என்று செயல்படுகின்றனர்.

சிலருக்கு சில ஆசைகள் மட்டும் உள்ளன. பலரிடமோ பேராசைகள் பல உள்ளன. ஆனால், சூஃபிகளோ உள்ளதுபோதும் என்று மட்டுமல்ல, இருப்பதே தேவையற்றது என்ற மனநிலை கொண்டவர்கள்.

வாழ்க்கை உனக்கு எதை வழங்குகிறதோ அதைவிட சிறப்பானதை வேறு எவருமே வழங்க முடியாது. நீ தேடிச் சேர்க்கும் பொருள்களுக்கும்

வாழ்வு என்பதற்கும் எந்தவித தொடர்பும் கிடையாது. நாம் எந்த எந்தப் பொருள்களையெல்லாம் மிக முக்கியமானவை என்றும் அது இல்லாவிட்டால் வாழ்க்கை இருக்காது என்றும் எண்ணுகிறோமோ அந்தப் பொருட்கள் கண்டுபிடிக்கப்படுவதற்கு முன்பும் வாழ்க்கை இருந்துள்ளது. நாளை அந்தப் பொருள் பூமியிலேயே இல்லாதுபோகும். அதன் இடத்தை வேறொன்று வந்துநிரப்பும். எனினும் வாழ்வு என்னவோ தொடர்ந்து கொண்டுதான் இருக்கும்.

இதனாலேயே சூஃபிகள் எதையும் வேண்டுவது இல்லை. விருப்பம் ஏற்படுவதற்கு மூல காரணமாக இருப்பவை ஒருவர் மனதில் தோன்றும் எண்ணங்கள்தான். இவர்கள் மனதில் எண்ணங்கள்கூட எழுவது இல்லை. சலனமற்ற ஆழ்கடல் போன்ற அமைதி அவர்களின் மனதில் இருக்கும். அது அவர்களின் முகத்தில் தெரியும்.

சமணம், ஜென், சூஃபி போன்றவை ஏறக்குறைய ஒன்று போன்றவைதான். எனினும் இம்மூன்றிலும் சூஃபியே மிக உயர்ந்த சிகரத்தை எட்டியது என்பார்கள்.

கிறிஸ்துவுக்கு ஆறு நூற்றாண்டுகள் முன்னதாக தோன்றிய சமணமும், பௌத்தமும் சமகாலத்தவைதான். இரண்டுமே அன்பு, அகிம்சை, கொல்லாமை, ஆசையின்மை ஆகியவற்றை போதித்தவைதான். காலப்போக்கில் பௌத்தம் சீனா உட்பட பல நாடுகளில் பரவியது. சீனத்தின் தாஓ போன்றவற்றுடன் மருவி ஜென் பிறந்தது என்றும் சொல்வதுண்டு. அல்லது பௌத்தமே பின்னாளில் ஜென் எனப் பெயர் பூண்டது என்றும் கூறப்படுவது உண்டு.

இஸ்லாமிய தாக்கத்தில் எண்ணற்ற சூஃபி ஞானிகள் தோன்றினார்கள். சமண முனிவர்களும் அனைத்தையும் துறந்து ஆடை கூட இன்றி திகம்பர ஞானிகளாகத் திகழ்ந்தனர். ஜென் துறவிகளோ எதையும் பொருட்படுத்தாமல் இயற்கையுடன் இயைந்து ஈடிணையற்ற ஞானிகளாக விளங்கினர். ஜைனம், சூஃபி, ஜென் இம்மூன்றில் எது மிகச் சிறந்தது என்ற தர்க்கம்கூட இடைக்காலத்தில் தத்துவ ஞானிகளிடையே பலமாக எழுந்தது.

மூன்றும் வெவ்வேறு உருவம் கொண்டவை. ஆனால் இவற்றின் உள்ளே அடங்கியிருப்பது ஒரே தத்துவம்தான். அல்லது மூன்று ஞானிகளும் நிற்பது ஒரே தளத்தில்தான். ஆனால் இந்த மூன்று வகைகளில் எது சிறந்தது? அல்லது இந்த மூவகை ஞானிகளில் எவர் உயர்ந்தவர்?

இதில் வேடிக்கை என்னவென்றால் எந்த சூஃபி ஞானியும் நானே உயர்ந்தவன் என்று ஆரவாரம் செய்ததில்லை. எந்த ஜென் துறவியும் எங்களது கோட்பாடே உன்னதமானது என மார் தட்டியதில்லை. ஜைனத் துறவி எவரும் நானே உயர்ந்தவன் என்று ஆர்ப்பரிக்கவில்லை.

ஆனால் அவர்களைப் பின்பற்றும் மக்கள், அல்லது போற்றிக் கொண்டாடும் தொண்டர் குழாத்தை சேர்ந்தவர்கள் அப்படி விட்டு விடுவார்களா என்ன?

ஒரு அருமையான கதை உண்டு.

சுவர்க்கத்தில் மூன்று ஞானிகள் சந்திக்கின்றனர். அவர்களில் ஒருவர் ஜைனத் துறவி, மற்றவர் ஜென் துறவி, மூன்றாமவர் சூஃபி ஞானி.

சூஃபிகள் யாருமே எந்த ஒரு இடத்திலும் சொர்க்கம், நரகம் பற்றிப் பேசியதே இல்லை. அவர்களுக்கு சொர்க்கமும் ஒன்றுதான். நரகமும் ஒன்றுதான். அதேபோல் பௌத்த மதம் எங்குமே சொர்க்கம் பற்றி பேசுவதில்லை. ஜைன ஞானிகளும் அப்படியே.

ஆனால் ஏழை பாமர மக்களைப் பொறுத்தவரை அவர்களுக்கு யார் யாரெல்லாம் போற்றுதலுக்குரியவர்கள் என்று அவர்கள் நினைக்கிறார்களோ. அவர்களையெல்லாம் சொர்க்கத்துக்கு அனுப்பி விடுவார்கள்.

சொர்க்கத்தில் மூன்று அழகான ஆசனங்கள் போடப்பட்டுள்ளன. ஜென், ஜைன, சூஃபித் துறவிகள் மூவரும் ஆளுக்கொரு ஆசனத்தில் அமர்ந்துள்ளனர். இவர்களில் ஜைனத் துறவி இறுக்கமானவர். ஜென் துறவி அமைதியானவர். சூஃபியோ கொண்டாட்டமானவர்.

ஜைன துறவி கண்களை மூடிக்கொண்டு அமைதியாக வீற்றிருக்கிறார். ஜென் துறவி கண்களைத் திறந்துகொண்டு மவுனமாக இருக்கிறார். சூஃபி ஞானி முகத்திலோ சிரிப்பு பொங்கி வழிகிறது.

ஆனால் மூவரும் ஏதும் பேசவில்லை. ஒரு நீடித்த மவுனம் அங்கே ஆட்சி செலுத்திக் கொண்டிருந்தது. ஜைனத் துறவியைப் பொறுத்தவரை ஓசை என்பது அவருக்கு விருப்பமில்லாத ஒன்று. இடையூறு போன்றது. அவர் பேச விரும்ப மாட்டார். ஜென் துறவி கேட்டால் மட்டுமே பதிலளிப்பார். மற்றபடி மவுனம்தான் அவருடைய மொழியே. சூஃபி ஞானி பேசத் தயாராக உள்ளார். ஆனால் அவரும் வலிய எதையும் யார்மீதும் திணிக்காதவர்.

இந்நிலையில் ஒரு அழகான தேவதை அங்கு வருகிறது. அதன் கையில் ஒரு தாம்பாளம் இருக்கிறது. அதுமட்டுமல்ல. தாம்பாளத்தின் மீது பிடியுடன் கூடிய அழகான ஒரு தங்கக் கிண்ணம் காட்சியளிக்கிறது. அதில் அழகிய சிவந்த நிறத்தில் பழரசம் நிரப்பப்பட்டுள்ளது.

இனிய புன்முறுவலுடன் அந்தத் தேவதை சொன்னது. "இதுதான் வாழ்க்கை என்னும் ஜீவரசம்."

உடனே ஜைனத் துறவி தன் இரண்டு கண்களையும் மூடிக் கொண்டாராம். "நான் இதனை ஏறெடுத்தும் பார்க்க மாட்டேன். வாழ்க்கை என்பதே துன்பமானது. உலகம் என்பது துக்கமயமானது. சம்சாரம் துயரமயமானது. பிறப்பு என்பது ஒரு துன்பமயமான விஷயம். வாழ்வு என்பதும் ஒரு துன்பமென்றால், மரணம் ஒரு துன்பமான விஷயம் தான். வாழ்வின்போது செய்யும் செயல்களாகிய கர்மவினை தான் இந்த துன்பங்களின் விளைவாக நாம் அனுபவிக்கும் பெருந்துன்பம். இதனை அப்பால் கொண்டுபோ. இதன் வாடை கூட என்மீது படக்கூடாது. உடனே எடுத்துச் செல். இந்த இடத்தைவிட்டு நீ அகன்ற பின்பே நான் என் கண்களைத் திறப்பேன்.

ஜென் துறவி தன் அரைக் கண்களை மட்டும் திறந்து பார்க்கிறார். புத்தரின் வழியே நடுவுநிலைதானே! இதுவும் அல்ல. அதுவும் அல்ல என்பார் அவர். மனிதன் ஒரேயடியாக போகங்களில் மூழ்கி தனது ஆத்ம ஞானத்தை இழந்துவிடவும் கூடாது. அதேசமயம் நோன்பு, விரதம் என தீவிரமாக தன்னை வருத்திக் கொள்ளவும் கூடாது என்பதே அவர் காட்டிய பாதை.

பாதிக் கண்களை மட்டும் திறந்த ஜென் துறவி, "சுவைத்துப் பார்க்காமல் எதையும் மறுத்துவிட முடியாது" என்கிறார். "ஒரேயடியாக மறுப்பது தவறுதான். அதே சமயம் ஒரேயடியாக ஏற்பதும் தவறுதான். இரண்டுக்கும் நடுவாக ஒரு சிறிதளவு வாயில் ஊற்றி சுவைத்துவிட்டு ஒதுங்குவதே சிறந்த முறை" என்றவர் கிண்ணத்தை எடுத்து அண்ணாந்து சிறிதளவு வாயில் ஊற்றிக் கொண்டு பழையபடி தாம்பாளத்தில் அதை வைத்துவிட்டார்.

வாயில் ஊற்றிய ரசத்தை மடக்கென்று விழுங்கியவர், "அப்பப்பா! கடும் கசப்பு. ஜைனத் துறவி சொன்னது சரிதான். இது துயரம் மட்டுமே. எனினும் அவர் செய்தது தவறு. குடித்துப் பார்க்காமல் எப்படி இதை ஒதுக்க முடியும்? என்னதான் அவர் சொன்னது சரி என்றாலும் அதனை அவர் சொன்னவிதம் ஏற்கும்படி இல்லையே?" என்றார்.

சூஃபி ஞானி மவுனமாகக் கிண்ணத்தை எடுத்தார். மடமடவென்று ஒரே மூச்சில் அதைக் குடித்துமுடித்தார். இப்போது அவர் முகம் முழுக்க சிரிப்பும் பூரிப்பும் பொங்கி வழிந்தது. மெல்ல ஆசனத்தில் சாய்ந்து கொண்டு கண்களையும் மூடிக் கொண்டு சிரிக்க ஆரம்பித்துவிட்டார்.

அவர் ஒன்றுமே சொல்லவில்லை. எப்படி இருந்தது ஜீவரசம். அவர் அனுபவித்தது கசப்பையா? இனிப்பையா? துயரத்தையா? ஆனந்த பரவசத்தையா? குறைந்தபட்சம் மற்ற இருவரும் சொன்னதை மறுப்பது போலவோ, ஆமோதிப்பது போலவோ ஒருதலையசைப்பு கூட அவரிடமிருந்து வரவில்லை.

ஜைனத் துறவி, ஜென் துறவி இருவருமே ‘‘உங்கள் அபிப்பிராயத்தை சொல்லுங்கள். எப்படி இருந்தது’’ என்றனர்.

‘‘இதில் சொல்ல என்ன இருக்கிறது?’’ என்றார் சூஃபி ஞானி. ‘‘வாழ்க்கையை அப்படியே ஒட்டுமொத்தமாக அருந்திவிட வேண்டும்’’. அப்போதுதான் அது என்ன என்பது நமக்குத் தெரியும். தெரிந்து கொண்ட பின்பு சொல்வதற்கு அதில் ஒன்றுமே இருக்காது. துயரம், ஆனந்தம் இரண்டும் வெவ்வேறு வகையை சார்ந்தவை. ஆனால் வாழ்வு என்பது எந்த வகைப்பாட்டையும் சார்ந்ததே இல்லை. அதை ஒருவர் முழுமையாக உணர வேண்டும். என்னால் அதை முழுமையாக உணர முடிகிறது. நீங்கள் அதைக் குடிக்கவே இல்லை. மற்றவரோ அதில் ஒரு மிடரை மட்டும் சுவைத்துப் பார்த்தார். ஒரு பகுதியை மட்டும் உணர்ந்து கொண்டு ஒட்டுமொத்தமும் இப்படித்தான் என்று முடிவு கட்ட முடியாது. நான் மட்டும்தான் அதைக் கூறமுடியும். ஆனால் நான் எதைப் பற்றியும் கூறப் போவதில்லை. ஏனெனில் சொற்களுக்கு அப்பாற்பட்டது அது. அதை உணர உங்களுக்குள்ள ஒரே வழி நீங்களும் அதனை முழுதும் அருந்துவது மட்டுமே.

சூஃபி ஞானம் வாழ்வை பகுப்பதில்லை. தரம் பிரித்து வகைப்படுத்துவதில்லை. முழுதுமாக அதனை ஏற்கிறது. தான் அதில் மூழ்கி விடுவதில்லை. தன்னுள் அதனை ஏற்றுக் கொண்டு அதற்கப்பாலும் தான் நிற்கிறது.

சூஃபி ஞானிகள் எவருமே மனித சக்திக்கு அப்பாற்பட்ட அதீதங்களை நாடுவதில்லை. அதுபோன்ற செய்கைகளில் ஈடுபாடு காட்டுவதும் இல்லை. அவர்களுக்கு எல்லாமே இயல்பானவை. எதையும் அற்புதம் என்று அவர்கள் கருதுவதும் இல்லை. எல்லாமே அற்புதம்தான்

என்று நினைப்பவர்கள். இயற்கையின் அளவிட முடியாத படைப்புக்களில் அற்புதம் இல்லாதவை என்று எதையும் கூற முடியாது என்ற எண்ணமுடையவர்கள் அவர்கள்.

ஒளிரும் சூரியன், உதிக்கும் சந்திரன், வீசும் தென்றல், ஓடும் நதி, மலரும் மலர்கள், பாடும் பறவைகள் எல்லாமே அவர்களைப் பொறுத்தவரை அற்புதம் தான். அல்லது இவை எல்லாமே இயல்பானவை.

இத்தகைய மனநிலைகளை, கோட்பாடுகளைக் கூட அவர்கள் பாடலாகவோ, சூத்திரங்களாகவோ சொல்லி வைக்கவில்லை. காரணம் அப்படி ஒன்றை ஏற்படுத்தினால் அவை விதிமுறைகளாகி விடும். பிறகு விதிகளையொட்டிய சட்டதிட்டங்கள் உருவாகும். பிறகு அவற்றிற்கு வரம்புகள் ஏற்படுத்தப்பட்டு அவற்றை ஒட்டியவை, எதிரானவை என்று செயல்கள் பிரிக்கப்படும்.

அதன்பின்னர் கட்டுப்பாடான சட்ட திட்டங்களுடன் கூடிய ஒரு அலுவலகம்தான் அங்கே இருக்குமே தவிர சூஃபி ஞானம் என்பதற்கான எந்தவித அடையாளமும் அங்கே இருக்காது.

8 பூக்கடைக்கு விளம்பரம்

ஆழ்ந்த ஆன்மிக ஞானம் படைத்தவர் அவர்.

நாடெங்கும் அவர் பெருமை பரவியிருந்தது. ஏராளமானவர்கள் அவரை நாடி வந்தனர். எனினும் அவர் எந்த ஒரு இடத்திலும் இதுபற்றி சொல்லிக் கொண்டதில்லை.

வெளியூரில் இருந்து வந்த யாத்ரீகன் ஒருவன் அவர் பற்றி கேள்விப்பட்டான். நேரில் கண்டு அவரைப் பற்றித் தெரிந்து கொள்ள எண்ணினான்.

“இந்த ஊரில் சக்தி வாய்ந்த பெரியவர் ஒருவர் உள்ளாராமே?” எதிரில் வந்த ஒருவரிடம் வினவினான் அந்த யாத்ரீகன்.

5

குருஜி வாசுதேவ்

“ஆமாம்” என்றார் அந்த நபர். “அவர் பெரிய ஞானி. இந்த ஊரின் கோடியில் வசிக்கிறார். யாரைக் கேட்டாலும் அந்த இடத்திற்கு வழி சொல்வார்கள். தவிர இங்கிருந்து நீ நேராகப் போனாலே அங்குதான் போய்ச் சேருவாய். ஜனங்களும் அங்கு கூட்டமாகக் கூடியிருப்பார்கள்” என்றான்.

யாத்ரீகன் நேராகப் பயணம் மேற்கொண்டான். புஷ்பக் கடைக்கு விளம்பரமா தேவை? ஊருக்கு வெளியே அந்தக் குடில் தென்பட்டது. ஏராளமான மக்கள் அங்கே கூடி இருந்தார்கள். அங்கிருந்த வாயிலின் ஒரு பக்கத்தில் நின்றிருந்தவர்கள் ஒருவர் பின் ஒருவராக உள்ளே போய்க் கொண்டிருந்தார்கள். அதேபோல் மறுபக்கத்தில் உள்ளிருந்து ஒருவர் பின் ஒருவராக பலர் வெளியே வந்து கொண்டிருந்தார்கள்.

அங்குதான் பாகுதீன் நக்சுபண்ட் என்ற அந்த ஞானி வசித்து வந்தார். யாத்ரீகன் நேராக அங்கு சென்றான். அங்கிருந்த ஞானியைத் தொலைவில் இருந்து பார்த்தானே தவிர அவன் அவரிடம் சென்று தன்னை அறிமுகம் செய்து கொள்ளவில்லை. வரும் மக்கள் அவரிடம் பேசுவதையும், ஞானி அவர்களிடம் அவர்கள் கேள்விகளுக்கு சொல்லும் பதிலையும் மட்டும் கவனித்துக் கொண்டிருந்தான்.

நாள் முழுவதும் இவ்வாறு பார்த்துக் கொண்டிருந்த பின் அன்று மாலையில் அவன் அவரது சீடன் ஒருவனை அழைத்தான். அவனிடம் தன்னை அறிமுகம் செய்து கொண்டான்.

“உங்களிடம் ஒரு சந்தேகம் கேட்கட்டுமா?” என்றான். அதைக் கேட்டு ஆச்சரியப்பட்ட அந்த சீடன், “அதற்கென்ன? தாராளமாகக் கேளுங்கள்” என்றான்.

“உங்கள் குருவிடம் அற்புத ஆற்றல்கள் உண்டா?”

“அதுபற்றி எனக்குத் தெரியாது” என்றான் சீடன். ஆனால் அவரிடம் தினமும் நிறையப் பேர் வருவது உண்மை. அவர்களில் பலர் திரும்ப வந்து தங்கள் பிரச்சினைகள் நீங்கிவிட்டன என்று கூறி வணங்குவதை நான் பலமுறை கண்டிருக்கிறேன்.

“அதற்காக கேட்கவில்லை” என்றான் யாத்ரீகன். “உங்கள் குரு ஏன் தான் செய்த அற்புதங்களை மறைக்கிறார்?” நான் அறிந்த வரையில் அவரால் ஏராளமானவர்கள் நலம் பெறுவது உண்மை. ஆனால் அவர் எங்கும் இதனைபற்றிக் கூறவில்லை.

தனது வழிபாட்டினால் மக்கள் பலரை குணப்படுத்தி யிருக்கிறார். ஆனால் இது இயற்கையின் அருள் என்கிறார். துன்பத்தில் உள்ள பலருக்கு துயர் நீக்க வழிவகை செய்திருக் கிறார். ஆனால் இது நடந்தது அவர்களின் நல்வினைப் பயனால்தான் என்று அவர்களிடம் கூறுகிறார்''. ஏன் இப்படி சொல்கிறார்? தன்னடக்கத்தினாலா? புகழில் விருப்பமின்மை யினாலா? இதனால் அவருக்கு என்ன பயன்?

இதைக் கேட்ட சீடன் சற்று நேரம் மவுனமாக இருந்தான். பிறகு சொன்னான்: உண்மைதான். நானும் இதனைப் பலமுறை கவனித்திருக்கிறேன். எனக்குத் தெரிந்தவரை இதற்கு இரண்டு காரணங்கள் மட்டும்தான் உண்டு. முதலாவதாக அனைவரது கவனத்தையும் ஈர்க்க அவர் விரும்பவில்லை. இரண்டாவதாக முக்கியமான ஒரு காரணமும் உண்டு. மக்கள் அற்புதங்களில் தங்கள் ஆர்வத்தையும், ஈடுபாட்டையும் வளர்த்துக் கொண்டு விட்டால் உண்மையான ஆன்மீகப் பண்புகளை அறிந்து கொள்ளும் எண்ணமோ அவற்றை வளர்த்துக் கொள்ளும் ஆர்வமோ அவர்களுக்கு ஏற்படாமல் போய்விடக் கூடும் என்று அவர் எண்ணுகிறார். அதனால்தான் அவர் இவற்றுக்கு அவ்வளவு முக்கியத்துவம் அளிக்க விரும்புவதில்லை என்றான் அந்த சீடன்.

குருஜி வாசுதேவ்

9 மனதுடன் ஒரு மல்யுத்தம்

தான் செய்யும் செயல்களின் பலன்கள் மக்களை எட்டினால் போதும் என்று கருதியவர் ஞானி பாகுதீன் நக்சுபண்ட். அதன் காரணமாகவே அவர் மக்களிடம் இது அவர்களது நல்வினையால் ஏற்பட்டது, இது இயற்கையின் அருளால் விளைந்தது என்றெல்லாம் கூறி வந்தார்.

ஆன்மீக நேயம் தான் முக்கியமானது. அதன் பலனாக கிட்டுபவை தான் இந்த அற்புத ஆற்றல்கள். ஆனால் சராசரி மக்கள் அற்புதங்களில் பற்று வைத்து ஆன்மீகத்தை மறந்து விடுவார்கள் என்று கருதினார் அவர்.

அவரது எண்ணம் உண்மையில் மிகச் சரியானதே. ஒரு நடிகனோ, ஒரு அரசியல்வாதியோ அல்லது மிகப் பெரிய ஒரு கோடீசுவரனோ, வாழ்வில் வெற்றி பெற்ற எவராயினும் சரி. அவர்கள் ஏதாவது ஒரு கோவிலுக்கு சென்று வந்தால் நமது மக்கள் தாங்களும் உடனே படை,

படையாக அதே கோவிலுக்குச் சென்று வருவதை வழக்கமாக்கிக் கொள்வார்கள்.

அந்த குறிப்பிட்ட நிலையை எட்ட அந்த நபர்கள் எவ்வளவு பாடுபட்டிருப்பார்கள்; எவ்வளவு இடர்களை எதிர்கொண்டிருப்பார்கள் என்பது பற்றியெல்லாம் அவர்கள் கவலைப்படுவதோ, எண்ணிப் பார்ப்பதோ கிடையாது. அந்தக் கோயிலுக்குச் சென்று வந்ததால்தான் அவர்கள் வெற்றி பெற்றார்கள் என்பது அவர்களுடைய மூடத்தனமான நம்பிக்கை.

எகிப்திய பாலைவனத்தை இருப்பிடமாகக் கொண்டு வசித்து வந்தார் ஞானி நிஸ்டெரஸ். பாலைவனத்துக்கே தேடி வந்து அவரை தரிசித்தனர் பலரும். அவரது சீடர்கள் பலரும் அவரை இறைதூதர் என்று மதித்துப் போற்றினர்.

ஒருமுறை பிரபுக்களும், பொது மக்களுமாக ஏராளமானவர்கள் அவரைக் காண வந்திருந்தனர். அப்போது நெடுந்தொலைவில் இடி முழங்குவது போன்ற ஓசை கேட்டது. கூட்டத்திலிருந்த பலரும் உடனே திடுக்கிட்டு திரும்பிப் பார்த்தனர். தொலைவில் வானத்தில் பழுப்பு நிறமான புகை வடிவம் தோன்றியது. அது ஒரு பிரம்மாண்டமான பறக்கும் முதலையின் வடிவம் ஒன்றைப் போல் மாறிக் கொஞ்சம் கொஞ்சமாக இவர்களை நோக்கி நகர்ந்து வர ஆரம்பித்தது.

"ஐயோ! பறக்கும் முதலை" என்று அலறிய அந்தக் கூட்டத்திலிருந்த ஒருவன், அந்த இடத்தை விட்டே ஓட்டம் பிடித்தான். அடுத்து அவனைத் தொடர்ந்து எல்லாருமே அந்த இடத்தை விட்டு ஓட ஆரம்பித்தனர். ஞானி நிஸ்டெரஸும் அவர்களின் பின்னால் தானும் ஓடினார்.

சில நாள் சென்ற பின்னர் அவரது சீடர் ஒருவர் அவரிடம் கேட்டார். "ஐயா! அன்று நாம் கண்டோமே. அது என்ன உருவம்?" என்று.

"அது உருவம் அல்ல. பாலைவனத்தில் எங்கோ ஓரிடத்தில் அந்த சமயத்தில் மணற் புயல் உருவாகியிருக்கும்! அதனால் எழுந்த தூசுப் படலம் அது. மேகக் கூட்டம் போல் வித விதவடிவம் தரக்கூடியது அது. அன்று அத்தகைய முதலையின் வடிவத்தில் அது இருந்திருக்கும்."

"அது தெரிந்திருந்தும் ஏன் நீங்களும் கூட்டத்தோடு சேர்ந்து ஓடினீர்கள்?"

"எல்லோரும் ஓடும் போது நான் ஒருவன் மட்டும்தான் ஓடாதவன் என்ற தற்பெருமையில் இருந்து தப்பிப்பதற்காகவே அவ்வாறு ஓடினேன் என்றார் அந்த ஞானி."

மனம் என்பது விதவிதமான மாயைகளைத் தோற்றுவிக்கக் கூடியது. அதிலும் மற்றவர்களிலிருந்து தான் வித்தியாசமானவன் என்ற உணர்வை மற்றவர் மனதில் எப்படியாவது விதைக்க அது முயன்று கொண்டே இருக்கும். ஒருமுறை அத்தகைய உணர்வு ஒருவர் மனதில் புகுந்துவிட்டால் அதன் பிறகு அவ்வளவு சுலபத்தில் அதிலிருந்து நம்மால் மீண்டு விட முடியாது. மனம் உடனே நம்மைச் சுற்றி ஒரு கோட்டையை எழுப்பிவிடும். அதன் பின்னர் அதைத் தாண்டி எதுவும் நம் உள்ளத்திற்குள் நுழைய முடியாது. ஒவ்வொரு எண்ணமும், ஒவ்வொரு கருத்தும், நான் என்ற உணர்வுக்கு ஆதரவாக இருந்தால் மட்டுமே அதற்குப் பிறகு மனத்திற்குள் நுழைய முடியும். இயற்கை பற்றிய இறைவன் பற்றிய கருத்துக்களில் கூட நமக்கு பிடித்தமானது மட்டுமே நம்மால் ஏற்கப்படும்.

யுத்தத்திலேயே மிகப் பெரிய யுத்தம் ஒரு மனிதன் தன் மனத்துடன் நடத்தும் யுத்தம் மட்டுமே. இதனை நன்கு உணர்ந்த சூஃபி ஞானிகள் மனதை மிகக் கவனமாக உற்று நோக்கி அதை அவ்வப்போது சமநிலைப்படுத்தி சீரான பாதையில் செலுத்துவார்கள்.

மனம் என்பதே இல்லாவிட்டால் ஒருவனால் செயல்படவே முடியாது. அதே சமயத்தில் மனம் அதன் போக்கில் செயல்பட்டாலோ எவரும் தங்கள் இலக்கினை சீராக சென்றடைய முடியாது. மனம் நம்மோடு இருந்தாலும், மனத்துடன் நாம் இருந்தாலும் நம்மை செலுத்துவது எண்ணவோ மனம்தான்.

உறங்குவதற்கு முன்பு நம்மை உறங்கச் செல்லும்படி அறிவுறுத்து வதும் இந்த மனம்தான். உறங்கும்போது நமது உடலை உறங்க வைத்து விட்டு தான் மட்டும் வெளியேறி சுதந்திரமாக கனவு காண்பதும் இதே மனம்தான். பின்னர் உறங்கியது போதும் என்று நம்மை எழுப்பும் வேலை யைச் செய்வதும் இந்த மனமேதான். ஆக அன்றாட வாழ்வின் ஒவ்வொரு வினாடியிலும் நம்மை செலுத்திக் கொண்டிருப்பது மனம் மட்டும்தான்.

வாழ்க்கை என்ற தேரில் நம்மைக் குதிரையாகப் பூட்டி கடிவாளத்தைத் தன் கையில் பிடித்துக் கொண்டு மனம்தான் தேரில் ஜம்மென்று சவாரி

செய்கிறது நிஜத்தில். இதில் மிகப் பெரிய வேடிக்கை என்னவெனில் நாம் மனதிடம் அடிமைப்பட்டு இருக்கிறோம் என்பதை உணரக்கூட நம்மால் முடிவதில்லை.

மெய்ம்மை உணர்ந்த பெரியவர்கள் மட்டும்தான் தங்களை மெல்ல இத்தளைகளிலிருந்து விடுவித்துக் கொள்கின்றனர். அவர்களிலும் ஆற்றல் மிக்கோர் சர்வ வல்லமை படைத்த மனதையே தேரில் பூட்டி கடிவாளத்தைத் தங்களின் கையில் வைத்துக் கொள்கின்றனர். அப்படிப்பட்டவர்களே ஞானிகளாகப் பரிணமிக்கின்றனர்.

உன்னையே நீ அறிவாய் என்பதும் உள்ளே இருப்பது கொள்ளாத பேருலகம் என்பதும், தன்னை வென்றவன் தரணியை வெல்வான் என்பதும், உன்னைக்கட்டினால் விண்ணைக் கட்டலாம் என்பதும் இந்தப் பொருளில் சொல்லப்பட்டவைதான். பார்ப்பதற்கு வெறும் பழமொழி என்ற அளவில் இவை இருந்தாலும் இவை மிக ஆழ்ந்த பொருள் கொண்டவை.

நான் செய்தேன் என்று மற்றவர்களிடம் அல்ல; தங்களது மனதுக்குள் சொல்லிக் கொள்வதைக்கூட சூஃபி ஞானிகள் விரும்புவது இல்லை. நான் என்ற உணர்வு தங்கள் மனத்தின் எந்த மூலையில் எழும்புவதையும் அவர்கள் ஏற்பது இல்லை.

எகிப்தின் பாலைவனப் பகுதியில் ஞானி ஒருவர் வசித்து வந்தார். அபா லாங்கிளாஸ் என்பது அவர் பெயர். புலன்களை வென்றவர் என்று சிலர் இவரைப் புகழ்ந்தனர். இறை தரிசனம் பெற்றவர் இவர் என்றனர் இவரைப் பார்த்தவர்களில் சிலர். அதீத ஆற்றல்கள் கொண்டவர் இவர் என்றனர் இவருடன் பழகிய சிலர். குறிப்பிட்ட இடத்தில் நிற்காமல் எங்கெங்கோ திரிந்து கொண்டிருப்பார் அவர். அவரது புகழ் எகிப்து முதல் பாபிலோனியா வரையிலும் பரவி இருந்தது.

அவரைக் காண நீண்ட தூரத்திலிருந்தெல்லாம் பலர் வந்து கொண்டிருந்தனர். அவர்களது தீராத வியாதிகள் பலவும் அவரால் குணமாயின என்று சொல்லப்பட்டது.

ஒருமுறை பெண் ஒருத்தி அவரைத் தேடிக் கொண்டு வந்தாள். நீண்டகாலமாக புற்றுநோயால் அவதிப்பட்டுக் கொண்டிருந்தாள் அவள். அதற்கான எல்லாவிதமான வைத்தியங்களையும் அவள் செய்து பார்த்து விட்டாள். கடைசியாக யாரோ ஒருவர் சொன்னதைக் கேட்டு இவரைத் தேடி வந்திருந்தாள் எகிப்துக்கு.

குருஜி வாசுதேவ்

உனக்கு வந்திருப்பது புற்றுநோய். இதற்கு மருந்து என்பதே இல்லை. வைத்தியர்களால் இது குணம் ஆகாது. ஆனால் மருந்தால் தீராதது மந்திரத்தால் தீரும். நீ போய் அபா லாங்கிளாசைப் பார். அவர் மூலம்தான் இது தீரும்.

இப்படி பலரும் கூறவே புறப்பட்டு அங்கு வந்து சேர்ந்திருந்தாள் அப்பெண். எகிப்து பாலைவனம் வரை வழி விசாரித்துக் கொண்டு அவள் வந்து விட்டாள். அதன் பின்னர் யாரிடம் விசாரிப்பது என்று தெரியாமல் அங்கும் இங்கும் அலைந்தாள்.

கடற்கரை ஓரமாக அவள் ஒரு நாள் அப்படி அவரை தேடிக் கொண்டு சென்று கொண்டிருந்தபோது கம்பளி போர்த்திக் கொண்டு ஒருவர் நெருப்பு மூட்டுவதற்காக சுள்ளிகளைப் பொறுக்கிக் கொண்டிருந்ததைக் கண்டாள். அவர்தான் தான் தேடி வந்த அபா லாங்கிளாஸ் என்பதை அறியாத அந்தப் பெண் நேராக அவரிடம் சென்று வணங்கினாள்.

"ஐயா! மகான் அபா லாங்கிளாசின் இருப்பிடத்தை தாங்கள் அறிவீர்களா?''

"போயும் போயும் அவனை எதற்காகத் தேடுகிறாய்? அவன் ஒரு மோசக்காரன். அவனைப் பற்றிய கட்டுக் கதைகளை நம்பாதே. அவனிடம் உனக்கு என்ன காரியம் ஆகவேண்டும்?'' என்று கேட்டார் அவர்.

அவள் தன் நிலை பற்றி கூறினாள். "அபா லாங்கிளாசால் உனக்கு எந்த உதவியும் செய்ய முடியாது. அவன் எந்த இறைவனிடம் மன்றாடுவானோ அந்த இறைவன் உனக்கும் வேண்டியவர்தான். அவர் மீது நம்பிக்கை வைத்து புறப்படு. கடவுள் உன்னைக் காப்பாற்றுவார். விரைவில் குணமாக்குவார் உன்னை'' என்று கூறி அவளை திருப்பி அனுப்பினார் அவர்.

முழு நம்பிக்கையுடன் திரும்பிச் சென்ற அப்பெண் ஒரு மாதத்திற்குள் குணமடைந்தாள். அதன்பின் வெகுகாலம் உயிர் வாழ்ந்த அப்பெண் தன்னை குணப்படுத்தியவர் அபா லாங்கிளாஸ் என்பதை கடைசி வரையில் அறியாமலே மறைந்தாள்.

இந்த மூன்று கதைகளிலும் கூறப்பட்ட மூன்று பேரும் வேறு வேறு வகையினர். ஆனால், மூவருமே சூஃபி வகை ஞானிகள்தான்.

ஏராளமானவர்களை குணப்படுத்திய ஞானி பாகுதீன் நக்சுபண்ட் அவை இயற்கையின் ஆற்றலால், அவரவர் நல்வினைப் பயனால்தான் நடந்தது என்றுதான் கூறினார். நான் செய்த அற்புதம் என்று அவர் எந்த இடத்திலும் இதுபற்றிக் குறிப்பிட விரும்பவில்லை. ஞானி நிஸ்டெரஸ் மற்றவரைவிட தான் துணிவானவன் என்றுகூட குறிப்பிடப்பட விரும்பவில்லை. ஞானி அபா லாங்கிளாஸ் தன்னைத் தேடி வந்தவரிடம் கூட தான்தான் அந்த நபர் என்று காட்டிக் கொள்ள விரும்பவில்லை.

சூஃபிக்கு என்று தனிப்பட்ட இலக்கணம் எதுவும் கிடையாது. அப்படி ஏதாவது வரைமுறைகள் இருந்திருந்தால் இந்த ஞானிகள் முதலில் அதைத்தான் மீறியிருப்பார்கள். ஆற்றலுக்கு எப்படி வடிவம் இல்லையோ அதுபோல் அதற்கு வரைமுறையும் இல்லை.

வரம்புகள் அற்ற ஒன்றை வரம்புக்குள் கட்டுப்படுத்த நினைப்பதே அறியாமைதான். இந்த முறையில் வணங்கு, இத்தனை முறை ஜெபி, இத்தனை நாள் வழிபடு என்பது போன்ற வரைமுறைகளை செயல்படுத்து வதால் மனமானது இந்த விதிகளை எல்லாம் அமுல்படுத்துவதில்தான் ஈடுபாடு காட்டுமே தவிர இயற்கையுடன் ஒன்றாது.

ஆயிரத்தெட்டு முறை ஜெபம் செய்ய வேண்டும் என்று அதில் ஈடுபடுப்பவனின் மனமானது அந்த எண்ணிக்கையில் கோட்டை விட்டு விடக் கூடாது என்பதில்தான் கவனமாக ஈடுபட்டிருக்குமே தவிர இறை பக்தி என்பதே அங்கு இருக்காது. ஆரம்பத்தில் மனம் எண்ணிக்கையில் கவனம் செலுத்தும். பிறகு பழகப் பழக உதடு என்னவோ உச்சரித்துக் கொண்டிருக்கும். உள்ளமோ வேறு வேறு விஷயங்களைப் பற்றி நினைத்துக் கொண்டிருக்கும். பிறகு அது வெறும் சடங்குகளில் ஒன்றாக மாறி விடும்.

அதனால்தான் ஈடுபாடு இல்லாத முறைகளில் சூஃபி ஞானிகள் அக்கறை செலுத்துவதில்லை. எது இயல்போ அதுவாகவே இரு என்கிறார்கள் அவர்கள். தன் இயல்புக்கு மாறான ஒன்றைத் தேர்ந்தெடுத்து அதனுடன் சேரவும் முடியாமல், விலகவும் முடியாமல் இரண்டும் கெட்ட நிலையில் ஒருவன் அவதிப்படுவதைவிட எது அவனுக்குப் பொருந்தியதோ அதிலேயே முழுமையாக அவன் லயிப்பது நல்லது என்பதுதான் அவர்கள் கருத்து. பொய்யாக நூறு வருடங்கள் வாழ்வதைவிட உண்மையாக ஒருகணம் வாழ்ந்தாலும் போதும் என்று நினைப்பவர்கள் அவர்கள்.

10 நம்பிக்கை

துறவி ஹபீப் அஸ்மி ஒருநாள் ஆற்றுக்கு நீராடச் சென்றார். அங்கே தன் உடைகளைக் கழற்றித் தரையில் வைத்துவிட்டு ஆற்றுக்குள் இறங்கினார். அப்போது பாஸ்ரா நகரைச் சேர்ந்த ஒருவன் அந்த வழியாக வந்தான். கரையின்மீது எவருடைய ஆடைகளோ இருப்பதைக் கண்டான் அவன். உடனே ஆற்றுப் பக்கம் திரும்பிப் பார்த்தான். ஹபீப் அஸ்மி நீந்திய இடம் அவனது கண்ணுக்குத் தென்படவில்லை. பக்கவாட்டில் இருந்த கரைகள் அவரை மறைத்திருந்தன.

அடடா! யாரோ ஒருவர் கவனமில்லாமல் இதனை விட்டுவிட்டுப் போய்விட்டிருக்கிறார். அவர் வரும்வரை இதனைப் பாதுகாப்போம் என்று எண்ணி அங்கேயே ஆடைகளுக்குக் காவலுக்கு நின்றான் அவன்.

ஹபீப் அஸ்மி ஆற்றில் வெகு நேரம் நீராடிய பின்னர் கரையேறினார். அவர் தன்னுடைய உடைகளை எடுக்க முற்பட்டபோது அங்கு நின்றிருந்த மனிதன் அவரிடம், "பெரியவரே! உடைகளை இப்படி பாதுகாப்பின்றி விட்டுச் செல்லலாமா? எவரேனும் களவாடிச் சென்றிருந்தால் உங்கள் கதி என்ன ஆவது?" என்றான்.

ஹபீப் அஸ்மி சிரித்தார். "ஒஹோ! நான் உடைகளை அவன் பொறுப்பில் விட்டுவிட்டுப் போயிருந்தேன். அவன் அந்தப் பொறுப்பை உன்னிடம் கொடுத்து விட்டான் போலும்" என்றார் *சர்வ சாதாரணமாக.*

எல்லா நிகழ்வுகளும் இறைவனின் செயலே என்பதுதான் சூஃபி ஞானம். ஒரு பொருள் கிட்டியது என்றால் இது இறைவன் நமக்கு அளித்தது என்று நினைத்து அதனை மகிழ்ச்சியோடு ஏற்க வேண்டும். அது தொலைந்தாலோ, மறைந்தாலோ இறைவனால் அது எடுத்துக் கொள்ளப்பட்டு விட்டது என்று கருதுவார்கள் அவர்கள்.

அதனால் தான் எந்தப் பொருள் பத்திரமாக இருந்தாலும் அவர்கள் மகிழ்வதும் இல்லை. எந்தப் பொருள் களவு போனாலும் அதற்காக அவர்கள் வருந்தப்படுவதும் இல்லை.

வாழ்க்கை என்பது குறிப்பிட்ட வரையறைகளுக்குள்ளோ, சட்ட திட்டங்களுக்குள்ளோ அடைபடுவதில்லை. அதனாலேயே சூஃபி ஞானிகள் ஒழுக்க நெறிமுறைகள், விதிமுறைகளை வலியுறுத்துவதில்லை.

உலகின் ஒருபுறம் பகலாயிருக்கிறதென்றால் அதற்கு நேர் எதிரான மறுபுறத்தில் அந்த சமயத்தில் இருளாகத்தான் இருக்கும். வாழ்வின் ஒழுக்க விதிகள் ஒரு இடத்தில் சரியாக இருக்குமேயானால் வேறொரு இடத்தில் அது தவறாகத்தான் இருக்கும்.

இடத்திற்கும், காலத்திற்கும் ஏற்ப விதிகள் மாறிக் கொண்டே இருப்பதால் அதற்கு ஏற்றவாறு நடந்து கொள்வதற்கு மனதை பண்படுத்த வேண்டுமே தவிர எழுத்தில் எழுதப்பட்ட சட்டங்களால் எப்பயனும் இல்லை.

மழை அடித்துப் பெய்தால் விவசாயம் செய்பவன் மகிழ்ச்சி அடைவான். அதே சமயம் செங்கல் சூளை தொழில் செய்பவன் வருந்துவான். இவன் மழை வேண்டி பிரார்த்திப்பான். அவன் மழை கூடாது என்று வழிபாடு செய்து கொண்டிருப்பான். இருவருமே

இறைவனால் படைக்கப்பட்டவர்கள் தானே. அதனால் இருவரையும் காக்கும் கடமை இறைவனுக்கு உண்டுதானே.

அதனாலேயே சூஃபி ஞானிகள் இதைக் கொடு என்றோ, இது வேண்டாம் இறைவா என்றோ பிரார்த்திப்பது இல்லை. எப்போது எதை செய்ய வேண்டும் என்பது பற்றி நம்மைவிட நம்மைப் படைத்த இயற்கைக்கு நன்றாகவே தெரியும். ஆகவே, இயற்கையில் எது நடைபெறுகின்றதோ அதனை ஏற்பதே சூஃபி ஞானம்.

சூஃபி தத்துவங்கள் ஒவ்வொரு இடத்தில் ஒவ்வொரு விதமாக இருக்கும். ஒரு இடத்தில் ஒரு தத்துவம் கூறப்படும். மற்றொரு இடத்தில் அதற்கு நேர் எதிரான ஒரு தத்துவம் சுட்டிக்காட்டப்படும். மேலோட்டமாகப் பார்த்தால் அவை ஒன்றோடொன்று முரண்படுவதாகத் தோன்றும். உண்மையில் அவை முரண்பாடுகள் இல்லை. வாழ்வின் முரண்பாடுகளை பிரதிபலிப்பவை.

அதனாலேயே விவாதங்களுக்கு இடம் இல்லாத வகையில் சூஃபி ஞானிகளின் வாழ்க்கைக் கதைகளையே தத்துவமாக கூறி வைத்துள்ளனர்.

இங்கே ஞானியின் உடையை ஒருவன் காவல் காத்துக் கொண்டு நிற்கிறான். அவர் வந்ததும் அவரை அன்புடன் கடிந்து கொள்கிறான் அவன். அவரோ இறைவன் அதனை பாதுகாக்கும்படி அவனிடம் கொடுத்துவிட்டதாக கூறி அதனை இயல்பாக ஏற்கிறார். குறைந்த பட்சமாக அவனுடைய அந்த செயலுக்கு நன்றி கூடக் கூறவில்லை. உபரியாகக் கிடைக்கும் பொருள்களுக்குத்தான் நன்றி கூறவேண்டும். இது இயல்பு. இதற்கு தனிப்பட நன்றி கூறத்தேவை இல்லை என்பதுபோல் இருந்தது அவரின் செய்கை.

அதேசமயம் மற்றோர் இடத்தில் வேறொரு ஞானியின் செய்கை இதற்கு நேர் எதிராக இருப்பதைக் காணலாம்.

எகிப்திய பாலைவனத்தின் நடுவே ஞானி ஒருவர் வசித்து வந்தார். பாலைவனச் சோலை என்பார்களே, அப்படிப்பட்ட பகுதி அது. அந்த இடத்தில் மட்டும் நீரும், மரங்களும் நிறைந் திருக்கும். ஆனால் சுற்றிலும் பல நூறு மைல் தூரங்களுக்கு வெறும் பாலைவனம் மட்டுமே தென்படும்.

ஞானியைக் காண எங்கெங்கிருந்தோவெல்லாம் ஒட்டகங் களில் பலரும் பல நாள் பயணம் செய்து அங்கு வந்து சேருவார்கள். அவரும் வந்தவர்களை இன்முகத்துடன் வரவேற்று உபசரித்து அனுப்புவார்.

ஒருமுறை அயலூரான் ஒருவன் ஞானியைக் காண வந்திருந்தான். நெடுந்தொலைவில் இருந்து வந்த அவன் பல நாட்கள் ஒட்டகத்தில் பயணம் செய்து அங்கு வந்து சேர்ந்திருந்தான்.

ஞானி அப்போது சிறிய கூடாரமொன்றில் தங்கி இருந்தார். அதன் உள்ளே நுழைந்து அவருக்கு வணக்கம் தெரிவித்தான் அவன்.

தங்களைக் காண வெகு தொலைவிலிருந்து வந்து உள்ளேன் என்றான் அவன்.

"எப்படி வந்தாய்?" அவரைப் பார்த்து ஞானி கேட்டார்.

"ஒட்டகத்தின் மூலம்" என்றான் அவன்.

"ஒட்டகம் எங்கே?"

"வெளியில் நிறுத்தி உள்ளேன்."

"அதனைக் கட்டிப் போட்டு வைத்தாயா?"

"இல்லை என்ற அவன் மேலும். "எனக்கு இறைவன் மீது முழு நம்பிக்கை உண்டு. அவர் பார்த்துக் கொள்வார்" என்றான்.

அவன் சொன்னதைக் கேட்டு, "முட்டாளே!" என்று சீறினார் ஞானி. "போ. போய் உடனே ஒட்டகத்தைக் கட்டிப் போடு. கடவுளுக்கு நிறைய வேலைகள் உண்டு. உன் ஒட்டகத்தை பாதுகாத்துக் கொண்டிருக்க அவருக்கு நேரம் கிடையாது."

நம்மால் முடிந்த செயல்களை நாமே தான் செய்யவேண்டும் என்ற நோக்கில் கூறப்பட்ட கதை இது. உனது சோம்பேறித் தனத்துக்கு கவசமாக இறை நம்பிக்கையைக் காட்டக் கூடாது. இக்கதைதான் பிற்பாடு உலகப் பெற்ற பொன் மொழியாகவே மாறியது.

"அல்லாவிடம் பூரண நம்பிக்கை வையுங்கள். ஆனால் ஒட்டகத்தை கட்டிப் போட மறந்துவிடாதீர்கள்" என்பதுதான் அந்தப் பழமொழி.

அனல் சுட்டெரிக்கும் அரேபிய பாலைவனத்தில் பயணம் செய்யும் ஒருவனுக்கு ஒட்டகத்தின் துணை இல்லையேல் அவனுக்கு சாவதைத் தவிர வேறு வழியே கிடையாது. அந்த வெப்பமும், தாகமும் ஆளைக் கொன்றுவிடும்.

நம்மில் பலரும் காலங்கடந்த நிலையில் இதுபோல் கடவுளைத் துணைக்கு அழைப்பதைக் காணலாம். அலுவலகத்துக்குத் தாமதமாக

குருஜி வாசுதேவ்

வரும் ஊழியர் காலையில் அஷ்டலட்சுமி கோயிலுக்குச் சென்று வந்தேன் என்பார். மேலதிகாரியின் மனம் கண்டிக்க சங்கடப்படும். பணம் கேட்கும்போது பலர் இன்று செவ்வாய்க் கிழமை என்பார்கள். இல்லை என மறுப்பதற்கு இது ஒரு கவசம்.

இத்தகைய ஒளிவு மறைவுகளைக் கண்டித்து வெளிப்படையாக இருப்பதை வலியுறுத்தும் கதை இது.

சூஃபியிஸம் (Sufism) என்பது வெறும் போதனாமுறை மட்டும் அன்று. அதுவே வாழ்க்கையாகி விடுகிறது அங்கே. சூஃபி தத்துவத்தின் அடிப்படையான நடைமுறை வளர்ச்சியும், முன்னேற்றமுமே. முழுமை யடைதல் என்றும் இதனைக் குறிப்பிடுகின்றனர். சூஃபி இலக்கியம் முழுவதிலும் தோட்டப் பராமரிப்பு, முட்டையிலிருந்து வெளிவரும் கம்பளிப் பூச்சி, கம்பளிப் பூச்சி கூட்டுப் புழுவாதல், அதிலிருந்து சிறகடித்துப் பறக்கும் அழகிய வண்ணத்துப் பூச்சி, மலர்கள், விதைகள் முளைப்பது போன்ற குறிப்புகளை நாம் ஆங்காங்கே காணமுடியும்.

முழுமையான உண்மை எதனுடைய சார்பும் இன்றி இயல்பாக ஜீவிக்கும். சுயேச்சையாக நிற்கும். முழுமையான உண்மைக்கும், உண்மை சார்ந்த தொடர்புள்ளவற்றுக்கும் உள்ள வேறுபாட்டை துல்லியமாகக் காட்டுவதே சூஃபி வழிமுறை ஆகும்.

சூஃபி ஞானி பயாசித் பிசுடமியிடம் பேசிய பலரும் இறைவனை இடைவிடாது தொழுவதன் சிறப்பு பற்றியே அவரிடம் கேட்டார்கள். அப்போது அவர் கூறினார்: "நான் முதல் தடவை மெக்கா மாநகருக்குச் சென்றேன். அங்குள்ள புனித மசூதி கட்டிடத்தைப் பார்த்தேன். இரண்டாம் முறை போன போது அங்கு என் கண்களுக்கு கட்டிடம் தென்படவில்லை. அந்த இடத்தில் நான் இறைவனைக் கண்டேன். மூன்றாம் முறை சென்றபோது நான் காஃபாவையும் காணவில்லை. கடவுளையும் காணவில்லை" என்று.

இறைவன் வேறு, நாம் வேறு என்ற உணர்வு உள்ளவரைதான் நாம் ஒருவர் பல்வேறு இடங்களில் அவரைத் தேடுகிறோம். இது புனிதமான இடம், இது அசுத்தமான இடம் என்றெல்லாம் மனம் அப்போது கற்பிதம் செய்யும். எல்லாம் இறைவனே என்று உள்மனம் உணர்ந்தபின் தனியான இடமோ, தனியான தோற்றமோ நம்மால் உணரப்படுவதில்லை.

தனிமையில் நெடுநேரம் கண்மூடி அமர்ந்திருக்கும் ஞானியிடம் ஒருவர் கேட்டார்.

"ஐயா! கடவுள் உங்களிடம் என்ன கூறினார்?"

"அவர் எதுவும் சொல்ல மாட்டார். கேட்டுக் கொண்டிருப்பார்" என்றார் ஞானி புன்னகையுடன்.

"அப்படியா? அவரிடம் நீங்கள் என்ன பேசினீர்கள்?"

"நானும் எதுவும் பேசமாட்டேன். கேட்டுக் கொண்டிருப்பேன்" என்றார் அவர்.

வழிபாட்டின் நான்கு நிலைகள் பற்றி ஞானிகள் கூறுவது 1. நான் என்பது பேச நீ கேட்டல் 2. நான் என்பது கேட்க நீ பேசல் 3. நான் நீ இருவருமே பேசாது வெறுமனே கேட்டுக் கொண்டிருத்தல் 4. இருவருமே பேசுவதும் இல்லை. கேட்பதும் இல்லை. அங்கே அப்போது நிலவுவது பூரண மவுனம் மட்டுமே.

சாதாரண வழிபாடுகள் பெரும்பாலும் முறை இடுவது, குறை கூறுவது அல்லது ஏதேனும் ஒன்றை யாசிப்பது போன்றவையாக மட்டுமே இருக்கும். அப்படிப்பட்ட தேவை இல்லாதவர்கள் வழிபாடே செய்யாதவர்களாக இருப்பார்கள்.

எதையும் யாசிக்காமல், அதே சமயம் வழிபாடு நிகழ்த்தப்படுவது என்பதுதான் சிறந்த வழிபாடு எனப்படும்.

சூஃபி ஞானிகள் அதையும் தாண்டியவர்கள் எனலாம். அங்கே வழிபாடுகூட நிகழ்வதில்லை. உள்ளும், புறமும் ஒன்றாக அவர்கள் அமர்ந்திருப்பார்கள். அந்த நிலையில் வெளியே இருக்கும் வெறுமை அவர்களுக்கு உள்ளே பரவியது எனலாம். அவர்களின் உள்ளே இருக்கும் வெறுமை வெளியே வியாபிக்கிறது என்றும் கூறலாம். அல்லது அவர்களுக்கு உள்ளேயும் வெளியேயும் இருப்பவை ஒன்றாகக் கலந்துவிட்டன என்றும் கூறலாம்.

வளர்ச்சியின் ஆரம்ப கட்ட வெளிப்பாடுகள்தான் நிலைகள் என்பவை. அந்த நிலைகள் அனைத்தையும் தாண்டி நிற்பதே உச்சநிலை. அதுவே மெய்ம்மையுடனான நேரடித் தொடர்பு என்பதே சூஃபிகளின் சித்தாந்தம் ஆகும்.

11. விதைகளின் வீரியம்

சூஃபி ஞானி ஜலாலுதீன் ரூமியிடம் ஒருவர் கேட்டார். "குரான் நல்ல புத்தகமா? அதைப் படிக்கலமா?" என்று.

"அதைப் படிப்பதால் நன்மை அடையக்கூடிய நிலையில் நீ இருக்கிறாயா என்பதை முதலில் உன்னை நீயே கேட்டுத் தெரிந்து கொள்" என்றார் அவர்.

பொருள். எவ்வளவு உயர்ந்ததாயினும் அதை பயன்படுத்துபவன் அதைச் சரி வர பயன்படுத்தக் கூடிய நிலையில் இருக்க வேண்டும். காதே இல்லாத ஒருவனுக்கு இன்னிசையும் ஒன்றுதான். கர்ண கடூரமான ஓசையும் ஒன்றுதான். கண்ணில்லாதவனிடம் அழகிய ஓவியத்தை நீட்டுவதால் எப்பயனும் இல்லை.

அடையும் பொருள் எவ்வளவு சிறப்பானது என்பது எத்தனை முக்கியமோ அதைவிட முக்கியம் அதனை அடைந்தவன் தகுதி என்ன

என்பது நாய் ஒன்று முழுத் தேங்காயை வாயில் கவ்விக் கொண்டு ஓடிவரும். அந்த தேங்காயை உடைத்தால் இனிய இளநீரும், சுவையான தேங்காயும் கிடைக்கும். ஆனால், அதை உடைக்க நாயினால் முடியாது கெட்டியான கெட்டாங்கச்சி அதனை மூடி இருப்பதால்.

இந்நிலையில் நாய் அதனைக் கவ்வியபடி ஓடிவரும். கீழே அதைப் போட்டு இப்படியும், அப்படியும் புரட்டும். பின்பு மீண்டும் அதைக் கவ்விக் கொண்டு ஓடும். அதனாலும் அதைத் தின்ன முடியாது. அதே சமயம் மற்றவர்களையும் அதை அது நெருங்க விடாது.

நாய் பெற்ற தெங்கம்பழம் என்பது பழமொழி. ஆன்மீகத்திலும் இத்தகைய போக்கு நிறையவே உண்டு. பிரசித்தி பெற்ற ஆலயங்கள், சிறப்புமிக்க மகான்கள் ஆகியோரை சுற்றி இப்படிப்பட்ட சிலர் இருப் பார்கள். இவர்களுக்கு எந்த ஞான தாகமும் இருக்காது. அதே சமயம் ஆன்மீக வேட்கை உடையவர்களையும் மகான்களை அணுக இவர்கள் விடமாட்டார்கள்.

ஆத்ம ஞானத்தைப் பொறுத்தவரை உள் இருப்பு என்பதே முக்கிய மானது. விலைமதிப்பற்ற வைரத்தை எவராவது கந்தல் துணியில் சுருட்டி புளிப் பானையில் போட்டு வைப்பார்களா? அழகிய நகைப் பெட்டியின் உட்புறம் வெல்வெட் வைத்து தைக்கப்பட்ட மெத்தென்ற இருக்கையில் வைத்து பீரோவில் உட்புற லாக்கரில் அல்லவா அதை வைப்பார்கள்?

அனைத்து உலகங்களிலும், அத்தனை பிறவிகளிலும் ஈடிணையற்றது என்று கருதப்படும் இறை ஞானம் கிட்டினால் அதை ஒருவன் எங்கு கொண்டு போய் வைக்க முடியும்? தன் உள்ளத்தில்தானே? அந்த உள்ளம் அழுக்குகளும், குப்பையும், தூசியும் மண்டிக் கிடக்கலாமா?

அதை சுத்தமாகத் துடைத்து பளிச்சென்று நிர்மலமாக வைத்திருக்க வேண்டும். இல்லையா? ஞானம் அடைவது என்பதே அடுத்தபட்சம்தான். முதலில் அதற்கு தயார் நிலையில் மனம் இருக்க வேண்டாமா?

ஒரு இடத்திற்கு ஜனாதிபதி விஜயம் செய்கிறார் என்றால் உடனே அந்த இடத்தை துப்புரவு செய்து பலத்த பாதுகாப்பு ஏற்பாடுகளுடன் சிறப்பாக தயார் செய்து வைக்கிறோம். பின்னர் ஜனாதிபதி அங்கு வரலாம். அல்லது தமது வருகையை ரத்து செய்தும் விடலாம். அல்லது தள்ளியும் போடலாம். ஆனால், நம்மைப் பொறுத்தவரை அவரை வரவேற்று விழா நடத்தி சிறப்பிக்கும் அளவுக்கு தகுதி உள்ளவர்கள் என்ற நிலையில் உள்ளோம்.

மனம் என்பதும் அது போன்றதே. ஆள் நடமாட்டமின்றி பாம்புகளும், ஆந்தைகளும், கூகைகளும், வௌவால்களும் அமர்ந்து கிடக்கும் பாழடைந்த குகைபோன்ற இடங்களும் உண்டு. ஆட்கள் வந்து போனாலும் சரிவர சுத்தம் செய்யப்படாமல் குப்பைகளுடன் காட்சியளிக்கும் இடங்களும் உண்டு. சேரும் குப்பைகளை அவ்வப்போது அகற்றி, தூய்மையாக பராமரிக்கப்படும் இடங்களும் உண்டு.

மனங்களிலும் இதுபோன்ற வகைகள் உண்டு. பாழ்குகை போன்று வக்ரமும், குரூர எண்ணங்களும் நிரம்பிய மனங்களும் உண்டு. குப்பைகளுடன் உள்ள இடம் போல் நல்லதும், தீயதுமாக அவ்வப்போது சுயநலமும், ஆசைகளும், சேவையும், தியாகமும் என மாறி மாறி ஊசலாடும் மனங்களும் உண்டு. அவ்வப்போது ஏற்படும் சுயநல எண்ணங்கள், தீய சிந்தனைகள் இவற்றை அவ்வப்போது உடனுக்குடன் அகற்றி துடைத்து சுத்தமாக வைத்திருக்கும் மனங்களும் உண்டு.

ஜனாதிபதியை வரவேற்பதற்கு எல்லா ஏற்பாடுகளுடனும் நாங்கள் தயார் என்ற நிலையில் உள்ளவை இப்படிப்பட்ட மனங்களே. இத்தகைய மனம் தான் மிக முக்கியமானது. அத்தகைய உள் நடவடிக்கைகள் சரிவர அமைந்தால் அதன்பின் இறை ஞானம் வந்தே தீருவது உறுதி.

வெயில் காலத்திலேயே ஏரி, குளங்களை தூர்வாரி ஆழப்படுத்தி விட்டீர்கள் என்றால், மழை இந்த ஆண்டு பெய்தாலும் சரி, மறு ஆண்டு பெய்தாலும் சரி சில காலம் கழித்து பெய்தாலும் சரி, மழை பெய்தவுடன் அவை வீணாகாமல் ஏரி, குளங்களில் தேக்கப்படும்.

மனம் பக்குவப்படுத்தப்படுவது என்பதும் இதுபோன்ற தூர் எடுக்கும் நடவடிக்கைதான். இறையுண்மை எப்போது வேண்டுமானாலும் கிட்டட்டும். அதனை ஏற்க, முழுமையாக தன்னுள் கிரகிக்க மனம் தயாராக இருக்க வேண்டும்.

ஒருவன் தனது ஆன்மாவை மட்டும் இழந்து விடுவானேயாகில் அகிலத்தையே பெற்றாலும் அதனால் அவன் பெற்றது என்ன? என்று கேட்கிறார் ஏசுநாதர். தன் ஆன்மாவை இழந்தபின் எது பெற்றாலும் அதனால் அவனுக்கு பலன் இல்லை.

மனதை பக்குவப்படுத்தி தயார் நிலையில் வைத்திருப்பவனைத் தேடி ஞானம் ஓடிவரும். பள்ளமான இடத்தை நோக்கி மழை வெள்ளம் தானே பாய்ந்து ஓடி நிரம்புவது போன்ற இயல்பான நிகழ்வு இது.

மரம் பழுத்தால் வௌவாலை வாவென்று கூவி இரந்து அழைப்பார் யாவரும் இங்கில்லை என்கிறார் ஔவையார். பழுத்த மரத்தை நாடிப்

பறவைகள் தானே வருகின்றன. கனி நிரம்பிய மரம் பற்றி எவரும் அவற்றுக்குத் தகவல் தெரிவிப்பதில்லை. காய்கள் கனிவதால் ஏற்படும் நறுமணம் காற்றின் நான்கு திசைகளிலும் பரவும். மனம் கனிந்து பக்குவப்பட்டால் ஆத்ம ஞானமும், இறை உணர்வும் தானே வந்து அந்த மனத்துள் நிறையும்.

மனம் முழுமையாக பக்குவம் அடையாத நிலையில் ஞான வேட்கையுடன் எத்தனையோ பேர் ஊர், ஊராக, நாடு, நாடாக பல இடங்களிலும் அலைந்து திரிந்துள்ளனர். உள்ளே சரியான பக்குவம் ஏற்படாமல், மனவாயிற் கதவு திறக்காமல் வெளியில் இருந்து ஒன்று எப்படி உள்ளே நுழைய முடியும்? தன் உள்ளே பிரச்சினை உள்ளது என்பதை உணராமல் வேறு வேறு இடங்களுக்கு நகர்ந்து கொண்டேயிருந்தார்கள் அவர்கள். எனினும் அவர்களின் மனம் எப்போது உள்ளே கனிந்ததோ அப்போதே வெளிப்புறமும், உட்புறமும் ஒன்றாகி மெய்ஞ்ஞான பரவசத்தில் திளைத்தனர்.

சத்தும் மறைந்து, சித்தும் மறைந்து, ஆனந்தம் மட்டுமே எஞ்சி நின்ற நிலையில் பரவசமாக ஆடிப்பாடினர். அந்த நிலையை எட்ட முடியாமல், அதுபற்றிய உணர்வுகூட பெற முடியாமல் நாமெல்லோரும் அந்த நாட்களை மட்டும் திருவிழாவாக கொண்டாடி வருகிறோம்.

மலர் மலர்ந்த பின்னரே அதில் மகரந்தத்தின் சேர்க்கை ஏற்பட முடியும். மொட்டாக கூம்பி இருக்கும் மலரில் எந்த வண்டும் வந்து அமர்வ தில்லை. மனம் மலர்ந்த பின்னரே அதில் எந்த மாற்றமும் ஏற்பட முடியும். மலராத மனங்களில் எதனையும் விதைக்க மகான்களாலும் இயலாது.

அருமையான சூஃபி கதை ஒன்று உண்டு.

ஒருவன் மனம் ஞானவேட்கையின் பால் பற்றுக் கொண்டது. நிலையற்ற இந்த உலக வாழ்வில் அவனுக்கு ஈடுபாடில்லை. வாழ்க்கையின் எந்த போகங்களுமே அவனைக் கவரவில்லை. அழிவற்ற பேருண்மையை அவன் மனம் நாடியது. உலக இன்பங்கள் பொய்யானவை என்பதால் அதிலும் அவன் மனம் செல்லவில்லை. மறு உலகம் என்ற பெயரில் மதவாதிகள் செய்யும் ஆரவாரங்களிலும் அவன் மனம் தோயவில்லை.

இவற்றில் பலவும் அர்த்தமே இல்லாதவை என்று அவன் உறுதியாக நம்பினான். ஒருபுறத்தில் பக்தி என்ற பெயரில் நடைபெறும் ஆதிக்கம். மறுபுறத்தில் பகுத்தறிவு என்ற பெயரில் நடைபெறும் ஆரவாரம். இந்த சம்பவங்கள் எல்லாமே ஒன்றோடொன்று எதிர்த்து நின்று தம்மைத் தாமே

சித்தாந்தவாதிகளாகக் காட்டிக் கொள்ளும் சுயவிளம்பரங்கள் மட்டுமே தவிர இவற்றில் எந்த உண்மையோ, விளக்கமோ கிடையாது. இவை தேடல் உள்ள ஒருவனுக்கு எந்தப் பாதையையும் காட்டப் போவதில்லை.

எப்படியும் ஞானம் உணர்ந்த நல்ல குரு ஒருவரை தேடிக் கண்டுபிடிப்பது தவிர வேறு வழி இல்லை. உண்மையை அறிந்த ஒருவர்தான் அடுத்தவனுக்குக் காட்ட முடியும். அறியாதவர்களிடம் பேசி என்ன பயன்? ஆனால் உண்மை உணர்ந்த ஞானிகள் எவரும் தம்மை ஞானி என்று சொல்லிக் கொள்ளவோ, காட்டிக் கொள்ளவோ முற்பட மாட்டார்களே?

இவ்வாறு எண்ணிய அவன் தக்க குரு ஒருவரைத் தேடிக் கண்டுபிடித்து விடுவது என்ற முடிவுடன் ஊர், ஊராகப் புறப்பட்டான் அவன். எங்கெங்கோ சென்றான். பலருடனும் உரையாடினான். எதிலும் மனம் நிறைவடையவில்லை.

கடைசியாக சிற்றூர் ஒன்றை அடைந்தான் அவன். அந்த ஊருக்கு வெளியில் மரத்தின் அடியில் ஒருவர் அமர்ந்திருப்பதைக் கண்டான்.

அவரிடம் சென்று வணங்கியவன் கேட்டான், "ஐயா! சிறந்த குரு ஒருவரை சென்று அடைய விரும்புகிறேன். என் ஐயப்பாடுகளை நீக்கி எனக்குத் தெளிவான ஒரு பாதையைக் காட்டக் கூடியவரை நான் சென்று சேரவேண்டும்" என்று.

"தொடர்ந்து தேடு" என்றார் அவர்.

"உண்மை உணர்ந்த குரு எங்கிருக்கிறார் என்பதை தாங்கள்தான் கூறவேண்டும். எனக்கு வழிகாட்டக் கூடியவரை நான் எப்படி அடையாளம் காண்பது?"

அவர் கூறினார்: "உனக்கு வழிகாட்டக் கூடியவர் மரத்தடியில் அமர்ந்திருப்பார். எந்த விரிப்பும் இல்லாமல் வெறும் தரை மீது அமர்ந்திருப்பார். தோளில் கம்பளி எதுவும் போர்த்தி இருக்க மாட்டார். அவர் அமர்ந்திருக்கும் மரத்தின் அருகே இரட்டைப் பனைமரங்கள் இருக்கும்." இவ்வாறு பலவிதமான அடையாளங்களைக் கூறினார் அவர்.

நன்றி கூறி வணங்கிப் புறப்பட்டான் அவன். சிறிது தூரம் வந்த பின்பு ஒரு மரத்தின் அடியில் ஒருவர் அமர்ந்திருப்பதைக் கண்டான். ஆவலோடு அருகே நெருங்கினான். அவர் மரத்தடியில் கோணி ஒன்றை விரித்துப் போட்டு அதன் மீது அமர்ந்திருப்பதைக் கண்டான்.

நமக்கு வழிகாட்டக் கூடியவர் வெறும் தரை மீது அல்லவா அமர்ந்திருப்பார். அதனால் இவர் அவராக இருக்க முடியாது என்ற முடிவுக்கு வந்தவன் சிந்தனை வயப்பட்டவனாக மேலும் நடந்தான். அடுத்த ஊரில் இன்னொருவரைக் கண்டான். ஆனால் அவர் அமர்ந்திருந்த மரத்தின் அருகே பனைமரங்கள் எதையும் காணவில்லை.

இப்படியே அவனது பயணம் தொடர்ந்து கொண்டிருந்தது. நாடு, நாடாக சென்று கொண்டே இருந்தான். மாதங்கள், வருடங்கள் என்று காலமும் உருண்டு கொண்டே இருந்தது. ஆனாலும் அவன் ஊக்கம் மட்டும் தளரவே இல்லை.

ஒவ்வொரு இடத்திலும் அவன் பலரைக் கண்டான். அவர்களிடம் அவன் குரு காட்டிய அடையாளங்களில் ஒன்று இருந்தால் ஒன்று இருக்காது. எல்லா அடையாளங்களும் பொருந்திய நபரை அவன் காணவே இல்லை. இப்படியே முப்பது வருடங்கள் ஓடிவிட்டன.

கடைசியாக அவன் ஓரிடத்திற்கு வந்து சேர்ந்தான். தொலைவில் இரட்டைப் பனைமரங்கள் தென்பட்டன. அருகே மரத்தடியில் ஒருவர் கண்மூடி அமர்ந்திருப்பது தெரிந்தது. ஆவலுடன் அருகே நெருங்கினான். அவரது தோள்மீது போர்வை ஏதும் காணப்படவில்லை. தரையிலும் விரிப்பு ஏதும் இருக்கவில்லை.

சுற்றும் முற்றும் நோக்கினான். குரு கூறிய அத்தனை அடையாளங்களும் அவருக்குப் பொருந்திக் காணப்பட்டன. ஓட்டமாக ஓடி வந்து அவரது காலடியில் விழுந்து வணங்கினான் அவன். பின்னர் அவரை நிமிர்ந்து பார்த்தவன் திகைத்துப் போனான். முதன் முதலில் அவன் யாரை வழி கேட்டானோ, அவரேதான் இவர்.

"வந்து விட்டாயா? வா. அதற்குள் 30 வருடம் ஓடிவிட்டது, இல்லையா?" என்றார் குரு.

"ஐயா! தாங்கள்தானா?" என்றான் அவன் திகைப்பிலிருந்து மீளாமல்.

"ஆம். நானேதான். ஆனால் அதை உணர்ந்து கொள்ள உனக்கு இத்தனை கால அவகாசம் தேவைப்பட்டிருக்கிறது. நான் உனக்கு எல்லா அடையாளங்களையும் சரியாகச் சொன்னேன்.

ஆனால் நீ இருக்கும் இடத்தைச் சுற்றி கவனிக்கவில்லை. வெளியே எங்கோ தேடிக் கொண்டிருந்தாய். ஒரு விநாடி நீ நிமிர்ந்து பார்த்திருந்தால் உணர்ந்திருப்பாய். பரவாயில்லை. நான் உனக்காகத்தான் இத்தனை காலம் காத்திருந்தேன். இனி உனக்கு உபதேசம் தேவை இல்லை. இது உன் இடம். இங்கு அமர்ந்துகொள்'' என்று கூறிவிட்டு எழுந்த குரு புறப்பட்டுச் சென்றார்.

எதைத் தேடுகிறாயோ அது உன்னிடத்திலேயே உள்ளது என்பதை விளக்கும் அருமையான கதை இது. மிகச் சிறந்த குருவை அவன் தேடினான். அந்த குருவிடமே அவரை அடைய வழி கேட்டான். அவரும் மிகவும் நிதானமாகத் தான் அதை அவனுக்கு விளக்கினார். எனினும் அவனால் அதைக் கண்டுகொள்ள முடியவில்லை. குருவைத் தேடி ஒரு மிகப் பெரிய சுற்றுப்பயணம் நடத்தி முடித்துவிட்டு புறப்பட்ட இடத்திற்கே வந்து சேர்ந்தான் அவன்.

இப்போது அவன் தெரிந்துகொண்டு விட்டான். அவனுள் விழிப்பு ஏற்பட்டுவிட்டது. இனி அவனுக்கு விழிப்புணர்ச்சி ஊட்ட வேண்டிய அவசியம் இல்லை. அதனால்தான் அவர் இனி அவனுக்கு உபதேசம் தேவை இல்லை என்று கூறி அந்த இடத்தில் அவனை அமரச் சொல்லிவிட்டுப் புறப்பட்டுவிட்டார்.

முதன் முதலில் அவன் வந்தபோது அவர் நான்தானப்பா நீ தேடும் குரு என்று கூறியிருக்கலாம். ஆனால் அவர் அப்படிச் சொல்ல மாட்டார்.

ஏனெனில் எந்த குருவும் தன்னை குரு என்று கூறிக் கொள்ள மாட்டார்கள். அதேபோல் எடுத்ததுமே அவனும் அதை ஏற்றுக் கொண்டிருக்க மாட்டான்.

வீட்டிலேயே இருப்பவனுக்கு நிழலின் சுகம் தெரியாது. வெளியே அலைந்து வெயிலில் களைத்துப்போய் திரும்பிய பின்பே அந்த ஓய்வின் சுகத்தை அவனால் உணர முடியும். நாள் முழுவதும் நிழலில் இருந்தாலும் தென்படாத சுகம் நான்கு நிமிடம் வெயிலில் இருந்தால் போதும். அந்த சில நிமிடங்களிலேயே நிழலின் குளுமை நமக்குப் புலப்பட்டு விடும்.

30 வருடங்கள் அலைந்த பின்னரே அவனால் தன் குருவை அடையாளம் காண முடிந்தது. அதன் பின் அவர் கூறும் எதுவும் அவன் மனத்துள் ஆழப்பாயும் தன்மையை அவன் பெற்று விட்டான். ஏனெனில் அப்போது அவனதும் முழுமையாகக் கனிந்திருந்தது. முதன் முதலில் அவன் சந்தித்தபோது அவர் கூறியிருந்தால் அவன் மனம் அவரை குருவாகவே ஏற்றுக் கொண்டிருக்காது. அந்நிலையில் அவர் மந்திர

உபதேசம் செய்திருந்தாலும் அவன் மனதில் அது பதிந்திருக்காது. அவனது ஆழ் மனதில் அவநம்பிக்கை மட்டுமே இருந்திருக்கும்.

இந்தப் பொருளில்தான் ஜலாலுதீன் ரூமி கூறுகிறார்: "அதனைப் படிப்பதால் ஏதேனும் நன்மை பெறக்கூடிய நிலையில் உன் மனம் உள்ளதா?" என்று.

குரானோ, அல்லது வேறு எந்த வேதமோ அது எது என்பது முக்கியமில்லை. அதனைப் படிப்பதால் ஏதேனும் பெரும் அளவு நமது மனம் பண்பட்டு உள்ளதா என்பதுதான் முக்கியம். பக்குவப்பட்ட நிலத்தில் மேலோட்டமாக தூவப்பட்ட விதைகளும் முளைக்கும். ஆனால் பக்குவப்படாத களர் நிலத்தில் ஆழ விதைத்து, உரமிட்டு, நீர் பாய்ச்சினாலும் அதே விதைகளே முளைப்பதில்லை.

சில விதைகள் வீரியமிக்கவை. நிலத்தில் இட்டதுமே முளைத்து விடும். சில விதைகள் நாள் கணக்கில் நிலத்தில் மக்கிய பின்பே நிதானமாக முளைக்கும். தேடல் உள்ள சிலர் தங்களது குருவை கண்டவுடன் இவரே நான் தேடிய நபர் என்று சட்டென்று அடையாளம் கண்டு கொண்டு விடுகின்றனர். சிலருக்கு குருவே தான் யார் என்று அடையாளம் காட்டிய பின்னரும் கூட அவரை உணர்ந்து கொள்ள முடிவது இல்லை.

உலகின் அனைத்து தரப்பு மக்களுமே உடலை கவனமாகப் பாதுகாக்கின்றனர். சத்துள்ள உணவுகள், சக்திமிக்க மருந்துகள், எடுப்பான உடைகள் எனத் தங்களது புறத்தோற்றங்களை அழகுபடுத்துவதில் மட்டும் ஆழ்ந்த கவனம் செலுத்துகின்றனர். ஆனால் இந்த உடலையும், அதன் ஒவ்வொரு விநாடி அசைவுகளையும் பின்னிருந்து இயக்கும் மனதையும் பற்றி எவரும் பொருட்படுத்துவதே யில்லை. உடல் எப்படி வளர்ச்சி அடைகிறதோ அதுபோன்றே மனதுக்கும் வளர்ச்சி உண்டு.

மூடப்பட்ட விதையாகவே பலருடைய மனங்கள் கடைசிவரை இருந்து விடுகின்றன. விதையினுள் உள்ள உயிர்த்தன்மை கிளைத்து எழுந்தால் தான் அந்த விதையானது முளைவிடும். அதன்பின் அந்த முளைதான் செடியாக வளரும். விதையின் பருப்புக்கள் செடி முளைக்கத் துவங்கியதும் இற்று விழுந்து விடும்.

மனத்தினுள் அத்தகைய மலர்ச்சி ஏற்பட்டு வளர்ச்சி துவங்கியதுமே பின்னர் அந்த மனமே விதையின் பருப்புக்கள் போல இற்று விடும். அதன் பின் உடலோ, உடல் சார்ந்த உலக வாழ்க்கையோ அல்லது மனமோ, மனம் சார்ந்த எண்ணங்களோ, அதற்கு ஒரு பொருட்டாக இருப்பதில்லை.

சூஃபி இலக்கியங்களில் மலர், விதை, மரம், செடி போன்றவை அடிக்கடி சுட்டிக்காட்டப்படுவதன் காரணமே இதுதான்.

குருஜி வாசுதேவ்

12. உணர்வுகள்

மூடம் என்ற சொல்லுக்கு முழுமையாக மூடப்பட்டது என்று பொருள். ஒரு பொருள் முழுமையாக தெரியாதபடி அடியோடு மறைக்கப்பட்டிருப்பதே மூடம் ஆகும். ஜோதிட சாஸ்திரங்களில் கூட சில குறிப்பிட்ட காலங்களில் கிரகங்கள் அடியோடு மறைந்திருக்கும். அப்போது அவற்றின் பலன்கள் எதுவும் அந்த ஜாதகருக்கு இருக்காது. இதனையே குரு மூடம், சுக்கிர மூடம் என்றெல்லாம் குறிப்பிடுவர்.

எந்த ஒரு விஷயத்தையும் அடியோடு தெரிந்து கொள்ளும் திறனின்றி மனம் முழுமையாக மூடப்பட்டவனே மூடன் ஆவான். முட்டாள் என்பவன் வேறு. முட்டாள் செய்திகளை தப்பும், தவறுமாகப் புரிந்து கொள்பவன். மூடன் என்பவனோ அதுபற்றிய சுவடுகூட அறியாத அறிவிலி ஆவான்.

சூட்சுமத்தை உணர்த்தும் சூஃபி கதைகள்

அன்றாட வாழ்வின் நெளிவு, சுளிவுகளை அறியாதவன், பிழைக்கத் தெரியாதவனை நாம் மூடன் என்போம். ஆனால் ஞானிகளைப் பொறுத்தவரை ஒரு நாட்டின் ஏழைக்குடியானவன் முதல் அந்நாட்டின் அதிபதிவரை அனைவரும் மூடர்களே. உணவு, உடை, உறைவிடம் என்றெல்லாம் வாழ்வின் தேவைகளை தேடித் தேடி பூர்த்தி செய்யும் இவர்களால் மனம் என்பது என்ன என்றுகூட உணர முடிவதில்லை. மனம் மற்றும் மனம் கடந்த வாழ்வுபற்றி ஒன்றுமே அறியாதவர்கள் இவர்கள்.

இவர்களை சூஃபிகள் மூடப்பட்ட விதை என்கிறார்கள். ஒரு மொச்சைக் கொட்டையின் மேல் தோல் முதற்கொண்டு ஒரு மாங்கொட்டையின் மேல் ஓடு வரை விதைகள் அனைத்தின் மேல் தோலும் மிக உறுதியானவை. வெளியிலிருந்து வரும் எதுவும் அதை எளிதில் உடைத்துவிட முடியாது.

ஆனால், உள்ளிருப்பது முளைக்கும்போது சர்வ சாதாரணமாக விதையைப் பிளந்துகொண்டு வரும். கோழியின் முட்டை வெளியே கடினமாயிருக்கிறது. ஆனால் அதன் உள்ளே வளரும் குஞ்சு இரண்டு, மூன்று கொத்து கொத்தி அதை உடைத்துக் கொண்டு வெளியே வந்து விடுகிறது. மனிதனின் மனமும் வெளியிலிருந்து வரும் எவற்றாலும் பாதிப்படையாது. அதே சமயம் உள்ளேயிருந்து சர்வ சாதாரணமாக அதனைக் கிழித்துக் கொண்டு அதனால் வெளிவர முடியும்.

ஆனால் மூடப்பட்ட விதையானது எளிதில் முளைத்து விடாது. ஆடுகள், மாடுகள், யானைகள் போன்றவை மரக்கிளைகள், இலைகள், பழங்கள் இவற்றை உண்ணும். அப்படி அவை உண்டது அவற்றின் வயிற்றில் செரிமானமாகி விடும். உறுதியான மரத்தின் பட்டையையே கூழாக்கிவிடும் அந்த வயிற்றால் ஓவல் வடிவத்தில் இருக்கும் இந்த சிறு விதையை மட்டும் ஒன்றுமே செய்ய முடியாது. வயிற்றின் உட்புறம் பலவகைகளில் இவை புரட்டப்பட்டாலும் முழுமையாக சிறிதும் உருமாறாமல் சாணத்துடன் இவை வெளியே வந்து விழுந்து விடும்.

மூடப்பட்ட மனம் கொண்ட மக்களும் அத்தகையவர்களே. ஞானத்தின் சிறுகீற்றுகூட அவர்களுக்குள் நுழைவது இல்லை. வாழ்வில் எத்தனை அவலங்களை சந்தித்தாலும், இடர்களையும், துன்பங்களையும் எதிர்கொண்டாலும் அவர்கள் மீண்டும் மீண்டும் அவற்றிலேயே தோய்ந்து கிடப்பர். எத்தனைதான் அனுபவங்கள் அவர்களைப் புரட்டிப் போட்டாலும் அதுகுறித்து கவலையின்றி மீண்டும் உலக இன்பங் களிலேயே உழல்வர்.

சூதாடி எவ்வளவு பொருளை இழந்தாலும் கையில் கொஞ்சம் பொருள் கிடைத்ததும் மீண்டும் சூதாடவே செல்கிறான். குடிகாரன் எவ்வளவு உபாதைகளை, நஷ்டங்கள், அவமானங்களைச் சந்தித்தாலும் மீண்டும் போதையையே நாடுகிறான். சம்சாரத்தில் உழன்று போதுமடா சாமி என்று மனம் கதறுபவனும் மீண்டும் அதிலேயே போய் விழுகிறான்.

வாழ்வில் ஒரு திடீர் மாற்றத்தை ஏற்படுத்தக்கூடிய கணம் ஒன்று சிலருக்கு வருகிறது. அக்கணத்தில் விதை முளைவிடுவதுபோல் அவர்கள் மனதினுள் மெல்லிய கீற்று ஒன்று தோன்றுகிறது. என்ன அவலம் இது? எதனால் இவை இப்படி நிகழ்கின்றன? என்பவை போன்ற கேள்விகள் அப்போது அவர்கள் மனதில் பிறக்கின்றன. அதன் பின்னரே அவர்கள் மனம் மெல்ல ஞானப்பாதையில் அடியெடுத்து வைக்கிறது. அதன்பின் அவர்களால் இயல்பு வாழ்க்கையில் ஒன்ற முடிவதில்லை.

பொதுவாகவே மூடப்பட்ட விதைக்கு பயம் இல்லை. அது மிகவும் பாதுகாப்பானது. அதை யாரும் ஒன்றும் செய்ய முடியாது. வளர்ந்த மரத்துக்கும் கவலையில்லை. அது மிக உறுதியானது. ஆழமாக வேரூன்றி நிற்பது. அதையும் எதுவும் அசைத்துவிட முடியாது.

ஆனால் அப்போதுதான் முளைத்திருக்கும் ஒரு சிறு செடியின் நிலை அப்படிபட்டதில்லை. அதனை ஏதாவது மிருகங்கள் மேய்ந்து விடலாம். ஏதாவது ஆடு, மாடுகள் மிதித்து விடலாம். மழை, வெயில், காற்று என்று எதுவும் அதை வேரோடு பறித்து எறிந்து விடலாம். அதனால் சிறு செடியானது மிகுந்த அச்சத்தில் இருக்கும். அதற்குதான் பாதுகாப்பு தேவைப்படும்.

முளைக்காத விதைபோன்ற மனிதர்களிடம் இந்த வகையான ஊசலாட்டங்களெல்லாம் இருக்காது. ஏனெனில் அவர்களுக்கு ஞானம் என்பதுபற்றி தெரியவே தெரியாது. அவர்களது கவலையே அடுத்த வேளை உணவு, அன்றாட தேவைகள் பற்றியாகத்தான் இருக்கும். அதற்கு வழி செய்பவனே அவனைப் பொருத்தவரை கடவுள். அதை அடையும் முறைகளே அவனைப் பொறுத்தவரை ஞானம் பெறுவது.

பக்குவப்பட்ட ஞானிகள் வளர்ந்த மரம் போன்றவர்கள். அவர்களுக்கு சஞ்சலம் என்பது இல்லை. அவர்கள் இவற்றின் மூலம்வரை சென்று அதன் தன்மையை கண்டறிந்தவர்கள். அதனால் சிரித்தபடி நகர்ந்து விடுவார்கள்.

முளைவிட்ட சின்னஞ்சிறு செடியின் நிலையில் உள்ளவனே அஞ்சுகிறான். அவன் மனத்துள் எண்ணற்ற கேள்விகள் எழுகின்றன.

எல்லாம் உண்மை என்பதுபோன்ற ஒரு தோற்றம் ஏற்படுகிறது. கூடவே எல்லாம் பொய் என்பதுபோல் ஒரு மயக்கமும் அவனுக்கு வருகிறது. ஆன்மீகத்துக்கும், லௌகீகத்துக்கும் நடுவில் நின்று ஊசலாடுபவன் இவன். அதனாலேயே இவனுக்கு குரு தேவைப்படுகிறார். அவன் மனம் தக்க குருவின் பாதுகாப்பை எண்ணி ஏங்குகிறது.

சிறந்த குருவை எந்த சீடனாலும் கண்டுபிடிக்க முடியாது. ஆனால் நல்ல சீடனை குருவால் அடையாளம் கண்டுவிட முடியும். எந்த குருவும் தன் இருப்பிடத்தை விட்டு சீடனைத் தேடிக் கொண்டு செல்வது இல்லையே? அதனாலேயே சீடனானவன் பல இடங்களிலும் தக்க குருவை நாடிச் செல்கிறான். ஒவ்வொருவர் முன்னிலையிலும் போய் நிற்கிறான்.

சூஃபி ஞானிகள் தனக்கு நல்ல சீடர்கள் வேண்டும் என்று எதிர்பார்க்க மாட்டார்கள். ஆனால் வழி தெரியாதவர்கள் வழி கேட்கும்போது வழி சொல்லி அனுப்புவதுபோல் இந்த ஞானப் பாதையில் பிரவேசிக்க எண்ணி தேடி வந்தவன் திக்கு திசை தெரியாமல் திணறுவதைக் கண்டால் அன்புடன் அவர்களுக்கு வழிகாட்டுவார்கள். அதேபோல் சூஃபி ஞானிகள் தங்களைப் போன்ற மற்ற சூஃபி ஞானிகளையும் பொருட்படுத்த மாட்டார்கள்.

மதவாதிகள் பலரும் தங்களது மார்க்கமே சிறந்தது என்று மூச்சுவாங்க உரத்த குருலில் வாதிடுவது போன்ற வேடிக்கைகளை அவர்கள் செய்வது இல்லை. கடலில் கலந்த பின்னர் அங்கே யூப்ரடீஸ் நதியும் இருப்பது இல்லை; டைக்ரீஸ் நதியும் இருப்பது இல்லை என்பதும், கடல் என்ற ஒன்று மட்டும்தான் அங்கு இருக்கும் என்பதும் அவர்களுக்கு நன்கு தெரியும்.

ராஃபியா என்ற பெண் துறவி சந்தைக்கு சென்று கொண்டிருந்தார். புகழ்பெற்ற பெண் சூஃபி அவர். சூஃபி ஞான உலகில் அவருக்கென தனி இடம் உண்டு. வெகு சில பெண் சூஃபிகளில் அவரும் ஒருவர். ஒவ்வொரு நாளும் சந்தைக்கு சென்று தான் அறிந்த சத்தியத்தை உரத்த குரலில் முழங்கி விட்டு வருவார் அவர்.

(அந்நாட்களில் இப்படியொரு பழக்கம் கிரீஸ், ரோம், எகிப்து, அரேபிய பகுதிகளில் இருந்தது. தத்துவ ஞானிகள், ஆன்மீக வாதிகள், அரசியல் நிபுணர்கள் எல்லோரும் தாம் அறிந்ததை சந்தையில் மக்கள் நடுவில் உரக்கக் கூறுவர்.)

சாக்ரடீஸ், டெமாஸ்தனீஸ் போன்றவர்கள் இப்படி பிரபலம் பெற்றவர்களே. அவர்கள் கூறியதிலுள்ள சிறந்த கருத்துக்கள் அரசனை எட்டும். நாடு முழுவதும் அந்தக் கருத்துக்கள் பரவும். தாம் பெற்ற

ஞானத்தை அனைவரும் உணரட்டும் என்ற நல்ல நோக்கில் இவர்கள் இவ்வாறு செய்தார்கள். காலப்போக்கில் பிரபலம் அடைவதற்கான எளிய வழி இது என்பதால் பலரும் இதனை நாடவே சந்தைக் கூச்சல்மிக்கதாக மாறிவிட்டது.

இதனை நையாண்டி செய்யும் கதைகள் பல உண்டு.

ஒருமுறை முல்லா நஸிருதீன் சந்தையின் நடுவே இருந்த மேடையில் ஏறி நின்றார். உடனே மக்கள் நாற்புறமும் அவரை சூழ்ந்து கொண்டு நின்றனர். அவர் சொல்லப் போவதைக் கேட்கும் ஆவலுடன்.

"நான் சொல்லப் போவது என்ன என்று உங்களுக்குத் தெரியுமா?" என்று கேட்டார் முல்லா.

"உடனே தெரியாது" என்றனர் பலரும்.

"தெரியாதவர்களுக்கு அதைச் சொல்லிப் பிரயோசனமில்லை" என்றபடி திரும்பினார் முல்லா.

"தெரியும். தெரியும் என்றனர் சிலர்.

"தெரிந்தவர்களுக்கு அதையே திரும்பச் சொல்வதால் என்ன பலன்? அது உங்களுக்கே ஏற்கெனவே தெரிந்ததுதானே? என்றார் முல்லா.

"சிலருக்குத் தெரியும். ஒரு சிலருக்குத் தெரியாது." என்றான் ஒருவன் சாதுரியமாக.

"நல்லது. தெரிந்தவர்கள் தெரியாதவர்களுக்கு சொல்லுங்கள். தெரியாதவர்கள் தெரிந்தவர்களிடம் கேட்டுத் தெரிந்து கொள்ளுங்கள்" என்றார் முல்லா மேடையை விட்டு இறங்கியபடியே.

தினந்தோறும் பலரும் மேடையில் ஏறி தனக்கே தெரியாதவற்றைப் பற்றி உரத்த குரலில் விவாதிப்பதை கேலி செய்து சொல்லப்பட்ட கதை இது.

மற்றொரு கதையும் உண்டு.

ஒருமுறை முல்லா நாற்சந்தியில் மேடை மீது ஏறி நின்றார். படபடவென்று கைகளைத் தட்டினார்.

பிறகு "மக்களே! முயற்சி இல்லாமல் வெற்றி அடைய வேண்டுமா? அதிருஷ்டம் இல்லாமல் முன்னேற வேண்டுமா? உழைப்பு இல்லாமல் பெரும் செல்வம் பெற வழிவேண்டுமா?" என்று கேட்டார்.

உடனே அங்கு பெரும் கூட்டம் திரண்டு விட்டது. "ஆமாம் ஆமாம்" என்று கூவினார்கள் அவர்கள் அனைவரும்.

"நல்லது. அப்படி ஒரு வழி எனக்குத் தெரிய வரும்போது அவசியம் உங்களுக்கு சொல்கிறேன்" என்று கூறிவிட்டு இறங்கிச் சென்றார் முல்லா.

ஞானிகள் எவ்வளவுதான் உண்மையையும், நிதரிசனத்தையும் போதித்தாலும் மக்கள் எதிர்பார்ப்பது அது அல்ல என்பதை விளக்கும் கதை இது.

இதுபோன்ற கதைகளால்தான் சூஃபி இலக்கியங்களில் முல்லாவுக்கு சிறந்த இடம் உள்ளது.

சரி இப்போது ராபியாவின் கதைக்கு வருவோம்.

வெகு நாட்களாக ராபியா தான் அந்த வழியாகச் செல்லும் போதெல்லாம் இந்தக் காட்சியைக் காண்பார். அவர் பார்க்கும் போதெல்லாம் மசூதிக்கு முன்னால் ஹஸன் என்ற ஞானி உட்கார்ந்து கொண்டு பிரார்த்தனை செய்து கொண்டிருப்பார். திரும்பத் திரும்ப மனம் உருகி, "கடவுளே! கதவைத் திறந்து விடு. கதவைத் திறந்து என்னை உள்ளே விடு!" என்று மட்டுமே அவர் எப்போதும் கூறிக் கொண்டிருப்பார்.

தினமும் இதனைக் கண்டும் மவுனமாக சென்று கொண்டிருந்த ராபியா ஒருநாள் பொறுக்க முடியாமல் அவர் அருகில் சென்றார். அப்போது ஹஸன் மூடிய கண்களில் கண்ணீர் வழிய, "இறைவா! ஏன் என் குரலுக்கு நீ செவி சாய்க்கவில்லை? ஏன் என் பிரார்த்தனையை கண்டு கொள்ள மறுக்கிறாய்? என்னை உள்ளே அனுமதி. கதவைத் திறந்து விடு" என்று கதறிக் கொண்டிருந்தார்.

தினமும் இந்தக் காட்சியை கண்டு சிரித்தபடி செல்லும் ராபியா அன்று நேராக அவர் அருகே சென்றார். அவரது தோளைப் பற்றி உலுக்கி, "இந்த முட்டாள்தனமாக கதறலை நிறுத்து. கதவு திறந்து தானே இருக்கிறது. நீயும் உள்ளேதானே இருக்கிறாய்" என்றார்.

அவரை ராபியா உலுக்கிய அந்தக் கணத்தில் பளீரென அவருள் எதுவோ விடுபட்டது. ஹஸனுக்கு அந்தக் கணத்தில் பேருண்மை வெளிப்பட்டது என்கிறது சூஃபி வரலாறு. எழுந்து அவரது கண்களைப் பார்த்தபடியே அவர் காலில் விழுந்தார் ஹஸன்.

"தக்க சமயத்தில் வந்து தெரியப்படுத்தினீர்கள். இல்லை யேல் வாழ்நாள் பூராவும் கதறிக் கொண்டே இருந்திருப்பேன். நானும் பல ஆண்டுகளாக புலம்பிக் கொண்டிருந்தேன்.

தாங்களோ அதைக்கண்டும் காணாதது போல்தான் சென்று கொண்டிருந்தீர்கள்."

"உண்மைதான்" என்றார் ராபியா. "எனினும் அதற்குரிய தருணத்தில்தான் எதுவும் நிகழும். சரியான முதிர்ந்த தருணத்துக்கு காத்திருந்தேன். இன்று அத்தருணம் கிடைத்தது. நேற்று உன்னிடம் நான் இதைக் கூறியிருந்தால் உனக்கு எரிச்சல் வந்திருக்கும். உன் பிரார்த்தனையைக் கெடுத்துவிட்டதாக குற்றம் சாட்டி கோபப்பட்டிருப்பாய். உன் பிரார்த்தனையின் போது குறுக்கிடுவதும் சரியல்லதான்."

ஒரு கணத்தில், ஒரு குலுக்கலில் ஹஸன் அவர் வாழ்நாளெல்லாம் எதைத் தேடினாரோ அதை அடைந்தார் என்கிறது சூஃபி இலக்கியம்.

கனவில் நெடுந்தூரம் பயணம் செய்த ஒருவன் திரும்பிவர நெடுநேரமா ஆகப் போகிறது? ஏற்கனவே அவன் வீட்டுக்கு வந்து விட்டான். வீட்டினுள்ளேதான் இருக்கிறான். ஆனால் உறக்கத்தில் உள்ளான். ஆனால் கனவில் எங்கோவொரு தொலைவுக்கு சென்றுவிட்டான். ஒரு சிறு உலுக்கல் அவனை விழிப்புறச் செய்கிறது. தான் கண்டது கனவு என்பதையும் தான் வீட்டுக்குள்ளேதான் இருக்கிறோம் என்பதையும் உணர்கிறான்.

உள்ளுணர்வின் விழிப்பும் அத்தகையதே என்கின்றனர் சூஃபி ஞானிகள்.

வேறொரு கதையும்கூட கூறப்படுவதுண்டு. ரபியாவினால் ஞானம் பெற்ற ஹஸன் என்னதான் ஞானியாயிருந்த போதிலும் அவர் மனத்தின் ஒரு மூலையில் ரபியா தன்னை உலுக்கி ஞானம் புகட்டிய சம்பவம் ஒரு சிறு தாழ்வுமனப்பான்மையை அளித்திருந்ததாம்.

ஞானம் பெற்ற ஒருவன்கூட நான் ஞானம் அடைந்து விட்டேன் என்று கருதினால் அவன் ஞானத்தில் இருந்து வழுக்க ஆரம்பித்து விடுகிறான். அதாவது அங்கே நான் என்ற உணர்வின் விதை தோன்றி விடுகிறது. அடுத்து படிப்படியாக அனைத்து உணர்வுகளும் ஒன்றன்பின் ஒன்றாக அணிவகுத்து வர ஆரம்பிக்கின்றது.

உங்களுக்கு உதவி செய்யும் எண்ணத்தில் ஒரு பெருந்தொகையை ஒருவன் உங்களிடம் கொடுத்தால்கூட

அப்படி கொடுத்தவன் மீது நன்றியும், மதிப்பும் உங்களுக்கு இருந்தாலும் அந்த எண்ணங்களின் அடி ஆழத்தில் எனக்கு கொடுக்கும் நிலையில் இவன் உள்ளான். இவனிடம் பெறும் நிலையில் நான் உள்ளேன் என்ற அசூசை ஒளிந்திருக்குமாம். அன்றாடம் ஆயிரமாயிரம் எண்ணங்களால் அலைப்புண்டு கிடக்கும் சராசரி மனிதர்கள் நாம் என்பதால் அது நம்மை அவ்வளவாக பாதிப்பதில்லை.

ஆனால், ஞானம் பெற்ற ஹஸனிடம் மனமும் இல்லை. எண்ணங்களும் இல்லை. ஆனால் ரபியா மூலம் ஞானம் பெற்ற அந்த ஒரு எண்ணம் மட்டுமே அவரிடம் மிஞ்சி இருந்தது. அதனால் எப்படியாவது ரபியாவிடம் பெருமதிப்பு பெற்றுவிடும் சிந்தனை தோன்றிவிட்டது.

கொஞ்ச காலம் கழித்து ரபியா - அல் - அடா வியாஸை ஹஸன் பாஸ்ரா நகரின் வெளியே சந்தித்தார். அப்போது இருவரும் நதிக் கரையில் இருந்தனர். நதியில் வெள்ளம் கரை புரண்டோடியது.

ரபியாவைக் கண்ட ஹஸன் தமது சிறு விரிப்பை தண்ணீரில் போட்டார். நதியின் வெள்ளத்தில் மூழ்காமல், நகராமல் அது அப்படியே நின்றது. அதன்மீது ஏறி நின்ற ஹஸன், "ஓ ரபியா! வாருங்கள். இருவரும் சேர்ந்து இறைவனைப் பிரார்த்திப்போம்" என்றார்.

"ஓ ஹஸன்! உலகத்தின் கடைத் தெருவில் நிற்கும் ஒரு விற்பனையாளனைப் போல் ஏன் நடந்து கொள்கிறீர்கள்? உங்களது உறுதியற்ற தன்மையினால்தான் நீங்கள் இப்படி செய்கிறீர்கள்? பூரண நம்பிக்கை இன்னும் உங்களுக்குள் வரவில்லை."

இப்படிக் கூறிய ரபியா தமது பிரார்த்தனைப் பாயை காற்றில் வீசி எறிந்தார். அப்படியே அந்தரத்தில் எழும்பிய அதன்மீது ஏறி அமர்ந்து கொண்டார்.

"இங்கே மேலே வாருங்கள் ஹஸன். மக்கள் எல்லோரும் நம்மைப் பார்த்து மலைத்துப் போய் புகழட்டும்" என்றார்.

வாய் மூடி மவுனமாக நின்ற ஹஸனைப் பார்த்து ரபியா கூறினார்.

"ஹஸன்! நீங்கள் செய்ததை ஒரு சிறு மீன் இயல்பாக செய்யும். நான் செய்ததை ஒரு சின்னஞ்சிறு ஈ இயல்பாகச்

செய்யும். இவை சர்வ சாதாரணமானவை. இவை இரண்டிற்கும் அப்பால்தான் உண்மையான பணி உண்டு. அதைத்தான் நம் தலையாய கடமையாக நாம் கொள்ள வேண்டும்."

அந்த கணத்தில்தான் ஹஸனிடம் எஞ்சி நின்ற நான் என்பது போன்ற உணர்வுகளும் விடைபெற்றுக் கொள்ள பரிபூரண ஞானம் அவருள் முகிழ்த்தது என்கின்றன சூஃபி இலக்கியங்கள்.

துறப்பதைக் கூட நான் துறந்துவிட்டேன் என்ற உணர்வுடன் துறத்தல் கூடாது. உண்மையில் சொல்லப் போனால் அனைத்தையும் துறந்த ஒருவன் தனது நான் என்னும் பெருமித உணர்வை மட்டும் உதறாவிட்டால் அவன் எதையுமே துறந்தவன் ஆகமாட்டான். தோட்டம் முழுவதையும் கொத்தி பண்படுத்தினாலும் ஒரு மழை பெய்தபின் தோட்டம் பூராவும் புற்கள் மண்டி விடுவதுபோல் மனதின் மூலையில் இருக்கும் இந்த நான் என்ற உணர்வின் வழியே உலகில் உள்ள சகல குப்பைகளும் உள்ளே மண்டி உள்ளமே குப்பைக் காடாகி விடும்.

சூஃபிக் கதைகளில் ஒன்றின்படி இறைவன் உலகைப் படைக்கும் வேலையில் மும்முரமாக ஈடுபட்டார். (இதே கதை இந்து, பார்ஸி, யூத இலக்கியங்களிலும் உண்டு).

இறைவன் உலகை சிருஷ்டித்துக் கொண்டிருந்தபோது நான்கு தேவதைகள் அங்கே வந்தன.

இறைவனின் பணியை சற்று நேரம் அவை பார்த்துக் கொண்டிருந்த பின்னர்,

முதல் தேவதை கேட்டது, "இதனை நீங்கள் எப்படி உருவாக்குகிறீர்கள்?" என்று.

இரண்டாவது தேவதை கேட்டது, "எதற்காக நீங்கள் இதை செய்து கொண்டிருக்கிறீர்கள்?" என்று

மூன்றாவது தேவதை கேட்டது, "நானும் ஏதாவது உதவி செய்யட்டுமா?" என்று,

நான்காவது தேவதை "இவற்றின் மதிப்பு என்ன?" என்று கேட்டது.

ஐந்தாவதாக அப்போதுதான் அங்கு வந்த ஒரு தேவதை இறைவனின் படைப்பைக் கண்டு மகிழ்ச்சியுடன் கைதட்டியது.

பின்னர் இறைவனால் வாழ்ந்து பார்க்கும்படி இவர்கள் ஐவரும் பூமிக்கு அனுப்பப்பட்டனர். இவர்களில் முதல் தேவதை

ஒரு விஞ்ஞானியாய் பிறந்தது. இரண்டாவது தேவதை ஒரு தத்துவ மேதையாக உருவெடுத்தது. மூன்றாவது தேவதை தன்னலமற்ற தியாகியாக அவதரித்தது. நான்காவது தேவதை ஒரு சிறந்த வியாபாரியாக உருவெடுத்தது.

ஐந்தாவது தேவதையிலிருந்து ஒரு சூஃபி ஞானி தோன்றினார் என்று போகிறது கதை.

ஜென் துறவிகள் பார் என்று சொல்வார்களாம். எதுவும் செய்யாதே. வெறுமனே பார்வையாளனாக இரு. இயற்கையின் முழு பரிணாமத்தையும் உணர நீ பார்வையாளனாக இருந்தால் மட்டுமே முடியும் என்கிறார்கள் இவர்கள்.

மகாபாரதம் எழுதிய வியாசரே வெறும் பார்வையாளனாகத் தான் இருந்தார். ஞானிகளில் பெரும்பாலோர் வெறும் பார்வையாளர்கள் மட்டுமே. தங்களுக்கு நிகழ்வதையும்கூட தாங்களே மூன்றாம் நபர் போல் விலகி நின்று பார்த்தவர்கள்தான் அவர்கள்.

ஒரு மதகுரு மறைந்த பின்னர் அவரது சீடர் அந்த இடத்துக்கு வந்தார். முன்னர் இருந்த குரு செய்த அனைத்தையும் அவர் அடியோடு தலைகீழாக மாற்றினார். பலருக்கு இது பிடிக்க வில்லை. எனினும் குருவை குறைகூற எவருக்கும் துணிவில்லை. எனவே அரசனின் காதில் இதனைப் போட்டு வைத்தனர்.

மன்னனுக்கு மத விஷயங்களில் ஈடுபட்டு விசாரணை செய்ய இஷ்டமில்லை. எனினும் இவர்களது தொந்தரவுக்காக விசாரிக்க விரும்பினான். ஒருமுறை நேரில் சென்று குருவை சந்தித்தான். வணங்கிய மன்னனை வரவேற்ற குரு ஆசனமளித்து அமர வைத்தார்.

பேச்சுவாக்கில் மன்னன் கேட்டான், "நீங்கள் முந்தைய குரு மாதிரி இல்லையே?" என்று.

"யார் சொன்னது? முழுக்க, முழுக்க அவரைப் பின்பற்றும் ஒரே சீடன் நான்தான்" என்றார் குரு.

"நீங்கள் அவரைப்போல் இல்லை என்கிறார்களே? அவர் செய்து வந்த பலவற்றையும் நீங்கள் மாற்றி விட்டீர்களாமே?"

"உண்மை" என்றார் குரு. எனக்கு முன் இருந்த எனது குரு கண்மூடித்தனமாக எவரையும் பின்பற்ற மாட்டார். தானே சுயமாக சிந்தித்து முடிவெடுப்பார். நான் அவரையே

பின்பற்றுவதால் நானும் அப்படியே எதையும் கண்மூடித்தனமாக தொடர்வதில்லை. சுயமாக சிந்தித்து முடிவு எடுக்கிறேன்."

எந்த ஒன்றையும் கண்மூடித்தனமாக எதிர்ப்பதோ, கண்மூடித்தனமாக ஆதரிப்பதோ இரண்டுமே தவறானவை. ஆதரிப்பது, எதிர்ப்பது இரண்டுக்கும் முன்னால் அது என்ன என்பதை உணர வேண்டும். உணர்ந்த பின்னர் அதை ஏற்பதா, மறுப்பதா என்று முடிவு செய்யலாம்.

உணர்ந்து செய்யப்படாத ஒரு காரியம் அது சரியாக செய்யப்பட்டதாக இருந்தாலும் கூட அதில் பொருளில்லை. உணர்ந்து செய்தால் அது தவறாயிருப்பினும் நன்றே. தவறைத் திருத்திக் கொள்ள நிச்சயமாக அதில் வழி உண்டு. ஒன்றை உணராமல் அதை கண்மூடித்தனமாக பின்பற்றுபவர்களை மாற்றுவது எளிதான காரியம் அல்ல.

முல்லா நஸிருதீன் கதைகளில் ஒரு வேடிக்கை கதை உண்டு.

நஸிருதீன் சிறுவனாக இருந்தபோது ஒருமுறை சமையலறையில் அவருடைய அம்மா பலகாரங்கள் செய்து கொண்டிருந்தார். அதைப் பார்த்துக் கொண்டிருந்த நஸிருதீனுக்கு நாக்கில் நீர் ஊறியது. அம்மா அப்பால் சென்றதும் உள்ளே நுழைந்து ஒரு அப்பத்தை எடுத்துக் கொண்டு வந்து விட்டார் அவர்.

அம்மாக்களை யாராவது ஏமாற்ற முடியுமா? அவர் சுலபமாக இதைக் கண்டுபிடித்து விட்டார். "நஸிருதீன்! வா இங்கே" என்றார். கண்டிக்காமல், கோபப்படாமல் நஸிருதீனுக்கு அவரது தவறை உணர்த்த விரும்பிய தாய் அவர்.

"நஸிருதீன்! நீ பட்சணத்தை திருடியபோது இந்த அறையில் கடவுள் இருந்தார் என்பது உனக்குத் தெரியுமா?"

"தெரியும்" என்றார் நஸிருதீன்.

"அவர் நீ திருடியதைப் பார்த்துக் கொண்டிருந்தார் என்பதை நீ அறிவாயா?"

"அறிவேன்" என்றார் நஸிருதீன்.

"உன் செயலைப் பார்த்துக் கொண்டிருந்த அவர் உன்னிடம் என்ன சொல்லியிருப்பார் என்று நினைக்கிறாய்?"

"இந்த அறையில் நம் இருவரைத் தவிர வேறு யாரும் இல்லை. இரண்டு பட்சணமாக எடுத்துக் கொள் என்று சொல்லியிருப்பார் என்று நினைக்கிறேன்" என்றார் நஸிருதீன்.

யாருக்குத் தேவைப்படுகிறதோ அவனுக்கே அதன் மீது முதல் உரிமை உண்டு. பட்சணங்கள், இனிப்புக்களின்மீது குழந்தை களுக்குத்தான் முதல் உரிமை உண்டு. கடவுளின் பெயரால்கூட அவர்களை தடை செய்யக் கூடாது.

ஏறக்குறைய எல்லாத் துறைகளுக்குமே இதே நீதி பொருந்தும். ஆனால் உலகத்தில் எது எவனுக்குத் தேவை இல்லையோ அவன் அதைத்தடை செய்யும் அதிகாரத்துடனும், எது எவனுக்கு தேவையோ அவன் அதனை நெருங்கவும் முடியாமலும் உள்ளனர் என்பதுதான் இதில் உள்ள மிகவும் வேடிக்கையான ஒரு அம்சம்.

13 சத்திரங்கள்

அந்த சுல்தானுக்கு அரண்மனைகள் கட்டுவதில் ஆர்வம் அதிகமாக இருந்தது. புதுப்புது கட்டிடங்கள் கட்டினான். அவற்றை பளிங்குக் கற்களால் இழைத்தான். அவனது கலை ஆர்வம் காரணமாக அரண்மனை கஜானா காலியானது. புதுப்புது வரிகள் விதிக்கப்பட்டன. மக்கள் தங்கள் வருமானத்தின் பெரும் பகுதியை வரியாகவே கொடுக்க வேண்டி வந்ததில் நாட்டில் பசியும், பஞ்சமும் தாண்டவமாட ஆரம்பித்தன.

அந்த நாட்டில் உள்ள ஒரு தெருவின் வழியாக சூஃபி ஞானி ஒருவர் நிதானமாக நடந்து வந்து கொண்டிருந்தார். அப்போது ஆங்காங்கே மக்கள் பேசிக் கொள்வது அவரது காதில் விழுந்தது. நகரின் வழியே சென்ற அவர் சட்டென்று ஏதோ தோன்றியவராக தனது பயணத்தின் திசையை மாற்றிக்

கொண்டார். ஊருக்கு வெளியே செல்லும் பாதையில் சென்று கொண்டிருந்தவர், திரும்பி அரண்மனையை நோக்கி செல்ல ஆரம்பித்தார்.

அவரது தோற்றம் மதிப்புக்குரியதாகவும், அதேசமயம் அச்சமூட்டுவதாகவும் இருந்தது. அவரைக் கண்ட அரண்மனைக் காவலாளிகள் அவரைத் தடுக்கவோ, யார் என்று விசாரிக்கவோ இல்லை. அமைதியாக ஒதுங்கி நின்றனர்.

அவரும் யாரைப் பற்றியுமே கவலைப்படாமல் அரண் மனைக்குள் புகுந்து நேராக அரசவை மண்டபத்துக்குச் சென்றார்.

அப்போது அங்கு அரசவை நடந்து கொண்டிருந்தது. நடுவே அரியாசனத்தில் மன்னன் அமர்ந்திருந்தான். அப்போது எந்த முன்னறிவிப்புமின்றி பக்கிரி போன்று காட்சி தரும் ஒருவர் வந்தது கண்டு மன்னன் உட்பட அனைவரும் ஆச்சரியமாக அவரைப் பார்த்தனர்.

"உங்களுக்கு என்ன வேண்டும்?" மன்னன் கேட்டான் அவரை நோக்கி.

"இன்றிரவு இங்கு தூங்குவதற்கு எனக்கு ஒரு இடம் வேண்டும்" என்றார் அவர்.

எவருக்கும் ஒன்றும் புரியவில்லை. "என்ன? தூங்கு வதற்கா?" என்று கேட்டான் அரசன் வியப்புடன்.

"இன்றிரவு இந்த சத்திரத்தில் தங்கி ஓய்வெடுக்கப் போகிறேன். நாளைக் காலை மீண்டும் பயணப்படுவேன்."

"பெரியவரே! இத சத்திரம் இல்லை. இது என் அரண்மனை."

"அப்படியா?" என்ற ஞானி, "இதற்கு முன்பாக இதில் யார் இருந்தது?" என்று கேட்டார்.

"என் தந்தையார்."

"அவர் இப்போது எங்கே?"

"அவர் தற்போது இல்லை. இறந்து விட்டார்."

"அவருக்கு முன்பு யார் இருந்தது?"

"என் தாத்தா இருந்தார்."

"அவர் என்னவானார்?"

"அவரும் இறந்து விட்டார்."

"மக்கள் சிறிது காலம் தங்கிவிட்டுப் போகும் ஒரு இடத்தைப் போய் இது சத்திரம் இல்லை. என் அரண்மனை என்று கூறுகிறீர்களே? நீங்களும் இதில் சிறிது காலம் இருப்பீர்கள். பிறகு சென்று விடுவீர்கள். உங்களுக்குப் பின் உங்கள் மகன், பேரன் அனைவரும் அப்படியே சிறிது காலம் இதில் இருந்து விட்டுப் போவார்கள். அப்படிப்பட்ட இந்த இடத்தை சத்திரம் என்று சொல்லாமல் வேறு என்ன பெயர் வைத்துக் கூப்பிடுவது?"

வந்தவர் ஒரு ஞானி என்பதையும், அவர் அறிவுறுத்துவது என்ன என்பதையும் மன்னன் தெளிவாக உணர்ந்து கொண்டான். அதிலிருந்து ஆடம்பர மாளிகைகள் கட்டுவதைவிட்டு, விதிக்கப் பட்ட வரிகளையெல்லாம் ரத்து செய்தான். மக்கள் போற்றும் மன்னனாக அதற்குப் பின் ஆட்சி செய்து பெரும் புகழ் பெற்றான்.

இப்ராஹீம் பென் ஆடம் என்னும் அந்த அரசனை புனிதமான அரசன் என்றே வரலாறு இன்றும் புகழ்கிறது.

நீதிமன்றம் முன்னறிவிப்பு கொடுக்கும். அரசாங்கம் முன்னறிவிப்பு செய்யும். பகை நாடுகள்கூட யுத்தம் தொடுக்கும் முன்பு முன்னறிவிப்பு செய்ய வேண்டும். ஆனால், மரணம் மட்டும் எப்போதுமே எவருக்கும் முன்னறிவிப்பு தருவதே இல்லை.

சராசரி மக்கள் மரணம் என்றால் நடுங்குவது இதனால்தான். மரணம் 20 வயதிலும் வரலாம். 60 வயதிலும் வரலாம். அது எப்போது வரும் என்று எவருக்கும் தெரிவதில்லை. அதே சமயம் மரணத்துடன் போரிட்டு வென்றவரும் எவரும் இல்லை.

மன்னாதி மன்னனும் மரணமடைகிறான். மகான்களும் மறை கின்றனர். மரணம் என்பது நிச்சயமான ஒன்றாக இன்றுவரை உள்ளது.

மக்கள் இந்த காரணங்களால் மரணத்தைக் கண்டு அஞ்சும் அதே சமயம் மகான்கள் இதே காரணத்தினால் மரணத்தைக் கண்டு அஞ்சுவது இல்லை.

அறிஞர் ஒருவர் கூறினார்.

மரணத்துக்கு அஞ்சுவது மூடத்தனம். நான் இருந்தால் அது இல்லை. அது வந்தால் நான் இல்லை. பிறகு நான் ஏன் அதற்கு அஞ்ச வேண்டும்?

எவ்வளவு அற்புதமான கருத்து இது. ஒரே சமயத்தில் இரண்டு பேரும் இருக்கவே முடியாது. நீங்கள் இருக்கிறீர்கள் என்றால் அங்கே மரணம் இல்லை. மரணம் அடைந்தபின் நீங்கள் இங்கு இல்லை.

இருள் இருக்கிறது என்றால் அங்கே ஒளி இல்லை. ஒளி வந்துவிட்டது என்றால் அங்கே இருள் இல்லை. ஒரே இடத்தில் வெளிச்சமும் இருட்டும் ஒன்றோடொன்று மோதிக் கொண்டோ, அல்லது கூட்டணி அமைத்துக் கொண்டோ தங்கியிருக்க முடியாது.

அதனால்தான் ஞானிகள் மரணத்தைக் கண்டு அஞ்சுவது இல்லை. வாழ்வின் சாசுவதமான உண்மை அது என்று தெளிவாக உணர்ந்துள் ளனர். சொல்லப்போனால் நம்மைப்போல் அவர்கள் மரணத்தை வாழ்வின் எதிரி என்று கருதுவதில்லை. அதுவும் வாழ்வின் ஒரு அங்கமே. சொல்லப்போனால் முக்கியமான இறுதி அங்கம். அது இன்றி எவர் வாழ்வும் முழுமை பெறுவதில்லை.

எனவே பிறப்பு - இறப்பு இரண்டின் இடைக்காலத்தில் செய்ய வேண்டியவற்றை சரிவரச் செய்ய வேண்டும்.

பட்டினத்தாருக்கு அவரது மகன் மருதவாணன் "காதற்ற ஊசியும் வாராது காண்உம் கடை வழிக்கே" என்று போதித்ததுபோல் இப்ராஹிம் பென் ஆடம் மன்னனுக்கு சூஃபி ஞானி உண்மையை உணர்த்துகிறார் "இது சத்திரம்" என்று சொன்னதன் மூலம்.

பலரும் வருவார்கள். தங்குவார்கள். புறப்பட்டுப் போவார்கள். சத்திரம் மட்டும் நிலையாக அங்கேயே இருக்கும். அது அனைவருக்கும் சொந்தம். ஆனால் உண்மையில் அது எவருக்குமே சொந்தமில்லை.

இந்த உலக வாழ்வும் அப்படியேதான். உலகம் கோடிக்கணக்கான ஆண்டுகளாக நிலையாக உள்ளது. ஏராளமானவர்கள் இங்கே வருகிறார்கள். வசிக்கிறார்கள். பின்னர் மறைந்து விடுகிறார்கள். நமக்கு முன்பும் எவ்வளவோ பேர் இங்கே வாழ்ந்து மறைந்தனர். இப்போது நாம் இருக்கிறோம். நமக்குப் பின்னும் எவ்வளவோ பேர் வரப்போகின்றனர்.

எண்ணிலடங்காத கருத்துக்களை கூறாமல் கூறுவதுபோல் இதைத்தான் சுட்டிக்காட்டினார் ஞானி அம்மன்னனிடம். உண்மை உணர்ந்த மன்னனும் தனது பாதையை அடியோடு மாற்றிக் கொண்டான்.

இயன்றவரையில் உலகுக்கு நன்மை பயக்கும் செயல்களை செய்துதான் ஒருவன் வரலாற்றில் இடம் பெறலாமே தவிர எதையும் என்னுடையது என்று எவரும் உரிமை கொண்டாட இயலாது.

குருஜி வாசுதேவ்

வரும்போது ஒரே ஒரு துரும்பைக் கூட எவரும் இந்த உலகிற்கு எடுத்து வருவதில்லை. அதேபோல் போகும்போது சிறு தூசியைக்கூட எவரும் எடுத்துச் செல்வதில்லை.

மனிதன் வாழும் நேரத்தில் எவை எவற்றையோ ஓடி, ஓடி சேகரிக்கிறான். ஆனால் அவனுக்கென்று ஒரு நெருக்கடியான நேரம் வருகிறபோது அவன் எதை, எதையெல்லாம் தேடி வைத்தானோ, எவற்றுக்காக காலமெல்லாம் போராட்டம் நடத்தினானோ அவற்றில் ஒன்றுகூட தனக்கு உதவாது என்பதை உணர்கிறான். இதுநாள் வரை நாம் தான் அவற்றை சுமந்துகொண்டிருந்தோமே தவிர தன்னை அவை சுமக்க வில்லை என்று புரிந்து கொள்கிறான். ஆனால் தலைக்கு மேல் எல்லாம் போனபின் இதை அவன் உணர்வதால் பலன் ஏதும் இருப்பதில்லை. எல்லாமே காலம் கடந்த ஞானம் என்பதாக ஆகிவிடுகிறது.

கடலின் நடுவில் இருந்த ஒரு படகில் மாலுமி ஒருவன் மிதந்து கொண்டிருந்தான். மூழ்கிய கப்பலில் இருந்து தப்பியவன் அவன். பல நாட்களாக உணவும், நீரும் கிடைக்காத தால் முழு பட்டினியாக இருந்தான் அவன்.

சுற்றிலும் உள்ள கடலைப் பார்க்கிறான் அவன். கண்ணுக் கெட்டிய தூரம் வரை எங்கும் தண்ணீர் மயம். ஆனால் அதை ஒரு வாய்கூட குடிக்க முடியாது. இதனை விளக்கும் அருமையான சூஃபி கதை ஒன்று உண்டு. இது கதை அல்ல. இது ஒரு நிஜமான சம்பவம் என்று சொல்லப்படுகிறது.

அரேபிய வியாபாரி ஒருவன் இருந்தான். அவன் மகாக் கஞ்சன் என்று கூறுகிறது அந்தக் கதை. எப்படியெல்லாம் காசு சம்பாதிக்க முடியுமோ அப்படியெல்லாம் பணத்தை சம்பாதித்தான் அவன். தான் சம்பாதித்ததில் ஒரே ஒரு காசைக்கூட அவன் செலவு செய்ய மாட்டான். மற்றவர்களுக்காக என்றில்லை. தனக்காகக்கூட அவன் செல்வு எதையும் செய்து கொள்ள மாட்டான்.

எது, எது கையில் கிடைக்கிறதோ எல்லாவற்றையும் விற்று விடுவான். விற்று காசாக்கியதை சேமிப்பில் வைத்து விடுவான். அவன் சேமிப்பில் மேலும் மேலும் பணத்தைப் போட்டானே தவிர ஒரே ஒருமுறைகூட அதை அவன் எடுத்தது இல்லை.

இப்படியாக அவனிடம் கொஞ்சம் கொஞ்சமாக 5 லட்சம் தினார் (இது அந்நாட்டு நாணயம்) சேர்ந்தது. இதன்பிறகுதான்

குருஜி வாசுதேவ்

அவன் மனத்தில் ஒரு பெரிய நிறைவு ஏற்பட்டது. ஊரில் எவரிடமும் இல்லாத அளவு பெரும் பணம் சேகரித்துவிட்டோம். இனி இதைக் கொண்டு ஒரு பெரிய வியாபாரம் தொடங்கலாமா அல்லது மிகவும் சுகபோகமான வாழ்க்கை வாழலாமா? இப்படி அவன் யோசனை செய்து கொண்டிருந்தபோது அவன் முன்னே ஏதோ அசைவு தென்பட்டது. உடனே கண்களைக் கசக்கிக் கொண்டு உற்றுப் பார்த்தான்.

ஆம். மரண தேவதை அவனை அழைத்துச் செல்வதற்காக அவன் முன் தோன்றியிருந்தது. கதி கலங்கிப் போன அவனுக்குள் மரண பயத்தைவிட மிகப் பெரிய ஏமாற்றமே ஏற்பட்டது. என்ன ஒரு ஏமாற்றம்! ஆயுள்பூராவும் படாத பாடுபட்டு இவ்வளவு பொருள் சேர்த்தோம். ஆனால் இதில் ஒரு காசைக்கூட நாம் அனுபவிக்கவே இல்லையே! அதற்குள் மரணம் வந்துவிட்டதே!

மிகுந்த துணிவுடன் மரண தேவதையிடம் விவாதம் செய்தான் அவன். அடுக்கடுக்காக புள்ளி விவரங்களை எடுத்து வைத்தான். தம்மை கொஞ்ச காலமாவது வாழ அனுமதிக்குமாறு கெஞ்சினான்.

மரண தேவதை எதற்கும் மசியவில்லை. இவனது புலம்பல், துன்பம் எதையும் அது காது கொடுத்தும் கேட்கவில்லை. உம்! உம்! சீக்கிரம். நேரமாகுது. புறப்படு என்று மட்டும் உறுதியான குரலில் சொன்னது.

படிப்படியாக இறங்கி வந்த அந்த நபர் வருடங்கள், மாதங்கள், வாரங்கள் என ஒவ்வொன்றாக குறைத்து கடைசியாக ஒரு வாரம் தவணை கேட்டான். தேவதை அதைக் காதிலேயே போட்டுக் கொள்ளவில்லை. பிறகு கெஞ்சும் குரலில் எனக்கு 3 நாட்கள் அவகாசம் கொடுங்கள். இந்த சொத்தில் பெரும் பகுதியை உங்களுக்குத் தந்து விடுகிறேன் என்றான். மரண தேவதை அதற்குள் அவனைப் பிடித்து இழுக்க ஆரம்பித்தது.

எனக்கு ஒரே ஒருநாள் மட்டும் அவகாசம் கொடுங்கள். இந்த சொத்து பூராவையும் நீங்கள் எடுத்துக் கொள்ளுங்கள் என்றான் அவன் அழுதபடி. ம்ஹூம். எந்தப் பலனும் இல்லை.

கடைசியாக ஒரு மணி நேரம் அவகாசம் கேட்டான் அவன். அதுவும் மறுக்கப்பட்டுவிட்டது. கெஞ்சிக் கூத்தாடி சில விநாடிகள் அவகாசமாவது கொடுக்கும்படி கேட்டான் அவன். அதுமட்டும் அவனுக்குக் கிடைத்தது.

அவசரம் அவசரமாக அந்த சில விநாடிகளைப் பயன்படுத்தி அவன் எழுதிய குறிப்பு இதுதான்.

ஓ, நீங்கள் இந்தக் குறிப்பை காண நேரிடுகின்ற நீங்கள், யாராக இருந்தாலும் உங்களிடம் வாழ்வதற்குத் தேவையான பணம் இருந்தாலே போதும். அதில் திருப்தியடையாது மேலும் மேலும் சொத்துக்களை சேகரிப்பதில் உங்களது நேரத்தை வீணாக்கி விடாதீர்கள். அதைவிட வாழ்க்கையை நன்றாக அனுபவித்து வாழுங்கள். நான் பாடுபட்டுச் சேர்ந்த 5 லட்சம் தினார்களால் எனக்கு ஒரே ஒரு மணி நேர வாழ்க்கையைக் கூட வாங்கித் தர முடியவில்லை.

இதனை எடுத்துக் கூறும் சூஃபி இலக்கியம் புகட்டும் நீதி என்ன தெரியுமா?

கோடீசுவரர்கள் இறந்த பின்னர் மக்கள் கேட்கிறார்கள், அவர்கள் எவ்வளவு விட்டுச் சென்றார்கள்? என்று. எல்லாவற்றையும் என்பதுதான் இதற்கான உண்மையான பதில்.

இன்னும் சொல்லப்போனால் அவர்கள் அதைவிட்டுச் செல்லவில்லை. அவர்கள் அதிலிருந்து எடுத்துச் செல்லப்பட்டார்கள்.

ஏறக்குறைய உலகம் முழுவதையுமே வென்ற அலெக்ஸாண்டர் பாபிலோனில் நோய்வாய்ப்பட்டான். மரணத் தருவாயில் உண்மையை உணர்ந்த அவன் தன் இரு கைகளையும் தனது சவப்பெட்டியின் வெளியே நீட்டிய நிலையில் வைக்குமாறு கேட்டுக் கொண்டான். அகிலத்தையே வென்றாலும் இங்கிருந்து ஒரு மண் துகளைக்கூட எடுத்துச் செல்ல அவனால் முடியவில்லை. யாராயிருந்தாலும் வெறும் கையுடன்தான் இந்த உலகத்தைவிட்டுப் போகவேண்டும் என்பதை உலகத்துக்கே எடுத்துக் காட்டினான் அவன்.

சூஃபி ஞானிகளின் வரலாறுபோலவே ஆங்காங்கே காணப்படும் இந்த அரேபிய கஞ்சன் போன்றவர்களைப் பற்றிய ஒன்றிரண்டு கதைகளும் மிகப் பெரிய பெரிய உண்மைகளை எடுத்துரைப்பவையாக இருக்கின்றன.

14. சூஃபிகள் காட்டும் பாதை

ஒரு செயலை செய்தே தீரவேண்டும் என்ற நிர்ப்பந்தம் ஏற்பட்டாலொழிய அச்செயலை செய்யக் கூடாது. என் வலிமை என்ன என்பதை நிரூபிக்கிறேன் பார்! என்பதுதான் ஆசை வழிப்பட்ட செயலாகும். ஆசை - தேவை இவை இரண்டும் எதிர்மறையானவை என்றுகூடக் கூற முடியும். தேவை அப்போதைய அவசரத்திற்காக ஒன்றை விரும்பும். அந்த நெருக்கடி தீர்ந்த பின்னர் அப்பொருள் அவசியமில்லை என்று அதை ஒதுக்கிவிடும். ஆனால் ஆசை என்பது தனக்குத் தேவையே இல்லாத, பல சமயங்களில் தனக்கு சம்பந்தமே இல்லாதவற்றையெல்லாம் கூட விரும்பும்.

இயற்கை என்றுமே தேவைகளின் வழி செல்கிறது. மனிதனோ ஆசைகளின் வழியே செல்பவன். வெயில் அளவுக்கு மீறிக் காயும்போது கடல்நீர் ஆவியாகிறது. ஆவியானது அளவுக்கு மீறி திரளும்போது அது

மேகமாக மாறிவிடுகிறது. மேகமும் தன் அளவை மீறி குளிர்ந்தால் மழையாகி, மழை அளவுக்கு அதிகமாக பொழிந்தால் அதுவும் நதியாக ஓடிக் கடலில் சேர்ந்து விடுகிறது.

ஆக இங்கு எல்லாமே தேவை, அவசியம், நிர்ப்பந்தம் இவற்றால் தோன்றுபவைதான். வெயில் குறைவாக அடித்தால் அங்கு மேகம் தோன்ற வாய்ப்பு இல்லை. மேகம் குறைவாகக் குளிர்ந்தால் அங்கே மழை பெய்வது இல்லை. குறைந்த மழையால் நதியில் ஓட்டம் என்பது ஏற்படுவது இல்லை.

மனிதனிடம் எந்த ஆற்றலைக் கொடுத்தாலும் உடனே அதைப் பிரயோகித்துப் பார்த்து விடுவான். அதனால்தான் இயற்கையின் அளவற்ற ஆற்றல் எதுவும் மனிதனிடம் தரப்படுவதில்லை.

பேருண்மை கண்ட சூஃபி ஞானிகள் பலர் தம்மிடம் அத்தகு ஆற்றல் உள்ளது என்று பிறரிடம் கூறுவதும் இல்லை. தாங்களே கூட நினைத்துப் பார்ப்பதும் இல்லை. அவர்களைப் பொறுத்தவரை ஒருவர் தம்மிடம் ஒரு பொருளைக் கொடுத்து பத்திரமாக பார்த்துக் கொள்ளச் சொல்கிறார்; அவர் அனுமதியின்றி அதனை நாம் உபயோகிக்கக் கூடாது. அவர் வந்தபின் அவரிடம் திரும்ப இதை ஒப்படைத்துவிட வேண்டும். அல்லது அவர் அனுமதியுடன் அவர் சொன்ன வழியில் அப்பொருளை உபயோகிக்க வேண்டும் என்பதுதான்.

சூஃபி ஞானிகளைப் பொறுத்தவரை எதுவும் நமதல்ல என்பதுதான் அவர்கள் முடிவு. முதலில் உலகம் படைக்கப்பட்டது. பின்னர் அதில் வாழ்வதற்கென்று நாம் படைக்கப்பட்டோம். நமக்கென்று ஒரு வாழ்வு படைக்கப்பட்டது.

அவன் படைத்த உலகில், அவனால் படைக்கப்பட்ட நாம், அவன் படைத்த அனைத்தையும் அவன் விருப்பப்படிதானே செய்ய வேண்டும். அதனால்தான் தேவை இன்றி அவர்கள் எதுவும் செய்வதும் இல்லை. எதுவும் சொல்வதும் இல்லை. அப்படிப்பட்டவர்களிடம் இயற்கை அபாரமான ஆற்றலையும், ஞானத்தையும் வழங்கியதுண்டு. அதையும்கூட அவர்கள் தேவை இன்றி வெளிப்படுத்துவதில்லை.

ஹஸனிடம் ராபியா விண்ணில் பாயை வீசி அதன்மேல் ஏறி அமர்ந்து காட்டினாள். ஆனால், அந்த அம்மையார் அதற்கு முன்போ, பின்போ அவரிடமும் எந்த சித்து வேலைகளையும் செய்ததில்லை.

சீடர் ஒருவர் ஞானியிடம் கேட்டார்.

"எனக்கு இப்போது மிகப் பெரிய செல்வம் கிடைத்துள்ளது. அதை நான் என்ன செய்ய வேண்டும்."

குருஜி வாசுதேவ்

"உன் விருப்பப்படி செய்" என்றார் ஞானி.

"இல்லையில்லை" என்று அவசரமாக மறுத்தார் சீடர்.

"எதைச் செய்தால் எனது ஆன்மா நலன் பெறும் என்பதை மட்டும் கூறுங்கள். அதைச் செய்கிறேன் ."

"சில நாட்கள் கழித்து வா" என்றார் ஞானி.

சீடர் ஏழெட்டு நாட்கள் கழித்து வந்தார். ஞானி பெருமூச்சுடன் கூறினார்.

"உனக்கு என்ன வழி சொல்வது என்றே எனக்குப் புரியவில்லை. உனது செல்வத்தை நீயே செலவிட்டால் உனக்குப் பயன் இல்லை. நண்பர்களுக்கும் உறவினர்களுக்கும் அளித்தால் அதுவும் அப்படித்தான் பலனற்றுப் போகும். ஆலயங்களுக்கு அதை அளித்தால் சமயவாதிகளின் பேராசைக்குத் தீனி போடுவதாகத்தான் அது அமையும். அதை ஏழைகளுக்கு அளித்து விட்டால்... உன்னுடைய உன் கருணை உள்ளத்தை எண்ணி, எண்ணி நீ மகிழ்வதால் உனக்குள் ஏற்படும் தற்பெருமை உன்னை பாதாளத்தில் சரித்துவிடும்."

"இருப்பதில் ஓரளவு நல்ல வழி எது?" என்று கேட்டார் சீடர்.

"ஏழைகளுக்கு அளித்துவிடு. அவர்களுக்காவது அது பயன் தரட்டும்" என்றார் ஞானி.

சூஃபி காட்டும் பாதை இதுதான். சேவை மனப்பான்மை அற்றவன் பிறருக்கு தீங்கிழைப்பவன் ஆவான். ஆபத்தில் உதவாத குணமும், ஆபத்தை விளைவிப்பது போன்றதுதான். சேவை புரிபவனோ அதனால் ஏற்படும் இறுமாப்பினால் தனக்குத் தானே தீங்கு செய்பவன் ஆகிறான்.

இந்த இரண்டு நிலையிலிருந்தும் விடுதலை பெறுவதே சாசுவதமான நிலையாகும்.

உலகமே நன்மை தீமை, இன்பம் - துன்பம் என இரண்டிரண்டாகப் பிரிந்தே காணப்படுகிறது. பிறப்பு - இறப்பு மற்றும் இருள் - ஒளி, வெற்றி-தோல்வி என எல்லாமே இரண்டிரண்டாக பிரிந்தே உள்ளன. இந்த இரண்டின் இடையேயான சலனமே உலக வாழ்வு.

இன்பமும், துன்பமும் வேறுவேறு என்றாலும் இன்பமே துன்பமாக மாறுகிறது. அதேபோல் துன்பமே ஒருநாள் இன்பமாக மாறக்கூடும்.

இரண்டையும் தாண்டிய நிலையே சலனம் அற்ற நிலை. அதனையே அத்வைத (இரண்டல்லாதது) என்கிறார் ஆதி சங்கரர். கர்மங்களைத்

துறந்து துறத்தலின் பயனையும் துறந்து, அதனால் ஏற்படும் அகங்காரத்தையும் துறந்துவிடு என்கிறார் கீதையில் கிருஷ்ணர்.

சூஃபிகள் பலரும் இந்த இரண்டற்ற அல்லது இரண்டையும் கடந்த நிலையையே வலியுறுத்துகின்றனர். தங்களது சொல்லிலும், செயலிலும் அதனையே அவர்கள் கடைபிடிக்கவும், எடுத்துரைக்கவும் செய்தனர்.

எகிப்திய பாலைவனத்தில் ஒருவர் வசித்தார். அவரிடம் வந்த ஒருவர் தாம் கடுமையான விரதங்களை மேற்கொண்டு உடலைப் புனிதமாக வைத்திருப்பதாகவும், ஆனால் தன் மனதின் எண்ணங்களை அப்படி தம்மால் அடக்க முடியவில்லை என்றும் கூறினார்.

ஞானி கூறினார்:

"உடலின் புலன் உணர்வுகளை அடக்கி ஒடுக்குவது என்பது வேறு. அவற்றிலிருந்து விடுபடுவது என்பது வேறு. படிக்கும்படி ஒரு சிறுவனை அடித்துத் துன்புறுத்தினால் அவன் படிப்பையே வெறுக்க ஆரம்பித்து விடுவான். மனதின் இச்சைகளை பலவந்தமாக அடக்கும்போது நீ மனதின் எதிரி ஆகிறாய். எதை நீ மறுக்கிறாயோ அதையே மனம் நாட ஆரம்பித்துவிடும்.

சூஃபிகளின் பாதை காட்டுவது இதுதான். ஒன்றை வேண்டும் என விரும்புவது எப்படி ஒருவிதமான ஆசையோ, அதனை தேவையில்லை என்று பிடிவாதமாக மறுப்பதும், ஒரு வித ஆசைதான். ஆனால் இது எதிர்மறையான ஆசை. மெல்ல, மெல்ல இவற்றிலிருந்து விடுபடுவதுதான் மேலான நிலையாகும்.

அந்த ஞானி அவரிடம் புலன்களிடமிருந்து விடுபடும் வழிவகைகளைப் பற்றி விளக்கினார். அதையெல்லாம் கேட்டுக் கொண்டு சென்ற அந்த மனிதர் சில நாட்கள் சென்ற பின்னர் மீண்டும் வந்தார். நீங்கள் சொன்னவற்றில் பலதை நான் மறந்து போய் விட்டேன் என்றார். ஞானி அவரிடம் விளக்கமாக திரும்பவும் எல்லாவற்றையும் கூறி அனுப்பினார்.

சிறிது காலம் கழித்து மீண்டும் வந்த அவர் தாம் இப்போதும் அதில் சிலவற்றை மறந்துவிட்டதாக சொன்னார். மீண்டும் ஞானி அனைத்தையும் விரிவாக சொன்னார்.

"ஐயா! நான் உங்களுக்கு ஒரு தொந்தரவாகத் தெரிய வில்லையா? வந்தவர் கேட்டார்.

குருஜி வாசுதேவ்

ஞானி அங்கிருந்த எரியும் விளக்கை எடுத்து மற்ற விளக்கு களை ஏற்றுமாறு கூறினார். அதன்படி நாலைந்து விளக்குகளை ஏற்றினார் வந்தவர்.

"இப்போது இந்த முதல் விளக்கிலிருந்து நெருப்பை எடுத்து மற்ற விளக்குகளை ஏற்றியதால் இந்த விளக்குக்கு ஏதாவது நஷ்டம் உண்டா?" என்று கேட்டார் ஞானி.

"இல்லை" என்றார் வந்தவர்.

"அதேதான். நீங்களோ, மற்றவர்களோ எத்தனை முறை என்னை நாடி வந்தாலும் அதனால் எனக்கு எந்த நஷ்டமும் இல்லை. அதனால் தயங்காமல் எத்தனை தடவை வேண்டு மானாலும் வாருங்கள்" என்றார் அவர் அன்புடன்.

இயற்கை என்பது எதையும் பேதப்படுத்தி அல்லது பிரிவினைப் படுத்திப் பார்ப்பதேயில்லை. கடலில் பொழியும் அதே மழைதான் தரையிலும் பொழிகிறது. காட்டில் காயும் அதே நிலவுதான் நாட்டிலும் காய்கிறது. மலைகளில் வீசும் அதே காற்றுதான் சமவெளியிலும் வீசுகிறது. வடகோடி முதல் தென் கோடி வரை சூரியனின் கதிர்கள் ஒரே மாதிரி தான் பரவுகின்றன.

மனித மனம் மட்டுமே எல்லாவற்றையும் நான் என்ற கண்ணோட்டத் துடன் அணுகுகிறது. எனக்குப் பிடித்தவை, எனக்குப் பிடிக்காதவை என்றுதான் மனம் எதையும் தரம் பிரிகிறது. உலகையே படைத்த இறைவனால்கூட இதிலிருந்து தப்ப முடிவதில்லை. உன் கடவுள், என் கடவுள் என பேதம் பிரித்து உன் கடவுளைவிட என் கடவுள் உயர்ந்தவர் என்று கூறி அதனை நிலைநிறுத்த போரிலும் இறங்கி விடுகிறது உலகம்.

இவர்களில் சாந்த குணமுள்ளவர்கள் விவாதப் போரில் ஈடுபடுகின்றனர். மூர்க்க குணம் கொண்டவர்களோ ஆயுதப் போரில் இறங்கி விடுகின்றனர். இந்த இரண்டு இடங்களிலும் மனம்தான் பிரிவினையை ஏற்படுத்துகிறது.

இனம், மொழி, மதம், நிறம் இவற்றால் மனித குலத்திற்கு ஏற்பட்ட பேரழிவைப் போல் வேறு எதனாலும் இந்த அளவு பேரழிவு ஏற்பட்டது இல்லை. அதிலும் நிறவெறி, மதவெறி இவற்றைப்போல் பெருமளவில் ரத்தம் சிந்த வைத்தவை வேறெதுவும் இல்லை எனலாம்.

ஐரோப்பிய நாடுகளை பாடாய்ப்படுத்திய இந்த நிறவெறி இப்போதும் கறுப்பர், வெள்ளையர் என மக்களை இன்னமும் கூறுபோட்டுக் கொண்டுதான் இருக்கிறது.

இந்த மதங்களின் அடிப்படைக் கொள்கைகளைப் பார்த்தால் மிகவும் வேடிக்கையாக இருக்கும்.

அன்பை போதித்தவர் ஏசு கிறிஸ்து. அவர் வழிவந்தது கிறிஸ்தவ மதம். ஆனால் ஆப்ரிக்க நீக்ரோ இன மக்களை கப்பல், கப்பலாக பிடித்து வந்து அடிமை வியாபாரம் செய்தவர்கள் ஐரோப்பிய கிறிஸ்தவர்கள்தான். அதற்கு என்ன காரணம் தெரியுமா?

பைபிள் கர்த்தரின் எதிரி சாத்தான் என்று கூறுகிறது. கடவுள் ஒளி வடிவமானவர். சாத்தான் இருள் வடிவமானவன். ஒளி என்றால் வெண்மை. இருள் என்பது கறுப்பு. கர்த்தரை விசுவாசிப்பதால் நாம் வெண்மையான நிறத்தில் பிறந்துள்ளோம். கர்த்தரை விசுவாசியாதவர்கள் கறுப்பு நிறமாக உள்ளனர்.

இப்படிப்பட்ட ஒரு தவறான மனப்பான்மையைக் கொண்டிருந்ததன் விளைவாகவே நிறவெறி ஆதிக்கம் ஐரோப்பியா முழுதும் நிலவியது. இதனை எதிர்த்தே லிங்கன், கென்னடி, காந்தி போன்றோர் பெரும் போராட்டம் நடத்தினர்.

ஆக, பிரிவினை, துவேஷம், வன்மம் போன்றவை மனித மனத்தின் குறைபாடுகள் தானே தவிர வெளியிலிருந்து எதுவும் வருவது இல்லை.

இறைவனை மனம் உருகிப் போற்றுவதும் இதே மனம்தான். துயரின் விளிம்பில் நின்று கொண்டு அவனைக் கடுமையாகத் தூற்றுவதும் இதே மனம்தான். தானே உயர்த்தி, தானே தாழ்த்தி, தானே உருவாக்கி, பின்னர் அதைத்தானே அழித்து... இப்படியாக இந்தக் கோடிக்கும், அந்த கோடிக்குமாக பெண்டுலம் போல் மாறி, மாறி ஊசலாடுவது இந்த மனம் மட்டுமே.

இந்த ஊசலாட்டம் நின்று அமைதியடைந்த மனம் தான் சூஃபி நிலை. இதனைத் தாண்டி வந்தவர்கள் தான் சூஃபி ஞானிகள்.

மனித மனத்திலுள்ள பிரிவினைகளை சுட்டிக்காட்டும் கதை ஒன்று உண்டு.

ஆடு மேய்ப்பவன் ஒருவன் தமது ஆடுகளை மேய்த்துக் கொண்டிருந்தான். அவ்வழியே சென்ற ஒருவன் இவற்றைப் பார்த்தான். ஆடு மேய்ப்பவனிடம் அவன் சொன்னான். "உங்களிடம் நல்ல அருமையான ஒரு ஆட்டு மந்தை இருக்கிறது. அவற்றைப் பற்றிய சில விவரங்களை விசாரித்து அறிய விரும்புகிறேன்."

குருஜி வாசுதேவ்

“தாராளமாகக் கேளுங்கள்” என்றான் ஆடு மேய்ப்பவன்.

“உங்களது ஆடுகள் ஒவ்வொரு நாளும் எத்தனை மைல்கள் நடக்கின்றன?

“எது? வெள்ளை ஆடுகளா? கறுப்பு ஆடுகளா?” என்று கேட்டான் ஆட்டிடையான்.

வந்தவருக்கோ ஒரே ஆச்சர்யம். எனினும் அதை மறைத்துக் கொண்டு,

“வெள்ளை ஆடுகள்?” என்றார் வந்தவர்.

“வெள்ளை ஆடுகள்” எப்படியும் தினமும் 5 மைல்களாவது நடக்கும்.

“கறுப்பு ஆடுகள்?”

“அவையும்தான் என்றான் அவன்.”

“எது? வெள்ளை ஆடுகளா? கறுப்பு ஆடுகளா?”

“தினமும் அவை எவ்வளவு புல் தின்னும்?”

“வெள்ளை ஆடுகள்.”

“அவை எப்படியும் நாலைந்து பவுண்டுதின்றுவிடும்.”

“சரி. கறுப்பு ஆடுகள்?”

“அவையும் தான்” என்றான் அவன்.

“ஒவ்வொரு வருடமும் அவை எவ்வளவு கம்பளி தருகின்றன?”

“எது? வெள்ளை ஆடுகளா? கறுப்பு ஆடுகளா?”

“வெள்ளை ஆடுகள்.”

“கம்பளி வெட்டும் காலங்களில் ஒவ்வொரு வருடமும் வெள்ளை ஆடுகள் ஏழு பவுண்டு கம்புளி தரும்.”

“கறுப்பு ஆடுகள்?”

“கறுப்பு ஆடுகளும்தான்.”

அந்த வழிப்போக்கன் குழம்பிப் போனான். “என்ன இது? எனது ஒவ்வொரு கேள்விக்கும் நீங்கள் வெள்ளையா, கறுப்பா என தரம் பிரிக்கிறீர்கள். ஆனால் இரண்டும் ஒரே அளவு என பதிலும் தருகிறீர்கள். ஏன் இப்படி?”

“அது இயல்புதானே? என்ற ஆடு மேய்ப்பவன் கூறினான். பாருங்கள். இந்த வெள்ளை ஆடுகள் எல்லாம் எனக்கு சொந்தமானவை.

“அப்படியா? அது சரி” என்ற வழிப்போக்கன், “அப்படியா னால் அந்த கறுப்பு ஆடுகள்?” என்று இழுத்தார்.

“அவையும் என்னுடையவைதான்” என்றானாம் அந்த ஆட்டிடையன்.

அன்பு ஒன்றாகப் பார்க்கும் எல்லாவற்றையுமே மனித மனம் மட்டும் முட்டாள்தனமாக பாகப்பிரிவினை செய்து விடுகிறது. எல்லா ஆடுகளும் சீரான வளர்ச்சி, சீரான பயன், சீரான வாழ்க்கை என்றுதான் உள்ளன. ஆனால் அவற்றின் உரிமையாளர் அவற்றின் நிறத்தைக் கொண்டு அவற்றை வெள்ளை, கறுப்பு என வகைப்படுத்த முயல்கிறார்.

அலெக்ஸாண்டரின் வாழ்க்கை வரலாற்றை ஆராய்ந்து எழுதிய அறிஞர் புளூடார்க் கூறுகிறார். ஒருமுறை மாவீரன் அலெக்ஸாண்டர் வந்தபோது தத்துவ ஞானி டயோஜெனீஸ் எலும்புகளின் குவியல் ஒன்றை உற்று பார்த்துக் கொண்டிருந்தாராம்.

இறந்தவர்களின் எலும்புகளை அவர் உற்றுப் பார்ப்பது கண்டு அதிசயித்த அலெக்சாண்டர் வியப்புடன், “என்ன பார்த்துக் கொண்டி ருக்கிறீர்கள்?” என்று கேட்டானாம்.

“என்னால் கண்டுபிடிக்க முடியாத ஏதோ ஒன்று இதில் உள்ளது. அதை எப்படியாவது கண்டுபிடிக்க முயல்கிறேன்” என்றாராம் அந்த ஞானி.

“அது என்ன?”

“இவற்றில் எவை கிரேக்க எலும்புகள்? எவை பாரசீகர்களின் எலும்புகள்? எவை அடிமைகளின் எலும்புகள்? எவை எஜமானர்களின் எலும்புகள்?”

இதைக் கேட்ட பின்னரே, அலெக்சாண்டரின் மனத்தில் உண்மை ஒளி உதயமானது. அதையடுத்து அவன் பாரசீக இளவரசியை மணந்து கொண்டதுடன் தனது வீரர்களில் 40 ஆயிரம் பேருக்கு பாரசீகப் பெண்களை மணம் செய்வித்து இரு பெரிய இனங்களை இணைக்க முன் வந்தான்.

எனினும் அவனுக்கு பல நூற்றாண்டுகளுக்குப் பின்னால் வந்த அசோகரும், அக்பருமே தோற்றுப்போன முயற்சியில் அவன் மட்டும் வெற்றி பெற்று விடவில்லை. காலத்துக்கு முந்தைய அவனது புரட்சி அவனுடன் முடிவடைந்துவிட்டது.

ஞானியர் காட்டும் வழிகளை சராசரி மக்கள் எல்லோரும் பின்பற்றி விடுவதில்லை.

15. எத்தனை நிறங்கள்

சூஃபி ஞானிகள் என்று பெரும்பாலும் இஸ்லாமியத் துறவிகள் மட்டுமே குறிப்பிடப்படுகின்றனர். எனினும் இஸ்லாம் தோன்றுவதற்கு முன்பாகவும் அத்தகைய குணங்களுடைய பலர் வாழ்ந்து வந்துள்ளனர். அதேபோல் உலகின் பல நாடுகளிலும் இஸ்லாமியர் அல்லாத பலரும் இத்தகு ஞானிகளாக விளங்கி வந்துள்ளனர்.

ஆன்மீகத் துறவிகள் பலரும் தனக்கென்று ஒரு சீடர்கள் கூட்டத்துடன் ஒரு இயக்கமாக திகழ்ந்ததுண்டு. சூஃபிகளோ இப்படிப்பட்ட எந்த அமைப்புக்களையும் தோற்றுவிப்பதில்லை. மடங்கள், ஆசிரமங்கள், சீடர்கள் போன்ற அமைப்புக்களை நிறுவுவதன் மூலம் இவர்கள் எந்த வாழ்க்கை ஒழுங்குமுறை சட்டங்களையும், நியதிகளையும் விட்டு விலகினார்களோ அவை மறைமுகமாக மீண்டும் தங்கள் மீது சுமத்தப்படுகின்றன என்பதை நன்கு உணர்ந்தவர்கள்.

விதிகளை எதிர்ப்பவன் என்று ஒருவன் தன்னைக் கூறும்போது அந்த எதிர்ப்பே அவனுடைய விதியாகி விடுகிறது. வாழ்வின் நியதிகள், முறைகள் அனைத்திற்கும் அடிப்படையாக இருப்பது அச்சம். பாதுகாப்பின்மை காரணமாகவே மனிதன் கூடி வாழ்கிறான். பயத்தின் அடிப்படையிலேயே சட்ட திட்டங்கள் உருவாகின்றன. இன்னும் ஆழ்ந்து சிந்தித்துப் பார்த்தால் மனிதன் கடவுளிடம் காட்டும் பக்தி கூட அவனுக்கு மரணத்தின் மீதுள்ள அச்சத்தினால்தான் ஏற்படுகிறது. இறைவன் நம்மை மரணத்திலிருந்து காப்பார் என்ற நம்பிக்கையில்தான் மனித குலமே பல பொருட்களை கடவுளுக்கு காணிக்கையாகச் செலுத்தி வழிபடுகிறது.

மனிதனுக்கு மரணமே இல்லை என்ற நிலை ஏற்பட்டால் எவராவது இத்தனை வழிபாடுகள் செய்வார்களா? அல்லது தங்களது பக்தியால் தங்களைக் காப்பாற்ற முடியாது என்றெண்ணினால் தான் கடவுளிடம் அவர்கள் பக்தி செலுத்துவார்களா?

சூஃபிகள் அச்சத்தை வென்றவர்கள். அவர்கள் இறைவனிடம் அன்பு பூண்டவர்கள். அதற்காக அச்சத்துடன் பக்தி செலுத்தும் பயபக்தி அல்லது இறையச்சம் அவர்களிடம் இல்லை. வாழ்வு வேறு, மரணம் வேறு என்று பிரித்துப்பார்க்கும் மனப்பாங்கு அவர்களிடம் இல்லாததால் மரண பயம் அவர்களிடம் இருந்தது இல்லை. மரணத்துக்கே அஞ்சாத ஒருவர் வேறு எதனிடம் தான் அச்சம் கொள்வார்.

இஸ்லாமிய பக்கிரி ஒருவர் சாலையில் நடந்து வந்து கொண்டிருந்தார். கடும் நோன்புகளைப் பின்பற்றக் கூடியவர் அவர் என்பதை அவர் உடலே சொல்லியது. எதிரே பல்லக்கில் வந்த சுல்தான் அவரைக் கண்டு தமது பல்லக்கை நிறுத்தினான்.

கீழை நாடுகளின் மரபுப்படி ஒரு அரசன் தமது குடி மக்களில் ஒருவனை சந்தித்தால் அவனுக்கு வேண்டியது என்ன என்று கேட்டு அதை அவனுக்கு வெகுமதியாக வழங்குவான். இந்த மரபையொட்டி சுல்தான், உங்களுக்கு என்ன வேண்டுமோ அதைக் கேளுங்கள் என்றான்.

"ஒரு அடிமையிடம் இருந்து நான் சலுகைகளைக் கேட்பது பொருத்தமான ஒன்றல்லவே?" என்றார் துறவி.

"உமக்கு என்ன துணிச்சல் இருந்தால் மன்னரிடமே இப்படிப் பேசுவீர்? இதற்கு நீர் சரியான விளக்கம் கூறாவிட்டால் இறப்பது உறுதி" என்றான் காவலர் தலைவன் கோபமாக.

குருஜி வாசுதேவ்

"உமது அரசரின் எஜமானன் எவனோ அவன் என் அடிமை" என்றார் துறவி.

"யார் அது?"

"அச்சம்" என்று கூறியபடி மேலே நடந்தார் துறவி.

உடல் இறந்த பின்னர் அதற்கு வாழ்வு இருப்பதில்லை. அதனால் உடலின் வாழ்வே உயிரின் வாழ்வு என்பது பெரும்பாலோரின் முடிவாக உள்ளது.

குஞ்சு வெளிப்பட்டபின் முட்டையின் ஓடு பயனற்றது. அதனால் குஞ்சுக்கு வாழ்வில்லை என்பதா? அல்லது ஓட்டுடன் முட்டையின் சகாப்தம் முடிந்துவிட்டது என்று கருதுவதா?

கைது செய்யப்பட்ட ஏசுநாதர், சாக்ரடீஸ், சூஃபி ஞானி மன்சூர் அலிகான், டயோஜனீஸ் போன்ற பலரும் மரணத்துக்கு எந்த நேரத்திலும் அஞ்சவில்லை.

பிதாவே! தாங்கள் செய்வது என்ன என்றறியாத அப்பாவிகள் இவர்கள். இவர்களை மன்னியும் என்றார் ஏசு. தப்பி ஓட வற்புறுத்திய போதும் மறுத்துவிட்டு சிரித்த முகத்துடன் விஷம் குடித்தவர் சாக்ரடீஸ்.

கண்ட துண்டமாகத் தன்னை வெட்டியபோது, "குழந்தைகளே! நீங்கள் யாரைக் கொல்வதாக எண்ணிக் கொண்டிருக்கிறீர்களோ அவன் இங்கே இல்லை என்பதை மட்டும் புரிந்து கொள்ளுங்கள்" என்கிறார் சூஃபி ஞானி மன்சூர்.

கிரேக்க ஞானி டயோஜனீஸ் சிறை பிடிக்கப்பட்டு அடிமைச் சந்தைக்கு இழுத்துச் செல்லப்பட்டார். கடைத் தெருவில் இருந்த ஏல மேடை மீது ஏறிய அவர் உரத்த குரலில், "ஒரு குரு இங்கே விற்பனைக்கு வந்துள்ளார். எந்த ஒரு அடிமைக்காவது அவரை வாங்க விருப்பம் உள்ளதா?" என்று கூவினாராம்.

ஞானம் பெற்றவர்களை அடிமைப்படுத்துவது என்பது என்றும் இயலாத காரியமாகும். மனத்தின் தளைகளையே உதறிய அவர்களை உடலின் தளைகளால் மட்டுமா கட்டிப் போட முடியும்?

"சிறைச்சாலை என்ன செய்யும் சரீர அபிமானமில்லாதவரை?" என்பது அர்த்தம் நிரம்பிய பாடல்.

எல்லா மக்களும் சாவதற்குப் பயப்படுகிறார்கள். மரணத்தை தவிர்க்க செய்யும் முயற்சிகளால் அவர்கள் எப்போதும் வாழ்வதே இல்லை என்கிறது சூஃபி ஞானம்.

எகிப்தின் பாலைவனத்தில் அமர்ந்திருந்தார் அந்த ஞானி. சுழன்று, சுழன்று வீசிய காற்று பாலைவனத்தில் வேகமாக வீசியது. ஞானி கண்களைத் திறந்து பார்த்தார். புயலினூடே சுழன்று, சுழன்று ஏதோ ஒன்று செல்வது அவரது கண்களுக்குப் புலப்பட்டது.

உற்றுப் பார்த்தவர் அது கொள்ளை நோய் என்பதை உணர்ந்து கொண்டார்.

"நில். எங்கே இவ்வளவு வேகமாகப் போகிறாய்?" ஞானி கேட்டார்.

"எனக்கு இப்போது நின்று பேச நேரமில்லை. நான் இப்போது டமாஸ்கஸ் பட்டணம் நோக்கி சென்று கொண்டிருக்கிறேன். ஒரு ஆயிரம் பேரின் உயிரை நான் எடுத்தாக வேண்டும்" என்றபடியே விரைந்து சென்றது கொள்ளை நோய்.

அந்த வருடம் நாட்டை கொள்ளை நோய் பலமாக தாக்கியது. டமாஸ்கஸ் பட்டணத்தை ஒரு மாதத்துக்கு மேல் உலுக்கி எடுத்தது. கடைசியில் ஒரு வழியாக நோய் அகன்றபோது நகரில் 20 ஆயிரம் பேருக்குமேல் பலியாகி இருந்தனர்.

ஒருநாள் ஞானி கண்களை மூடி அமர்ந்திருந்தார். சுழன்று வீசியது காற்று. கண்களைத் திறந்த ஞானி கொள்ளை நோய் திரும்பிச் செல்வதைக் கண்டார்.

"நீ பொய் சொல்லி இருக்கிறாய்" என்றார் கோபமாக. "ஆயிரம் பேர் என்று சொல்லிவிட்டு 20 ஆயிரம் பேரை பலிவாங்கி விட்டாய்."

"இல்லை ஞானியே" என்றது கொள்ளை நோய். "உண்மையில் என்னால் இறந்து போனவர்கள் வெறும் ஆயிரம் பேர் மட்டுமே. தாங்களும் இறந்து விடுவோம் என்ற அச்சம்தான் மற்றவர்களையும் பலி வாங்கியது."

மனிதர்களை சிறைப்படுத்தும் பெரும்பாலான சுவர்கள் அவர்கள் மனதினால் உண்டாக்கப்பட்டவைதானே தவிர இயற்கையில் எந்த சிறைகளும் உருவாக்கப்படுவதில்லை.

சூஃபி ஞானம் கூறுகிறது: மனிதர்கள் எவரும் இருப்பதை பார்ப்பது இல்லை. எதைப் பார்க்கும்படி பயிற்றுவிக்கப் படுகிறார்களோ அதை மட்டும்தான் பார்க்கிறார்கள்.

வசதி படைத்த ஒருவர் மசூதிக்கு சென்றார். தன்னுடைய விலை உயர்ந்த காலணிகளை வெளியே வைத்துவிட்டு உட்புறம் சென்று தொழுகையில் ஈடுபட்டார். தொழுகை முடிந்த பின்பு வெளியே வந்தபோது தமது காலணிகள் களவு போயிருப்பதைக் கண்டார்.

அடடா! எவ்வளவு கவனக் குறைவாக இருந்திருக்கிறேன் என்று தனக்குள் சொல்லிக் கொண்டார் அவர். இந்த பளபளப்பான காலணிகளை வெளியே விட்டதன் மூலம் ஒருவர் அதை திருடிச் செல்லக் காரணமாக இருந்துவிட்டேன். அவற்றை எடுத்தவருக்கே நான் அதை மகிழ்ச்சியுடன் கொடுத்திருக்க இயலும். இப்போது ஒரு திருடன் உருவாக நான் காரணமாக இருந்துள்ளேன். என்று வருந்தினார் அவர்.

சூஃபி என்பது எதையும் கைப்பற்றுவதும் இல்லை. எதையும் மறுப்பதும் இல்லை. அது பெற்றுக் கொள்கிறது. ஆனால் எதையும் வைத்துக் கொள்வது இல்லை.

சின்னச்சின்ன சம்பவங்கள் மூலம் சிறு நிகழ்வுகள் மூலமும் பல கதைகள் மூலமும் சூஃபி இலக்கியங்கள் புகட்டும் ஞானம் அபாரமானது.

மகான் கபீர்தாசர் இந்தியாவின் இணையற்ற சூஃபி ஞானி. அவரையே விஞ்சும்படியாக விளங்கியவர் அவரது மகன் கமால்.

ஞானி கபீர் கூறுகிறார்: வாழ்வில் இரண்டு சந்தர்ப்பங்களில் மட்டுமே மனிதன் பெருந்துன்பத்தை அடைகிறான். ஒன்று அவன் விரும்பியது கிடைக்காதபோது. மற்றொன்று அவன் விரும்பியதை அடையும்போது

எவ்வளவு பொருள் பொதிந்த கருத்துக்கள் இவை! உலகில் எல்லா மனிதர்களும் ஏதேனும் ஒன்றைத் தேடி ஓடிக்கொண்டுதான் இருக்கின் றனர். தேடி அடைய முடியாதவர்கள் ஏமாற்றத்தில் வாடி வதங்குகின்றனர். தான் விரும்பியதை அடைந்தவனும் அதேமாதிரி ஏமாற்றத்தில்தான் வருந்திக் கொண்டிருப்பான் என்பதை பலரும் உணர்வதில்லை.

அடையாதவனுக்கு ஏமாற்றம் வருவது நியாயம். அடைந்தவனுக்கு ஏன் ஏமாற்றம் வரவேண்டும்? ரொம்ப சாதாரணமான விஷயம் இது. வேறொன்றுமில்லை. அவன் அதை அடையும் முன்னால் அதுபற்றிய அழகிய கற்பனைகள் மட்டுமே அவன் உள்ளம் முழுதும் நிரம்பி இருந்தது. அடைந்த பின்பே அவன் நிஜத்தை நேரில் காண்கிறான். போயும் போயும் இதற்கா இவ்வளவு பிரயத்தனம் செய்தோம் என்ற சலிப்பும், கழிவிரக்கமும் அவனை ஆக்ரமிக்கின்றன.

காதல், பதவி, அதிகாரம் என்று துரத்தித் தூரத்தி வேட்டையாடிய பலரும் அதன்பிறகு அடைந்த பொருளை சீண்டவே விரும்ப மாட்டார் கள். பதவிக்காகப் போராடிய பலர் பின்னர் ஒழுங்காகஅலுவலகத்துக்கே வருவதில்லை என்பதை நீங்கள் சாதாரணமாகவே காண முடியும். தேடிக்

காதலித்து மணந்துகொண்ட பலரும் பிறகு வீட்டுக்கே வர விரும்பாமல் இரவு 10 மணிவரை அலுவலகத்திலேயே இருப்பதையும் பார்த்திருப் பீர்கள்.

இதில் குற்றம் எவருடையதும் இல்லை. ஒன்றை அடையும்வரை இருந்த வேகம் அதை அடைந்தபின் வடிந்து விட்டது அவ்வளவே!

மிக எளிமையாக கூறுகிறார் கபீர் இதனை. விரும்பியதை அடைந்தவன் அடையாதவன் இருவரும் துன்பமடைவர் என்று.

எதையும் சொந்தமாக்கிக் கொள்ள முயற்சிக்க வேண்டாம். உண்மையில் எவரும் எதையும் தன் உடமையாக்கிக் கொள்ளவே முடியாது. அவைகளால் நீங்கள் சொந்தமாக்கிக் கொள்ளப்படவில்லை என்பதை உறுதி செய்து கொள்ளுங்கள். அப்போது உலகப் பொருட்களின் முடி மன்னராக நீங்கள் இருப்பீர்கள்.

சூஃபிகள் கூறும் இந்த எளிய வாழ்வியல் தத்துவத்தை நமது முன்னோர் "விரும்பிப் போனால் விலகிப் போகும். விலகி வந்தால் விரும்பி வரும்" என்று குறிப்பிட்டுள்ளனர்.

கவிஞர் ஆஃகதி ஓர் இரவில் வெளியே அமர்ந்து பெரிய பாத்திரத்தை குனிந்து பார்த்துக் கொண்டிருந்தார். அவ்வழியே சென்ற சம் சே தபிரி என்ற துறவி, "என்ன செய்கிறீர்கள்?" என்று கேட்டார்.

"இந்த நீர் நிறைந்த பாத்திரத்தில் சந்திரனைப் பார்த்து சிந்தித்துக் கொண்டிருக்கிறேன்" என்றார் கவி.

"கழுத்து எலும்பு முறிந்திருந்தாலொழிய இப்படிப் பார்க்க வேண்டிய அவசியமே இல்லையே. ஏன் நிமிர்ந்து ஆகாயத்தில் உள்ள நிலவை நீங்கள் நேரிடையாகக் காணக் கூடாது?" என்றார் துறவி.

உண்மை எதிரில் இருக்க ஏன் உவமைகளைத் தேடுவதிலும், கற்பனைகள் செய்வதிலும் இன்பம் காண வேண்டும்? இறைவன் எங்கும் நிறைந்து இருக்கும் போது ஏன் மதவாதிகளைத் தேடி ஓடவேண்டும்?

கவி ஞானி கபீர் பாடுகிறார், "அறிஞர் உள்ளம் அன்பினால் தோயவில்லையானால் எத்தனை சொல் மாரி பொழிந்தும் என்ன பயன்?" என்று.

சீடன் கேட்கிறான், அறிவுக்கும், ஞானத்துக்கும் உள்ள வேறுபாடு என்ன? என்று.

ஞானி கூறினார்: அறிவிருந்தால் வழியை அறிய நீ ஒரு விளக்கை உபயோகிப்பாய். ஞானியாகும்போது நீயே விளக்காகி விடுகிறாய்.

மறை நூல்கள் பற்றி ஞானிகள் கூறுவது: உணவுப் பட்டியல் எவ்வளவுதான் பயனுள்ளதாக இருந்தாலும் அது உண்பதற்கு உரியது அன்று.

16 அச்சமின்மை

புராதன காலம் தொட்டு சம காலம் வரையிலும் எல்லா நாடுகளிலும் பரவலாக சூஃபிகள் வாழ்ந்துள்ளனர். முறையான வழிபாடுகள், முறையான வழிபடும் இடங்கள் என்று எதையும் இவர்கள் வரையறுத்ததே இல்லை.

சூஃபிகள் பற்றி ஆராய்ந்த மேல்நாட்டு அறிஞர் ஒருவர் பின்வருமாறு குறிப்பிடுகிறார்.

மனித வாழ்வை உடலியல், மனவியல் என இரண்டாகப் பிரித்துள்ளோம். உண்ணும் உணவு, உடை, இருப்பிடம், பாதுகாப்பு முதலிய புறத்தேவைகள் சமூக வாழ்வை சேர்ந்தவை ஆகும். இவை உடல் சார்ந்தவை. இது அல்லாமல் மனத்தின் உணர்வுகள், வெறுமை, ஏக்கம், நிறைவின்மை இது தொடர்பான தேடல்கள் மனம் சார்ந்தவை. இவை ஆன்மீக வாழ்வைச் சார்ந்தவை ஆகும்.

சமூக வாழ்வில் பாதுகாப்புக்காக அரசுகள் உருவாக்கப்பட்டது போல் ஆன்மீக வாழ்வின் பாதுகாப்புக்காக மனம் மதங்களை உருவாக்கிக் கொண்டது.

அரசியலில் பல முறைகள் உண்டு. மன்னராட்சி, மக்களாட்சி, தனிநபர் ஆட்சி, குழுவின் ஆட்சி, ஒரு கட்சி அரசியல், பல கட்சி அரசியல், இராணுவ ஆட்சி என இவற்றைப் பிரிக்க முடியும்.

ஆன்மீக இயலிலும், உருவ வழிபாடு, அருவ வழிபாடு, மந்திர உச்சாடனம், யோகப் பயிற்சி முறை என பலவகையான மதப் பிரிவுகள் உண்டு.

அரசியலில் இருப்பதற்குள் சிறந்தது என ஜனநாயக முறை கூறப்படுகிறது. எனினும் இதனை ஏற்காத சிந்தனையாளர்களும் உண்டு. பெரும்பான்மை வாக்குகளால் ஒரு அரசு அமைந்தாலும் அதனை எதிர்த்து வாக்களித்தவனுக்கு அவர்கள் எப்படி ஆணையிடலாம் என்பதே அவர்கள் கேள்வி.

உதாரணமாக ஒரு காந்தீயவாதியை 85% சதவீதம் மக்கள் தங்கள் தலைவராகத் தேர்ந்தெடுத்துள்ளனர். எனினும் இவரை வேண்டாம் என்று வாக்களித்த 15 பேரை அவர் எப்படி ஆளுமை செலுத்தலாம்? அவரை ஆதரித்த 85 பேரை வேண்டுமானால் அவர் ஆளலாம்.ஆனால் அவரை விரும்பாத 15 சதவீதம் பேரை அவர் எப்படி கட்டுப்படுத்தலாம்? அது முழுமையான மக்கள் ஆட்சி ஆகுமா?

ஆன்மீகத்திலும் இந்த அமைப்பு, சடங்கு, மந்திரம், வழிபாட்டு முறைகள், பெயர்கள் என எந்த விதிமுறைகளையும் விரும்பாதவர்கள் சூஃபிகள். இவர்களை ஆன்மீக அனார்ச்சிகள் (Divine Anarchies) எனலாம் .

இப்படி சிலர் கருத்து தெரிவித்தாலும் இதனை மறுப்பவர்களும் பலர் உண்டு. எனினும் கூட சூஃபி ஞானிகள் தங்களை இஸ்லாமியர் என்றோ, பார்ஸி என்றோ முத்திரை குத்திக் கொள்ள விரும்புவதில்லை. பெற்ற குழந்தைக்கு தாய் பெயர் சூட்டலாம். குழந்தை தன்னைப் பெற்ற தாய்க்கு எப்படி பெயர் சூட்ட முடியும்?

நம்மைப் படைத்த இறைவன் யார் என்றே நாம் அறியாமல் எப்படி நாம் அவருக்கு பெயர் சூட்ட முடியும்?

சூஃபியிஸம் என்பது இதுபோன்ற நுட்பமான பல கருத்துக்களை உள்ளடக்கியது. இதில் உமர் கய்யாம், இமாம் எல் கஸாபி, ஷேக் சா அதி போன்ற பலர் குறிப்பிடத்தக்கவர்களாக விளங்கினர்.

அறிஞர் சாஅதி பற்றிய பல கதைகள் முல்லா நசிருதீன் சாயலில் இருக்கும். ஆனால் நசிருதீனின் நேரடி கேலி, கிண்டல் அதில் இருக்காது. மூடத்தனம் என்பதுபோல் ஆழ்ந்த அறிவு புகட்டுபவையாக அவை இருக்கும்.

பெரும்பாலான ஆன்மீகத் தத்துவங்கள் இதனை எடுத்துக் கொள். அதனை விட்டுவிடு இதைப் போற்ற வேண்டும். அதைத் தூற்ற வேண்டும். இதை செய். அதை செய்யாதே என்று பிரித்து ஒவ்வொன்றுக்கும் எல்லை வகுப்பவையாக இருக்கின்றன.

சூஃபி ஞானத்தின் அடிப்படையே எதை விட்டு விலக எண்ணுகிறாயோ, எதனுடன் இணையத் துடிக்கிறாயோ இரண்டுமே உன்னிடம்தான் உள்ளன என்பதாகும்.

எல்லையற்ற பேரின்பம் என்று எல்லா மதங்களும் முழக்கமிடுவதை சூஃபிகள் ஒரு பொருட்டாகவே கருதுவதில்லை. அவர்களுக்கு அவையெல்லாம் இரண்டாம்பட்சம் தான்.

கவியரசு கண்ணதாசன் ஒரு கோப்பையிலே என் குடியிருப்பு; ஒரு கோல மயில் என் துணையிருப்பு என்னும் புகழ்பெற்ற பாடலைப் பாடியுள்ளார். அந்தப் பாடல் சூஃபி கவிஞனான உமர் கய்யாமின் பாடலைத் தழுவி இயற்றப்பட்டதாகும்.

கடந்துபோனவற்றைப் பற்றி எண்ணி வருந்தாமல், எதிர்காலத்தைப் பற்றி கவலைப்பட்டு மாயாமல் நிகழ்காலத்துடன் ஒன்றிப் பொருந்துவதே உண்மையான இன்பம் என உணர்த்துபவை அவை.

அவை சில இடங்களில் சிற்றின்பமே பேரின்பத்தின் வடிகால் என்று உணர்த்துவதுபோல் இருக்கும். உண்மை என்னவென்றால் பேரின்பம் என முழங்கும் பலரும் பெண்ணை ஒதுக்கியே வந்துள்ளனர். உலகின் இரு கூறுகளான ஆண், பெண் இரண்டு படைப்பில் ஒன்றை மட்டும் அடியோடு புறக்கணித்துவிட்டு எவரும் சுவர்க்கத்தை அடையவே முடியாது.

இயற்கையாலேயே படைக்கப்பட்ட ஆண் பெண் உணர்வுகளை இவர்கள் கடந்து வரலாமே தவிர இவற்றை மறுப்பதோ, போராடி மீள்வதோ அசாத்தியமான காரியமாகும். அடியோடு பெண்ணைப் புறக்கணித்து வெறுத்து ஒதுக்கிய பலரும் உறங்கும்போது கனவில்கூட போக சிந்தனைகள் வருவது கண்டு உறங்கவே பயப்படும் சூழல்கள் ஏற்படும். இப்படிப்பட்டவர்கள் சதா மிகவும் இறுக்கமான முகத்துடனும், எரிச்சல் தோய்ந்த மனநிலையுடனும் காணப்படுவார்கள்.

இறந்தபின் சொர்க்கத்தை அடைய வேண்டும் என்ற எண்ணத்தில் இருக்கும் வாழ்வையே நரகமாக்கிக் கொள்பவர்கள் இவர்கள்.

இவற்றையெல்லாம் கண்டிப்பதாகவும், சாடுவதாகவும் அவரது பாடல்கள் இருக்கும்.

சிறிய நகைச்சுவைக் கதை ஒன்று உண்டு.

மதபோதகர் ஒருவர் பள்ளிக்கு வந்திருந்தார். மாணவர்களிடையே உரையாற்றிய அவர் குரானில் கூறப்பட்டுள்ள சுவனம் எனப்படும் சொர்க்கத்தின் மகிமைகளை விளக்கினார். அங்குள்ள வண்ணமயமான நீரூற்றுகள், பசுமை மாறாத மரங்கள், வாடாத மலர்கள், குன்றாத இளமை, நித்திய ஜீவன் எல்லாவற்றைப் பற்றியும் விவரித்தார். இறப்புக்குப்பின் நியாயத் தீர்ப்பு நாள் பற்றி கூறினார். கடைசியாக கேட்டார்.

"உங்களில் யார் யார் என்னுடன் சுவர்க்கத்திற்கு வர விரும்புகிறீர்கள்?"

எல்லோரும் கை தூக்கினார்கள் முல்லா நசிருதீன் ஒருவரைத் தவிர.

சிறுவன் நசிருதீனைப் பார்த்து ஆச்சரியப்பட்ட மதபோதகர், "நசிருதீன்! இறந்த பின்பு சுவர்க்கம் செல்ல நீ விரும்பவில்லையா?" என்று கேட்டார்.

"ஓஹோ! செத்த பிறகா? நான் நீங்கள் இப்பொழுதே தான் கூப்பிடுகிறீர்களோ என்று எண்ணிவிட்டேன்" என்றாராம் நசிருதீன்.

சில இடங்களில் சூஃபிகள் வாழ்வின் நிலையற்ற தன்மையை விளக்குகிறார்கள். அதேசமயம் வலிந்து எவர்மீதும் துறவை திணிப்பதை அவர்கள் ஏற்பதில்லை. திணிக்கப்பட்ட துறவில் அந்தத் துறவியின் மனமானது உலக வாழ்வின் மீதுதான் நாட்டத்துடன் இருக்கும். தானாக உணர்ந்து இவற்றில் ஒன்றுமே இல்லை என விலகி வருவதே உன்னதமான துறவுநிலை ஆகும்.

பின்வரும் கதை இதனை விளக்குவதாக உள்ளது.

அரண்மனையின் மண்டபத்தில் சக்கரம் செய்பவர் அச்சு ஒன்றை செதுக்கிக் கொண்டிருந்தார். அப்போது அங்கிருந்த இளவரசர் மும்முரமாக நூல் ஒன்றைப் படித்துக் கொண்டிருந் தார். "என்ன நூல் அது?" என்று அவரிடம் கேட்டார் மரத்தச்சர்.

"ஞானிகளின் வார்த்தைகளை விவரிக்கும் நூல்" என்றார் இளவரசர்.

"அந்த ஞானிகள் இப்போது உள்ளனரா?"

"அவர்கள் என்றோ இறந்து விட்டனர். பல நூற்றாண்டுகளுக்கு முன் இருந்தவர்கள் அவர்கள்."

"அப்படியானால் அவர்களின் அழுக்கையும், கழிவையும்தானே நீங்கள் படிக்கிறீர்கள்."

"ஒரு மரத் தச்சனான உனக்கு ஒரு ஞான நூல் பற்றி, அதுவும் இளவரசனான என்னிடம் இப்படிப் பேச என்ன துணிச்சல்? நீ சொன்னதை நிரூபிக்காவிடில் உன்னைக் கொல்ல ஆணையிடுவேன்."

கடும் குரலில் கோபமாகக் கூவிய இளவரசனிடம் சாந்தமாகக் கூறினான் தச்சன்.

"ஒரு தச்சன் என்ற முறையில் வண்டிச் சக்கரம் செய்வது என் தொழில். என் கையில் உள்ள உளியை நான் மெதுவாக உபயோகித்தால் அது மரத்தை ஆழமாக வெட்டாது. ஆனால் என்னுடைய வெட்டானது நேராக இருக்கும். வேகமாக உளியை உபயோகித்தால் வெட்டானது ஆழமாக விழும். ஆனால் வெட்டு நேராக இருக்காது. அதிக வேகமும் இல்லாமல், மிக மெதுவாகவும் இல்லாமல் சரியாக வெட்டுவது எப்படி என்பது பற்றிய அந்த லாவகம் என் இதயத்திலிருந்தே வர முடியும். அதை வார்த்தைகளால் விளக்கவும் முடியாது. எழுத்திலும் வடிக்க முடியாது. அதனால் எனது வேலையை என் மகனிடம் கூட நான் விடுவதில்லை. நானே செய்கிறேன்.

நமது முன்னோர்களும் இதுபோன்ற நிலைமையில் தான் இருந்திருப்பார்கள் என்பது என் அபிப்பிராயம். அவர்களது அனுபவம், இதயபூர்வமான அணுகுமுறை இவை அவர்களுடன் மடிந்து விட்டிருக்கும் அவற்றை அவர்களாலேயே விளக்க முடியாது. இருந்தாலும் எஞ்சியவற்றை, ஏதோ இயன்றவற்றை நூல்களாக தந்துள்ளனர். அதனால்தான் அவை அவர்களது அழுக்குகளும், கழிவுகளும்தான் என்று நான் கூறினேன்."

தச்சனின் பதில் இளவரசனை வாயடைக்கச் செய்து விட்டது. (இதுபோன்ற கதை இந்து மதத்திலும் உண்டு. பௌத்த மதத்திலும் உண்டு.

இன்னும் பலவற்றிலும் சொல்லப்பட்டுள்ளது என்றாலும் தாஓ எனப்படும் சீன மதம் 2000 ஆண்டுகளுக்கு மேல் பழமை வாய்ந்தது. அதன் இலக்கியத்தில் இளவரசன் ஹுவாங் சி என்பவருக்கு தேர் செய்பவன் கூறுவதாக மேற்கண்ட கதை சொல்லப்பட்டுள்ளது. அதுவே இந்த கதையின் மூலம் என்று கருதுகின்றனர். இவற்றின் மூலம் கூறப்படும் கருத்து ஒன்றுதான். இன்னொருவரின் வெளிச்சத்தைவிட உங்கள் சொந்த இருளில் உங்களால் பாதுகாப்பாக நடக்க முடியும்.)

ஆன்மீகம் என்பது ஒரு பயணமே அல்ல என்றும் கூறலாம். அல்லது இடைவெளியே இல்லாத நெடும்பயணம் அது என்றும் கூற முடியும்.

நீங்கள் இப்போது எங்கு உள்ளீர்களோ அங்கிருந்து நீங்கள் எப்போதுமே இருந்திருக்கும் இடத்திற்கு நீங்கள் பயணப்படுகிறீர்கள் என்கிறது சூஃபி ஞானம். உன்னையே நீ அறிவாய் என்கின்றன மறை நூல்கள்.

17 புதையல

புகழ்பெற்ற புராதன நகரமான அலெக்சாண்டிரியாவிலுள்ள நூல் நிலையம் தீப்பற்றி எரிந்தது. அப்போது அதில் இருந்த ஒரே ஒரு புத்தகம் மட்டும் எரியாமல் தப்பியது. அது ஏழை ஒருவனிடம் கிடைத்தது.

அதனை புரட்டிப் பார்த்த அந்த ஏழை அதன் உட்புறம் சில வாக்கியங்கள் எழுதப்பட்டிருப்பதைக் கண்டான். உலகின் விலைமதிப்பற்ற பொக்கிஷமான கல் ஒன்று இருக்குமிடம் பற்றி அதில் கூறப்பட்டிருந்தது.

தொட்டதையெல்லாம் தங்கமாக மாற்றக்கூடிய பரிசவேதி என்ற அந்த கல்லைப் பற்றி உலகம் பூராவும் இருந்த ரசவாதிகள் பல நூற்றாண்டுகளாகவே ஆராய்ந்து வந்துள்ளனர். (இப்போதும் இப்படி ஒரு கூட்டம் உலகம் பூராவும் உண்டு) அந்தக் கல்லைப் பற்றி தான் அதில் கூறப்பட்டிருந்தது.

அது ஒரு கூழாங்கல் வடிவில் இருக்கும். மற்ற கூழாங்கற்களை எடுத்து உள்ளங்கையில் வைத்தால் குளிர்ச்சியாக இருக்கும். இந்தக் கல் மட்டும் கொஞ்சம் வெது வெதுப்பாகக் காணப்படும்.

இந்தக் கல் மனித உடலைத் தொட்டால் இருப்பதுபோல் லேசான உஷ்ணத்துடன் இருந்தாலும் அதன் தோற்றம் என்னவோ எல்லா கூழாங்கற்களையும் போன்றதாகத்தான் காணப்படும். இதிலுள்ள ஒரே ஒரு மாறுபாடு அது தரும் இந்த வெது வெதுப்பு மட்டுமே. கறுப்புக் கடலின் மேற்குக் கோடியில் கற்களோடு கற்களாக இது கலந்து இருப்பதாக அதில் கூறப்பட்டிருந்தது.

இதைப் படித்ததுமே அளவற்ற மகிழ்ச்சியில் திக்குமுக்காடிப்போனான் அவன். தனக்கென்று இருந்த ஒரே ஒரு வீட்டையும் நல்ல விலைக்கு விற்றான். இருந்த உடைமைகளை எல்லாம் விற்றுப் பணமாக்கிக் கொண்டான். பெருந்தொகையுடன் புறப்பட்டு விட்டான் புதையல் வேட்டைக்கு.

கறுப்புக் கடலின் ஓரம் ஒரு கொட்டகை போட்டுக் கொண்டான். பிறகு அந்தக் கல்லைத் தேடும் கடினமான வேலையில் ஈடுபட்டான். அவனிடம் பல மாதங்களுக்குத் தேவையான உணவுப் பொருள் கையிருப்பாக இருந்தது. தினமும் காலையில் அவன் மணலில் இறங்குவான். அங்குள்ள ஒரு கல்லை எடுப்பான். அதைத் தன் கையில் வைத்து அழுத்துவான். அது குளிர்ச்சியாக இருக்கும். உடனே அதைத்தூக்கிக் கடலில் தூர எறிவான். பிறகு அடுத்த கல்லை எடுப்பான்.

தேடிய கல்லே மறுபடியும் கையில் வந்துவிடக் கூடாது அல்லவா? அதனாலேயே அதைக் கடலில் எறிவான். பிறகு போய் உணவு தயாரித்து உண்ணுவான். சாப்பிட்ட பின்பு களைப்பு நீங்க சிறிது நேரம் ஓய்வு எடுப்பான். மீண்டும் இருட்டும் வரை அவனது தேடல் படலம் தொடரும்.

உணவுப் பொருட்கள் தீர்ந்து போனால் புறப்பட்டுப் போய் மீண்டும் பல மாதங்களுக்குத் தேவையான உணவுப் பண்டங்களை வாங்கி வருவான். மீண்டும் அவனது தேடுதல் துவங்கும்.

குருஜி வாசுதேவ்

இப்படியாக இரண்டு வருடங்கள் உருண்டோடி விட்டன. அவனது கையிருப்புப் பணம் முழுதும் கரைந்துவிட்டது. கடைசியாக இருந்த மொத்த பணத்துக்கும் உணவுப் பண்டங்கள் வாங்கி விட்டான். அவையும் குறைந்து கொண்டே வந்தன.

இப்போது கைவசம் இருந்த உணவும் குறைந்து கொண்டே வந்து இன்னும் சில நாட்களுக்கே தாக்குப் பிடிக்க முடியும் என்ற நிலை.

என்ன செய்வது? தேடுதலை விட்டுவிட்டு ஊர் திரும்புவதா? எப்படி வெறும் கையோடு வீடு திரும்புவது? ஊரில் வாழ்க்கை நடத்த அவனிடம் ஏது பணம்? போய் அங்கு என்ன செய்வது? எல்லாவற்றையும் விற்றாகி விட்டது. இனி அங்கு தங்கவும் இடமில்லை. உதவவும் யாருமில்லை.

இங்கே ஆளில்லாத கடற்கரையில் கையிலிருந்த உணவு தீர்ந்தபின் உட்கார்ந்து கொண்டு என்ன செய்வது?

இப்படி ஏதேதோ எண்ணியபடியே ஒரு கூழாங்கல்லை எடுத்தான். அதை உள்ளங்கையில் வைத்து அழுத்தினான். இம்முறை அது வெது வெதுப்பாகக் காணப்பட்டது. ஆனால் அவன் மனம் அதை உணருமுன்பே வழக்கமான ஞாபகத்தில், இரு ஆண்டுகள் பழக்கப்பட்டிருந்தபடி அவன் கைகள் தன்னிச்சையாக அதைக் கடலில் விட்டெறிந்து விட்டது.

ஆன்மீகம் என்று மக்கள் கருதும் பல செயல்பாடுகளைப் பரிட்சித்துப் பார்த்தால் உணர்வுடன் கூடிய செய்கைகள் எதையும் அவற்றில் காண முடியாது. இயந்திரத்தனமான அசைவுகள் மட்டுமே அவற்றில் இருக்கும்.

உள்ளத்தால் உய்த்துணராமல் வெறுமனே கற்பனைகளில் மூழ்கி கற்பிதங்களில் மட்டும் வாழ்வதை சூஃபிகள் வாழ்க்கை என்றே கூறுவதில்லை. விழிப்புணர்ச்சி என்று கூறப்படும் அந்த நிதர்சனத்தை கணநேரமாவது உணர வேண்டும்.

கவிஞர் டெட் ஹியூக்ஸ் கூறுகையில், இந்த பூமியின் மீதுள்ள மிகப் பெரிய அறிஞர்களின் அமைப்பு சூஃபிகளுடையதுதான் என்று அடித்துச் சொல்கிறார்.

உலகில் வாழுங்கள். ஆனால் உலக வாழ்வில் மூழ்கி விடாதீர்கள் என்பது சூஃபி வழிமுறைகளின் சாரம் எனப்படுகிறது. பெரும்பாலான மக்கள் உலக வாழ்வில் மூழ்கி தன்னையே இழந்து காணாமல் போய்

விடுகின்றனர். சிலர் உலக வாழ்வை வெறுத்து அடியோடு நீங்கி விடுகின்றனர். இந்த இரு நிலைகளிலுமே தளைகள்தான் என்பது சூஃபிகளின் சித்தாந்தம். ஒரேயடியாக எதிர்ப்பவன் மனம் முழுவதும் வெறுப்பு விதைகளைத் தூவி விடுகிறான். உலகம் மாயை, புலன்கள் சிறை, வாழ்க்கை தண்டனை என்பதுபோன்ற கருத்துக்களால் அவன் மனம் நிரம்பி விடுகிறது. அவன் வாழ்வின் நேர் எதிரிடையானவன் ஆகி விடுகிறான். அவனால் வாழ்வின் சாரத்தை உணர முடியாது. வாழ்வை உணராத எவனும் வாழ்வில் இருந்து மீண்டு வரவும் முடியாது.

அடுத்தவனோ வாழ்க்கைக்கு முற்றிலுமாக அடிமையானவன் ஆகி விடுகிறான். அவன் மனம் உடலின் தேவைகளை ஈடு கட்டுவதில் மட்டுமே ஆழ்ந்துள்ளது. அதனைத் தாண்டி எதையும் அவன் எண்ணுவதே இல்லை.

கடலில் நீந்திக் கொண்டிருந்த ஒரு மீன் குஞ்சு தன் தாயிடம் கேட்டது. அம்மா! கடல் என்றால் என்ன? அது எப்படியிருக்கும் என்று. தாய் கூறியது: அதை உன்னால் எப்போதும் பார்க்கவே முடியாது. ஏனெனில் நீ அதனுள்தான் இருக்கிறாய்.

கடலுக்குள் இருக்கும் வரையில் மீனால் கடலை உணர்ந்து கொள்ளவே முடியாது. கடலை உணர்வதற்காக அது கடலை விட்டு வெளியேறினால் மறுகணம் செத்துவிடும். தானும் சாகாமல் கடலையும் அதனால் உணர முடிந்தது என்றால் அந்த மீனைத்தான் சூஃபி எனலாம்.

நிழலருமை வெயிலினிலே நின்றறிமின் என்பது பழமொழி. வெயில் என்ற ஒன்று இல்லையேல் நிழல் என்பதன் அருமை நமக்குத் தெரியாது. ஆனால் அந்த நிழல் உருவாவதே இந்த வெயிலால்தான். சுட்டெரிக்கும் வெயில்தான் குளுமையான நிழலின் பிறப்பிடம் என்றுணர்ந்தவர்களே சூஃபி ஞானிகள்.

பின்வருமாறு இதனை விளக்க முயற்சி செய்யலாம்.

ஒரு மனிதன் நன்கு ஆழ்ந்து உறங்குகிறான். அப்போது அவனுக்கு தன் நினைவும் இல்லை. உலக நினைவும் இல்லை. அதே சமயம் விழித்த பின்னர், என்னை மறந்து ஆனந்தமாக உறங்கினேன் என்கிறான் அவன். ஆக விழித்த பின்னரே ஆழ்ந்த உறக்கம் பற்றி அவன் உணர்கிறான். உறங்கும்போது அவன் ஒரு மணி நேரம் உறங்கினாலும், அல்லது ஒரு நாள் பூராவும் உறங்கினாலும், தொடர்ச்சியாக ஒரு வாரம் உறங்கினாலும் அதனை அவன் உணர்வதில்லை.

அப்போது அவனுள் காலம் என்ற உணர்வே இருப்பதில்லை. தான் உறங்குகிறோம் என்ற உணர்வும் இருப்பதில்லை. அதைவிட்டு உறங்கும் போதே நாம் இப்போது ஆழ்ந்து உறங்குகிறோம் என்ற விழிப்பு உணர்வு அவனுள் இருக்குமாயின் அவனே சூஃபி நிலையை எட்டியவன் எனலாம்.

மார்ட்டின் பூபர் நானும் நீயும் என்று பிரபல நூல் ஒன்றை எழுதியுள்ளார். சூஃபி நிலை, அத்வைதம், நிர்வாணா போன்றவற்றை சிறப்பாக வர்ணிக்கும் நூல் அது. அதில் கூறுகிறார்:

பிரார்த்தனை என்பதும் இருமை நிலையே. அங்கு உன்னிலும் வேறாக இறைவன் இருக்கிறார். நீ அவரிடம் இறைஞ்சுகிறாய். நான் நீ என்ற நிலைதான் அது. உரையாடல்களும் அத்தகையவையே. குரு சிஷ்ய பாவத்திலும் எத்தனை சிறப்பான தத்துவங்கள் கூறப்பட்டாலும் அங்கு பிரிவினை, பிளவு நிலை காணப்படுகிறது. அங்கே ஆறு கடலில் சங்கமிக்கவில்லை. கடலை நெருங்கி உள்ளது அவ்வளவே.

சூஃபி நிலை என்பது நான் என்பது அற்ற நிலை. ஆகவே அங்கு நீ என்பதும் இல்லை. அவர்கள் நிலை பிரார்த்தனையைக் கடந்தது. தியான நிலை அல்லது அதையும் தாண்டிய நிலை அது எனலாம். கடலில் வெகு வேகமாக ஆறு குபுகுபுவென புகுந்து சங்கமிக்கும் நிலை அது. அதனாலேயே அவர்கள் அந்த நிலையில் பேசுவதில்லை. மௌனமாகி விடுகின்றனர்.

சூஃபி ஞானி மன்சூர் அந்த சிகர நிலை எட்டியவர். அதனாலேயே பரவசமாகி நானே பைகம்பர் என்று கூத்தாடியவர். அதனாலேயே மற்றவர்கள் என்ன இவன் தன்னையே கடவுளாக கருதுகிறானே? இதன்மூலம் கடவுளையும் புனிதமான மறை நூலையும் இவன் அவமானப்படுத்தி விட்டான் என்று கூறி அவரை வதைத்துக் கொன்று விடுகின்றனர்.

ஞானி கபீர், கமால் மற்றும் பலரும் ஞானம் பெற்றது வழிபாட்டுத் தலங்களுக்கு பயணம் மேற்கொண்டதாலோ புனித நூல்களைப் படித்ததாலோ அல்ல. அவற்றையெல்லாம் தாண்டிய பின்னரே அவர்கள் உச்சநிலையை எட்டினார்கள்.

சூஃபி ஞானி ஒருவர் குரான் பற்றி ஒரு நூல் எழுதினார். எல்லோரும் அதனைக் கடுமையாக எதிர்த்தனர். மரபு சார்ந்த மதவாதிகள் அதனைத் தடை செய்தனர். அதைப் படிப்பதே குற்றம் என அறிவித்தனர். அதுவரை இருந்த விளக்கங்களில் இருந்து மாறுபட்டது என்பதால் அது கடவுளை நிந்தனை செய்கிறது என்றும், சம்பிரதாயத்திற்கு முரண்பட்டது அது என்றும் கூறினார்கள்.

தனது சீடனிடம் அந்த நூலை அளித்த ஞானி பெரிய குருவிடம் அதைக் கொடுக்கும்படி சொல்லி அனுப்பினார். என்ன நடக்கிறது என்று கண்டு வந்து சொல்லும்படியும் சொன்னார்.

குருஜி வாசுதேவ்

"அவரிடம் இதை என் அன்பளிப்பாகக் கொடு. அவர் என்ன செய்கிறாரோ அதை அப்படியே வந்து சொல்" என்றார். சீடர் புத்தகத்தை எடுத்துக் கொண்டு பெரிய குருவிடம் சென்றார். இவர் கொடுக்கச் சொன்னதாக சொல்லி புத்தகத்தை அவரிடம் அளித்தார்.

நூலை வாங்கிப் புரட்டிய அவர் இவருடைய பெயரைக் கேட்டதும் அப்படியே அதனை வீசி எறிந்தார்.

"அந்த அபாயமான மனிதனிடம் இருந்து வருகிறேன் என முதலிலேயே நீ ஏன் என்னிடம் சொல்லவில்லை? அது தெரிந் திருந்தால் இதை தொட்டே இருக்க மாட்டேனே? இப்போது நான் என் கைகளை சுத்தமாக தேய்த்துக் கழுவ வேண்டும். இதைத் தீண்டியதே பாவம்" என்று கூவினார் அந்த குரு.

அருகில் இருந்த அவரது மனைவி சாந்தமான குரலில் "ஏன் இந்தப் பையனை இப்படி மோசமாக நடத்துகிறீர்கள்? இந்த புத்தகத்தை உங்களுக்குப் பிடிக்காவிட்டால் அதைத் தூக்கி வைத்துவிட வேண்டியதுதானே! இப்படியா தூக்கி எறிவது. இதை நீங்கள் படிக்கா விட்டாலும் அவன் முகத்துக்கு எதிராக இவனை இப்படி அவமானப்படுத்தாமலாவது இருக்கலா மல்லவா?" என்றார்.

சீடன் திரும்பிப் போய் சூஃபி ஞானியிடம் நடந்ததை எல்லாம் அப்படியே சொன்னான். "அந்த அம்மாள் மகா சாதுவாக, தன்மையானவராக இருக்கிறார். அவரைக் கைகூப்பி வணங்கலாம்போல் தோன்றுகிறது. அந்த குருதான் எனக்கு அசிங்கமானவராகத் தோன்றினார். அவர் கழுத்தைப் பிடித்து நெரிக்கலாமா என்று தோன்றியது" என்றான்.

ஞானி சிரித்தார். "இல்லை. அவர் மீது எனக்கு அக்கறை உண்டு. அவரை மாற்றி விடலாம். அன்பும், வெறுப்பும் ஒரே சக்தியின் இரு வடிவங்கள். உண்மையை உணராமல் இப்போது வெறுப்பவர் பின்னர் உண்மையை உணர்ந்த பின் விருப்பமுள்ள வராக மாறுவார். அந்த அம்மணியைத்தான் மாற்றவே முடியாது. அவளது உணர்வுகள் மரத்துப் போனவை. அவள் மனம் கவிழ்த்து வைத்த குடம் போன்றது. அதில் நீரை ஊற்றி நிரப்புவதற்கு வழியே இல்லை" என்றார்.

புதியவற்றை கேட்கும் எவரும் அதை முதலில் எதிர்ப்பார்கள். பிறகே அதை ஆதரிப்பார்கள். எதிர்ப்பவன் நிச்சயம் ஒருநாள் ஆதரவாளனாக

மாறுவான். எதிர்க்காதவன் எவனோ அவன் தான் ஒரு காலத்திலும் அதை ஆதரிக்க மாட்டான். கடிகாரத்தின் பெண்டுலம் இந்தக் கோடிக்கு போனால் தானே மறுகோடி வரை அதனால் செல்ல முடியும். அவ்வாறில்லாமல் அது ஆடாது இருந்தால் இந்தக் கோடிக்கும் போகாது. மறு கோடிக்கும் செல்லாது.

சல சலத்து ஓடும் ஆற்றின் கரையில் ஒருவர் மவுனமாக அமர்ந்து கொண்டிருந்தார். ஆற்றின் சல சலப்பு, இலைகளின் அசைவு, காற்றின் சுகந்தம் இவற்றில் ஆழ்ந்து அதில் மனம் லயித்துப் போய் இருந்தார் அவர். அப்போது அவரிடம் வந்த ஒருவர் கேட்டார். "உங்களை எல்லோரும் சூஃபி என்று கூறுகிறார்களே? சூஃபி என்பது என்ன? உங்களது கொள்கை மற்றும் கோட்பாடுகளின் சாராம்சத்தை ஒரே வரியில் விளக்கிச் சொல்லுங்களேன்."

ஞானி இதற்கு பதில் சொல்லாது மவுனமாக இருந்தார். தமது கேள்வியை அவர் சரியாக கவனிக்கவில்லையோ என்று எண்ணி மீண்டும் அதே கேள்வியை எழுப்பினார் வந்தவர்.

ஞானி இப்போதும் மவுனமாக ஆற்றையே பார்த்துக் கொண்டிருந்தார். அதனால் சலித்துப்போன வந்தவர். "உங்களுக்கு காது கேட்காதா?" என்றார்.

"உன் கேள்வியை நான் கேட்டுக் கொண்டுதான் இருந்தேன். அதற்கான பதிலையும் நான் உனக்கு சொல்லி விட்டேன். என் மவுனம்தான் உன் கேள்விக்கான என் பதில். மவுனமாகக் கழிந்த அந்த வினாடிகள் என் பதிலை உனக்குக் கூறியிருக்குமே?" என்றார் ஞானி.

"புதிரான தத்துவங்களையெல்லாம் நீங்கள் சொல்லிக் கொண்டிருந்தால் அதை நான் ஏற்க மாட்டேன். தெளிவாக ஒரே வார்த்தையில் எனக்கு பதில் கூறுங்கள்" என்றார் வந்த நபர்.

ஞானி ஆற்று மணலில் தமது விரலால் தியானம் என்று எழுதினார்.

"ஓ! இது ஓரளவுக்குப் பரவாயில்லை. ஒன்றுமே சொல்லாதத்தற்கு இது எவ்வளவோ மேல். இருந்தாலும் கொஞ்சமாக இல்லாமல் இன்னும் விரிவாக இதைப் பற்றிக் கூறலாமே?"

குருஜி வாசுதேவ் 136

ஞானி மீண்டும் மணலில் பெரிய எழுத்துக்களில் தியானம் என்று மீண்டும் எழுதினார். வந்தவருக்கு இவருடைய செய்கை சங்கடத்தைத் தந்தது. கூடவே அவர் கொஞ்சம் கோபமும் அடைந்தார்.

"என்ன இது வேடிக்கை? தியானம் என்பதையே மறுபடியும் எழுதியுள்ளீர்களே? இன்னும் கொஞ்சம் புரியும்படி தெளிவாகத் தான் சொல்லக் கூடாதா?"

ஞானி மணலில் நன்றாக இடம் விட்டு தள்ளித் தள்ளி மிகப் பெரிய எழுத்துக்களால் தி யா ன ம் என்று மறுபடியும் எழுதினார். இதைப் பார்த்ததும் இன்னும் அதிகமாகக் கோபப்பட்டார் வந்தவர்.

"நீர் ஞானியுமல்ல. மேதையும் அல்ல. நீர் ஒரு பைத்தியம் என்றுதான் நினைக்கத் தோன்றுகிறது."

ஞானி சொன்னார்: "ஏற்கனவே ரொம்ப தூரம் நான் உமக்காக இறங்கி வந்தாகி விட்டது. என் முதல் பதில்தான் உன் கேள்விக்காக சரியான பதில். இரண்டாவது பதில் அவ்வளவாக சரியானதில்லை. மூன்றாவது பதில் தவறானது. நான்காவது பதில் முற்றிலும் தவறானது. ஏனெனில் தியானம் என்பதைப் பெரிய எழுத்துக்களில் காணும்போது உன் மனம் அதையே கடவுளாக்கி வழிபட ஆரம்பித்து விடும்" என்றார்.

தொடர்ந்து, "நான் ஏற்கனவே தவறிழைத்து விட்டேன்" என்றப்படி தியானம் என்று எழுதப்பட்ட மூன்று எழுத்துக் களையும் அழித்து விட்டு, என் முதல் பதிலை மட்டும் வைத்துக் கொள்" என்றார்.

மௌனம்தான் மனதின் விழிப்புணர்வின் ஆரம்பம். அலைபாயும் மனதுக்கு பேச்சுக்களும், செயல்பாடுகளுமே நிம்மதியாக தூங்கும் படுக்கை.

உணர்ச்சிகளில் சிக்கி சராசரி இன்ப, துன்பங்களில் வாழும் நம்மைப் போன்ற பாமர மனிதர்களின் மனம்தான் தூங்கும்போது கனவுகளைக் காணச் செய்கிறது. விழித்து இருக்கும்போது அந்த மனம் இருக்குமிடமே தெரிவதில்லை. பகலில் வாழ்வு உடம்பின் கட்டுப்பாட்டில் உள்ளது. இரவில் உடல் ஓய்ந்து போகிறது. அப்போது வாழ்வு மனதின் கட்டுப்பாட்டுக்குள் போய் விடுகிறது.

பகலில் உடல் விழித்திருக்கும்போது அதை எந்த செயலிலும் ஈடுபடுத்தாமல் மவுன தியானத்தில் நாம் இருந்தால் மனதின் கனவுகள், உடலின் சலனங்கள் இரண்டும் மெல்ல, மெல்ல சமன்பட்டு நம் உள்ளே ஒரு விழிப்புணர்வு பரவும். அதன் பின்பு அதுவரையில் நாம் வாழ்ந்த வாழ்வே வெறும் தூக்கத்தில் இருந்த காலம் தான் என்பதை நாம் உணர்வோம்.

சூஃபி ஞானிகளும் சரி, ஜென் துறவிகளும் சரி, பாரத நாட்டு ரிஷகளும் சரி. அனைவருமே மவுனத்தை தான் வலியுறுத்தினர். இதில் சிரமம் என்னவென்றால் மவுனம் என்பதை சொற்களால் விளக்க முடியாது. ஓசை என்று வந்தாலே அதன் பின்பு மவுனம் என்பது அங்கே கிடையாது. மவுனத்தை மவுனத்தால் மட்டுமேதான் விளக்க முடியும்.

ஜைன முனிவர்கள் வாயை துணியினால் கட்டி இருப்பர். பேசா நோன்பு என்றே அது குறிப்பிடப்படும். மடாதிபதிகள் பலர் அவ்வப்போது 12 நாட்கள், 48 நாட்கள் என மௌன விரதம் மேற்கொள்வர். அது முடிந்த பின்னர் சேர்த்து வைத்தாற்போல் அது பற்றியே பேசித் தள்ளி விடுவார்கள். ஏனெனில் விரதம் துவங்கியது முதலே அவர்கள் மனம் பள்ளிக்கூட சிறுவர்கள் மணி அடித்ததுமே வீட்டுக்கு ஓடத் தயாராயிருப்பதுபோல் விரத முடிவு நேரத்தை எதிர்நோக்கியே ஆவலுடன் காத்திருக்கும்.

ஒரு விநாடிகூட மவுன நிலையில் அமிழாமல் ஞானம் பெற்றவர்கள் என்பவர்கள் இந்த உலகில் எவருமே இல்லை. இன்னும் சொல்லப் போனால் ஞானம் பெற்றவர்கள் அல்லது அதை நோக்கி பயணம் செய்பவர்கள் பேசுவதைப் பார்ப்பதே அதற்க்குப்பின் அபூர்வமாகத்தான் இருக்கும். அதன் பின் அவர்களிடமிருந்து வெளிப்படும் ஒவ்வொரு சொல்லும் மனித குலத்தின் அபூர்வ பொக்கிஷமாகிவிடும்.

18 நடு நிலைமை

ஞானி பாய ஜீத் பிஸ் தாமி தமது வழக்கமான வழிபாடுகளை முடித்துக் கொண்டு வந்து கொண்டிருந்தார். அன்று வழிபாடுகளை முடிக்க அதிக நேரமாகி விட்டது. அது இரவு வேளை.

அந்த சமயத்தில் எதிரே வழியில் ஒரு குடிகாரன் மித மிஞ்சிய மது அருந்தியிருந்ததால் தள்ளாடியபடி வந்துக் கொண்டிருந்தான். அவன் கையில் ஓர் அழகிய இசைக் கருவி இருந்தது.

அதனைக் கண்டபடி மீட்டிக் கொண்டு வாயில் வந்தபடி பாடிக் கொண்டு வந்துக்கொண்டிருந்தான் அவன். நடு நடுவே பாடுவதை நிறுத்தி விட்டுக் கண்டபடி எல்லோரையும் திட்டித் தீர்த்துக் கொண்டு இருந்தான் அவன். கெட்ட வார்த்தைகள் அவன் வாயிலிருந்து சரளமாக வந்து கொண்டிருந்தன.

ஞானி அவனைக் கண்டார். அன்புடன் அவன் அருகே சென்று, "தம்பி! இது என்னப்பா அலங்கோலம்? இசையால் பிறரை மயக்க வேண்டிய நீ இப்படி மதுவால் மயங்கிக் கிடக்கிறாயே! உன் திறமைகளை இந்தப் பழக்கத்தால் ஏன் வீணாக்குகிறாய்?" என்றார்.

குடிவெறியில் கோபம் தலைக்கேறிய அவன், "நீ யார் இதைக் கேட்க?" என்றபடி கையில் இருந்த இசைக் கருவியால் அவரது தலையில் போட்டான் ஒரு போடு.

இசைக் கருவி இதனால் இரண்டாகப் பிளந்து கீழே விழுந்தது. அவர் தலையிலிருந்து குருதி வழிந்தது. குடிகாரனே அதைக் கண்டு கொஞ்சம் பயந்து போனான்.

ஞானி மவுனமாக தமது தலையை கைகளால் அழுத்திப் பிடித்தபடி நிதானமாக அவ்விடம் விட்டு அகன்றார். குடிகாரன் குழப்பத்துடன் எதையோ யோசித்தபடியே நின்றான்.

மறுநாள் பொழுது விடிந்தபின் அவனைத் தேடி ஒரு ஆள் வந்தான். அவன் கையில் ஒரு இனிப்புப் பொட்டலமும், கொஞ்சம் பணமும் இருந்தது.

இவன் சந்தேகத்துடன் அவனைப் பார்த்துக் கேட்டான். "யார் நீ? என்ன வேண்டும்?" என்று.

"எந்தப் பெரியவர்?"

"பெரியவர் என்னை அனுப்பினார்?"

"பயாஜீத் பிஸ்தாமி."

திக்கென்றது அவனுக்கு. "அவரா? மிகப் பெரியவராயிற்றே அவர்! எனக்கு எதற்காக அவர் ஆள் அனுப்புகிறார்?"

வந்தவன் அவனிடம் ஒரு கடிதத்தை நீட்டினான். அதில் ஞானி எழுதியிருந்தார்.

"நண்பரே! உங்கள் அருமையான இசைக் கருவி உடைய என் தலை காரணமாக அமைந்துவிட்டது. அதற்காக மிகவும் வருந்துகிறேன். இத்துடன் கொஞ்சம் பணம் அனுப்பி உள்ளேன். இதை வைத்து புது இசைக்கருவி ஒன்றை வாங்கிக் கொள்ளுங்கள். பிறகு இன்னொரு விஷயம். உங்கள் நாவில் இருந்து ஏராளமான கசப்பான வார்த்தைகள் வந்ததாக எனக்குத் தோன்றுகிறது. இந்த இனிப்புகளை உண்டு உங்களது நாவின் கசப்பை மாற்றிக் கொள்ளுமாறு வேண்டுகிறேன்."

அந்தக் கடிதத்தைப் படித்தவனின் கண்கள் கலங்கின. தனது நண்பர்கள் சிலருடன் சென்று அவரை வணங்கினான். "ஐயா! நான் அறியாமல் செய்த பாவச் செயலை மன்னிக்க வேண்டும்" என்றான் தழு தழுத்த குரலில்.

ஞானி கூறினார்:

"நான் அதை அப்போதே மறந்து விட்டேன். நீங்கள் என்னிடம் நடந்து கொண்ட முறையில் தவறு இல்லை. ஏனெனில் அப்போது நீங்கள் போதையில் இருந்தீர்கள். ஆனால் அந்த போதைக்கு காரணமான மதுவை நீங்கள் அருந்தியதுதான் நீங்கள் செய்த மிகப்பெரிய தவறு."

அது முதல் மனந்திருந்திய அவன் மதுவின் பக்கமே திரும்பவில்லை.

அரசின் சட்டங்களும், தண்டனைகளும்கூட திருத்த முடியாத ஒருவனை ஞானியின் ஒரு செயல் அடியோடு மாற்றியது. சட்டதிட்டங்கள் உடலை மட்டும்தான் கட்டுப்படுத்தும். மனதை அவை நெருங்கவும் முடியாது. ஆனால் ஞானிகளோ மனதிற்குள் புகுந்து நற்செயல்களுக்கு அடிப்படையாக இருக்கக் கூடிய மாற்றத்தை அதில் ஏற்படுத்தி விடுகின்றனர்.

சூஃபி ஞானிகளில் பாயஜீத் பிஸ்தாமி குறிப்பிடத்தக்க இடம் பெற்றவர்.

மொகலாய மன்னன் ஹுமாயூனின் உயிரை தண்ணீர் மொண்டு ஊற்றும் காவலாளி ஒருவன் காப்பாற்றினான். அதனால் மனம் மகிழ்ந்த ஹுமாயூன், "உனக்கு என்ன வேண்டுமானாலும் கேள். நான் தருகிறேன்" என்றார்.

"எதுவும் வேண்டாம் மன்னரே" என்றான் அந்தத் தொழிலாளி.

"உயர்ந்த பதவி ஏதாவது கொடுக்கட்டுமா?" என்றார் ஹுமாயூன்.

"மன்னரே! மக்களின் தாகத்தை தீர்க்கும் இந்தப் பணியைவிடப் புனிதமானது உலகில் உண்டா?" என்றான் அந்த தொழிலாளி.

இயன்றதை செய்வது, செய்யும் தொழிலை ஈடுபாட்டுடன் செய்வது உள்ளதைக் கொண்டு உவத்தல் இவற்றை சூஃபிகள் மட்டுமல்ல ஞானம் பெறாத பலரும்கூட தங்கள் குணமாகக் கொண்டிருந்தது உண்டு என்பதற்கு இது ஒரு உதாரணம்.

குருஜி வாசுதேவ்

ஏழையாய் பிறந்த அபு ஹனிஃபா நெசவுத் தொழிலை செய்து வந்தவர். தனது கைகளால் நூல் நூற்று நெசவு செய்து துணிகளைத் தயாரிப்பவர். தான் தயாரித்த துணிகளை எல்லாம் தமது தோளில் சுமந்து கொண்டு தெருத் தெருவாகச் சென்று விற்பனை செய்வார் அவர். அதில் கிடைத்த சொற்ப வருமானத்தில் வாழ்க்கை நடத்தி வந்தார் அவர்.

ஒரு முறை அவரும், அவரது இரண்டு நண்பர்களும் ஒரு பாலைவனத்தின் வழியாகச் சென்று கொண்டிருந்தனர். வழியில் ஒருவன் பேரீச்சம் பழம் விற்றுக் கொண்டு இருந்தான்.

“பேரீச்சம் பழம் என்ன விலை?” என்று கேட்டார் ஹனீஃபா.

“காசுக்கு பத்து பழம்” என்றான் அந்த வியாபாரி.

“சரி. ஒரு காசுக்கு பழம் கொடுங்கள். அதை அப்படியே ஒரு இலையில் கட்டிக் கொடுங்கள். போகும்போது வழியில் சாப்பிட்டுக் கொள்கிறோம்” என்றார் இவர்.

வியாபாரி பழங்களைப் பொட்டலமாகக் கட்டிக் கொடுக்க அதை வாங்கிக் கொண்டு பணம் கொடுத்துவிட்டு அவர்கள் புறப்பட்டார்கள்.

அவர்களின் நெடுந்தூரப் பயணத்திற்குப் பின் ஒரு நீர் நிலை அவர்கள் கண்களில் தென்பட்டது. அதன் கரையில் அமர்ந்து கொண்டு பழப்பொட்டலத்தைப் பிரித்தார் அவர். அதில் பதினொரு பழங்கள் இருக்கவும் பதறிப் போனார்.

அடடா! அவர் பத்து பழம்தானே கொடுப்பதாகச் சொன்னார்? பதினொன்றாக அல்லவா இதில் இருக்கிறது! இது அவருக்கு நஷ்டத்தைத் தருவது ஆயிற்றே!

சட்டென்று அபு ஹஃனீபா எழுந்திருக்கவே, “என்ன திடீரென்று எழுந்து விட்டீர்கள்?” என்று கேட்டனர் நண்பர்கள்.

“அந்த வியாபாரி ஒரு பழம் தவறுதலாக சேர்த்து கொடுத்து விட்டார். அவரிடம் அதை சேர்ப்பித்து விடவேண்டும்.”

“இது என்னங்க வேடிக்கை? ஒரு பழம்தானே. போனால் போகிறது. இதற்காக திரும்ப 3 காத தூரமா நடக்க போகிறீர்கள்?”

அவர் அவர்கள் சொன்னதை ஏற்கவில்லை. “வியாபாரத்திலே நாம் பணம் கொடுத்து அதற்கு சமமான விலையுள்ள ஒரு பொருளை வாங்குகிறோம். அதுதான்

நியாயமான வியாபாரம். நாம் கொடுத்ததற்கு அதிகமாக நமக்கு அளிக்கப்பட்டவை விலக்கப்பட்டவை. அவை நமக்கு சேரக் கூடாது. நீங்கள் இருங்கள். நான் விரைவில் திரும்பி வந்து விடுகிறேன்."

பெரியவர் வந்த வழியே திரும்பிப் போனார். பழ வியாபாரியைக் கண்டு அந்த ஒரு பழத்தைத் திருப்பிக் கொடுத்தார். இதைப் பார்த்து ஆச்சரியப்பட்ட வியாபாரி சொன்னான்.

"ஐயா! அந்த ஒரு பழத்தை நானே விரும்பித்தான் கூடுதலாக உங்களிடம் கொடுத்தேன். பரவாயில்லை. எடுத்துக் கொள்ளுங்கள்" என்றான் பணிவுடன்.

அவர் அதற்கு சம்மதிக்கவில்லை. "வியாபாரம் என்பதிலே விற்பவர், வாங்குபவர் என இருவரும் ஒரு உடன்பாட்டுக்கு வருகின்றனர். அதன்படிதான் இருவரும் நடக்க வேண்டும். அதிலிருந்து இருவரும் தவறக்கூடாது."

என்று சொல்லி அந்த ஒரு பழத்தைத் திருப்பிக் கொடுத்துவிட்டு அமைதியாக நடந்தார் ஞானி. அவரை அதிசயத்துடன் பார்த்துக் கொண்டு நின்றான் அந்த வியாபாரி.

இயற்கையில் எல்லாவற்றிலுமே ஒரு ஒழுங்கு, நியதி, எழுதப்படாத ஒப்பந்தம் இதெல்லாம் காணப்படுகிறது. இரவு, பகல், கோடைகாலம், குளிர்காலம் என எல்லாமே நியதி பிசகாமல் இந்த உலகத்திலே நிகழ்ந்து கொண்டுதான் இருக்கின்றன.

உணவே சாப்பிடாவிட்டாலும் உடலானது கெட்டு விடுகிறது. அளவுக்கு மீறி உண்டாலும் அதற்குக் கெடுதல் ஏற்படுகிறது. உப்பு, கொழுப்பு, சர்க்கரை இவற்றில் எது உடலில் குறைந்தாலும் உடலை நோய் தாக்குகிறது. இவை கூடினாலும் உடலை நோய் தாக்குகிறது. தொடர்ந்து தூங்கினாலும் உடல் மந்தமாகிறது. தூக்கம் இல்லை என்றாலும் அது சுருண்டு விடுகிறது.

இப்படியும் சாயாமல், அப்படியும் சாயாமல் கம்பிமேல் நடப்பதுபோல் ஒரு புள்ளியில்தான் உயிர் வாழ்க்கை உருள்கிறது. அதேபோல மனமும் இப்படியும் நாடாமல், அப்படியும் விலகாமல் நடுவான புள்ளியில் லயிப்பதுதான் ஞானம் அடையும் நெறி.

இதுவும் அல்லாத அதுவும் அல்லாத ஒரு குறிப்பிட்ட புள்ளியில் ஏதோ ஒரு தருணத்தில் மனம் நிலைத்து விடுகிறது. அந்த ஒரு வினாடியில்

உள்ளே அனைத்தும் வெட்டவெளிச்சமாகி விடுகிறது. கதவு திறக்கிறது என்கின்றனர் ஞானிகள்.

அந்த சிகர நிலையை எட்டிவிட்டவர்களுக்கு அதன் பின்னர் அறிய வேண்டுவது எதுவும் இல்லை. அவர் சொல்லவும் ஏதும் இல்லை. கேட்கவும் ஏதும் இல்லை. தாங்கள் பெற்ற இந்த அனுபவத்தைப் பிறருக்குத் தெரிவிக்கக் கூட அவர்கள் விரும்புவது இல்லை.

அல் பயாஜித் ஒரு பறவையைப் போல் வாழ்ந்தார் என்கிறது சூஃபி வரலாறு.

ஆன்மீக சாதனைகள், பலவற்றைப் புரிந்த மகான் முஹைறயீத்தின் ஆண்டகை. அவருக்கு 18 வயதாக இருந்தபோது ஒரு முறை படிப்பதற்காக பாக்தாத் நகரத்தை நோக்கிப் பயணம் மேற்கொண்டார். ஒரு வணிகர் கூட்டத்தினருடன் அவரும் சேர்ந்து பயணம் செய்தார்.

ஜீச்லான் என்ற நகரத்தில் இருந்து புறப்பட்டு அவர்கள் ஆங்காங்கே தங்கியபடி தொடர்ந்து பயணம் செய்தனர். நடுவே ஒரு இடத்தில் திடீரென்று ஒரு கொள்ளைக் கூட்டம் வந்து அவர்களை வழிமறித்தது. கையில் ஆயுதங்களுடன் இருந்த அவர்கள் வணிகர்களை மிரட்டி எல்லாப் பொருட்களையும் பறித்துக் கொண்டனர்.

இந்த இளைஞர் ஒரு ஓரமாக ஒதுங்கி நின்று இதை வேடிக்கை பார்த்துக் கொண்டிருந்தார். அவரை கவனித்த கொள்ளையர் தலைவர் பாதி கிண்டலாகவும், பாதி அலட்சியமாகவும் 'நீ என்னடா வைத்திருக்கிறாய்?' என்று கேட்டான்.

பார்க்க அநாதை மாதிரி காணப்படும் இவனிடம் என்ன இருக்கப் போகிறது என்ற அலட்சியம் அவன் குரலில் இருந்தது.

இளைஞர் சொன்னார்: "ஓ! என்னிடம் நாற்பது தினார்கள் உள்ளது" என்று.

அசந்து போனான் அவன். என்ன? நாற்பது தினார்களா? ஒரு அரண்மனையையே வாங்கலாமே அதைக் கொண்டு என்று.

அதனால் அவநம்பிக்கையுடன், "விளையாடாதே! உண்மையைச் சொல்" என்றான்.

"உண்மையாகவே என்னிடம் 40 தினார்கள் உள்ளது."

"எங்கே வைத்திருக்கிறாய்?"

"என் சட்டையின் உட்புறத்தில் கீழ்பக்கம் வைத்து அது தைத்து வைக்கப்பட்டு உள்ளது."

அவரது சட்டையின் உட்புறத்தை கத்தியால் கிழித்துப் பார்த்தனர். அங்கிருந்த பொற்காசுகள் கலகலவென்று கீழே கொட்டின. அதைப் பார்த்து மலைத்துப் போனான் கொள்ளையர் தலைவன்.

அவனது மலைப்புக்குக் காரணம் அந்தப் பொற்காசுகளைப் பார்த்ததால் வரவில்லை. அவரது பொய் பேசாத நேர்மையைப் பார்த்துதான் அவன் திகைத்துப் போனான்.

கொள்ளையர் தலைவன் அவரை நெருங்கிக் கேட்டான்.

"நீ என்ன பணக்கார வீட்டுப் பிள்ளையா?"

இல்லை. எனக்கு அம்மா மட்டும்தான். அப்பா கிடையாது. அவர் எங்களுக்கு விட்டுச் சென்ற சொத்து மொத்தமுமே இந்த 40 தினார்கள்தான்.

"பிறகு ஏன் இது உன்னிடம் இருப்பதை என்னிடம் சொன்னாய்? என்னிடம் ஒன்றுமே இல்லை என்று நீ சொல்லியிருந்தால் உன்னை விட்டிருப்போமே?"

"அதெல்லாம் இல்லை. நான் இறைவனின் திருநாமத்தை அறியக் கூடிய கல்வி ஞானத்திற்காக இப்போது போய்க் கொண்டிருக்கிறேன். இறைவனின் பெயரை உச்சரிக்க வேண்டிய நாவால் பொய் சொல்லக் கூடாது. எந்த சந்தர்ப்பத்தி லும் பொய் பேச மாட்டேன் என்று என் தாயிடம் வாக்களித் துள்ளேன்."

இதனைக் கேட்ட கொள்ளையர்கள் வாயடைத்துப் போய் நின்றார்கள். வணிகர்களின் பொருட்களையும் திருப்பித் தந்து அவர்களை அனுப்பியதுடன் மனம் மாறி நல்லவர்களானார்கள்.

அந்தக் கொள்ளையர்களின் தலைவர் கூட பின்னாளில் ஒரு மகான் ஆனார்.

ஒருவரின் உள்ளத்தே உண்டாகும் ஒளியானது மற்ற உள்ளங் களுக்கும் பரவக் கூடியது. எரியும் ஒரு தீபம் மற்ற விளக்குகளையும் ஏற்றக் கூடிய தன்மை வாய்ந்தது.

சூஃபி ஞானிகள் பலரும் மனதில் எதையும் ஒளித்து வைப்பதில்லை. அது உண்மை பேசவேண்டும் என்ற எண்ணத்தால் ஏற்பட்டது அல்ல. அவர்களிடம் தனிப்பட்ட மனம் என்ற ஒன்று இருப்பதில்லை. குறிப்பாக நான், நீ, எனது போன்றவை அவர்கள் மனத்தில் இருப்பதில்லை.

காலியான பாத்திரத்தில் எளிதில் நீரை நிரப்ப முடியும். ஏற்கனவே நீர் நிரம்பியிருக்கும் பாத்திரத்திலிருந்து அதனைக் கொட்டிவிட்டு, கழுவி, துடைத்து, காய வைத்த பின்புதான் அதில் புதிய நீரை ஊற்ற முடியும்.

நமது மனம் ஏராளமான விஷயங்களால் ஏற்கனவே நிரம்பி உள்ளது. நாம் விரும்புபவை, நமக்கு கற்பிக்கப்பட்டவை, என்று பலவகை எண்ணங்கள், ஆசைகள், கோபங்கள், ஏமாற்றங்கள் இவற்றால் நிரப்பப்பட்டு அது பாழடைந்த கிணறாக உள்ளது. இந்தக் கிணற்றை தூர் வாரி சுத்தப்படுத்தினால்தான் அடியிலிருந்து புதிய ஊற்றானது கிளம்ப முடியும்.

அவர்களின் மனம் பளிச்சென்று நிர்மலமாக உள்ளது. அதனால்தான், அதன் உள்ளிருந்து ஆற்றல் முழுமையாக கிளம்பி வருகிறது.

சூஃபி ஞானி கபீர்தாசர் கூறுகிறார்: அடுத்த கணத்தில் நீ இறந்து போய் விடுவாய். ஆயினும் உன் உள்ளத்தை நீ சுத்தம் செய்து கொள்ளவில்லையே! நீ சாந்தம் அடையவில்லையே! துன்பத்தை எதிர் கொள்ள நீ கொள்ளும் அச்சம் இன்னும் உன்னை விட்டு நீங்கவில்லையே! நடுவு நிலைமையே ஆனந்தம் தரும் என்பதை இன்னமும் நீ அறியவிலலையே!

ஞானிகள் பலரும் நடுவுநிலை பற்றிக் கூறியுள்ளனர். நற்குணம், தீயகுணம், பாவம், புனிதம் என்றெல்லாம் பேதம் கற்பித்துக் கட்சி பிரிக்காமல், அந்த இரு கட்சிகளில் ஒன்றை சார்ந்து நிற்பதன் மூலம் தொடர்ந்து அதிலேயே உழன்று கொண்டிருக்காமல் அவற்றையெல்லாம் தாண்டி வந்துவிட வேண்டும் என்கின்றார்கள் அவர்கள்: மனதில் ஏதும் இன்றி முழுமையாக துடைத்துவிட வேண்டும் என்கின்றார்கள் அவர்கள்.

சூஃபி ஞானி கபீர் மனதை சுத்தம் செய் என்று கூறுவது தீய குணங்களைவிட்டு நல்லவனாகி விடு என்ற பொருளில் அல்ல. நற்குணம்,

தீய குணம் போன்ற எல்லா குணங்களையும் உதறி விட்டு அதனையும் தாண்டி அடுத்த தளத்திற்கு வந்து விடுதல் பற்றியே அவர் கூறுகிறார்.

இறைவனை வேதங்கள் நிர்குணன் என்கின்றன. அதாவது குணம் அற்றவன் என்ற பொருளில். இறைத் தன்மை அனைத்திற்கும் அப்பாற்பட்டது. அதற்கு எனத் தனிப்பட்ட குணங்கள் இல்லை. விருப்பு, வெறுப்பு அனைத்திற்கும் அப்பாற்பட்டவன் இறைவன். வேண்டுதல் வேண்டாமை இலான் என்று வள்ளுவர் கூறுவது இதைத்தான். இறை நிலையை அடைய விரும்புவோர் தாங்களும் அதுபோல் ஆகவேண்டும்.

அதனால்தான் மனதை சுத்தம் செய் என்கின்றனர் ஞானிகள். ஞானி கபீர், அடுத்த கணத்தில் இறந்து போவாய். ஆயினும் மனதை சுத்தம் நீ செய்யவில்லையே என்கிறார் ஆதங்கத்துடன். நிலையற்ற இந்த வாழ்வில் மரணம் எப்போது வேண்டுமானாலும் வரக்கூடும். அது எப்போது வரும் என்பதே யாருக்கும் தெரியாது. அடுத்த விநாடியேகூட மரணம் சம்பவிக்கலாம்.

அப்படியும்கூட ஒரு நாளேனும் மனம் என்ற ஒன்று இருப்பது பற்றியே நாம் எண்ணிப் பார்ப்பதில்லை. மனதை சுத்தம் செய்வது எப்படி! அதைப்பற்றியும் கபீர் கூறுகிறார். சாந்தம் அடையவில்லையே! அச்சம் நீங்கவில்லையே! நடுவுநிலைமை சுகம் தரும் என்பதை நீ உணரவில்லையே என்று.

மனம் சாந்தம் அடைவதும், மரண பயம் நீங்குவதும், நடுவுநிலைமையில் இருத்தலுமே மனதை சுத்தப்படுத்துவதற்கான மிக முக்கியமான வழிகள். இவற்றால் மனம் துடைக்கப்படுவதுடன் மனதில் ஒரு உள்ளொளி புறப்பட்டு அது வெளியிலும் பரவும்.

19. பயன்பாடு

சூஃபி பாடல் ஒன்றில் இது காணப்படுகிறது.

காதலியின் வீட்டுக் கதவை ஒருவன் தட்டுகிறான். உள்ளிருந்து ஒரு குரல் கேட்கிறது. யாரது? என்று. கதவைத் தட்டியவன் அதற்கு பதில் கூறுகிறான். நான்தான் என்று. உள்ளிருந்து அதே குரல் பதில் சொல்லுகிறது இங்கு ஒரே சமயத்தில் இருவருக்கு இடம் இல்லை என்று.

தாளிட்ட கதவு அப்படியேதான் இருந்தது. அது திறக்கப்படவில்லை. மனம் வெதும்பிய காதலன் வாழ்வைத் துறந்து வனம் சென்று விடுகிறான். அங்கிருந்தபடியே பிரார்த்தனை, உபாசனை, தவம் என்று ஈடுபட்டு விடுகிறான்.

பல ஆண்டுகள் கழித்து அவன் திரும்பி வருகிறான். மீண்டும் அதே பழைய வீட்டின் கதவைத் தட்டுகிறான். இம்முறையும் அதே குரல் யாரது? என்று கேட்கிறது.

இந்த முறை அவன் பதிலே வேறாக இருந்தது. அதாவது, நீயேதான் என்கிறான் அவன். பளிச்சென்று கதவு திறக்கிறது.

எல்லா மதங்களும் கூறும் சாரமே இந்த பதில் போன்றதுதான். வாழ்வின் அனைத்து எல்லைகளிலும் இருக்கும் மிகப் பெரிய முட்டுக்கட்டை நான் என்பதே. அதை உதறியபின் வருவதுதான் எல்லாம் நீயே என்பது. இதனையே எல்லா ஞானிகளும் வலியுறுத்தி உள்ளனர்.

இந்த நான் என்பதே மனித ஆற்றலை சிதறடித்து திசை திருப்புவதாகும். ஆற்றின் பிரவாகத்தில் நீர்க்குமிழி தனியே மிதப்பதுபோல் இந்த நான் எனும் உணர்வு தன்னை ஒரு வேறுபட்ட ஜீவனாக நினைத்து விடுகிறது.

நீர்க்குமிழி தோன்றுவதே நதியின் பிரவாகத்தால்தான். அதன் வாழ்வும் இந்த உலகில் சில கணங்கள் மட்டுமே இருக்கும். அதற்கெனத் தனிமையோ, தனி ஆற்றலோ கிடையாது. அதன் பிறப்பும் இருப்பும் இறப்பும் வெள்ளத்தின் பிரவாகத்தில்தான். தனக்குத் தனியாக ஒரு சக்தி உண்டு என்று அது கருதுவதே பேதைமைதான்.

நீர்க்குமிழியின் உள்ளே புகுந்து பார்த்தால் அங்கே நீர்தான் தென்படும். நான் என்பதன் உள்ளே ஊடுருவிப் பார்க்கும் போதுதான் இறைவன் தென்படுவான்.

உலகின் பல இலக்கியங்கள் இந்த சூஃபி பாடலை வியந்து போற்றுகின்றன. எனினும் இதனை விமர்சித்தவர்களும் உண்டு.

ஓஷோ ஆசார்ய ரஜனீஷ் இதனை மறுக்கிறார். ஆத்திகம், நாத்திகம் இரண்டும் ஒரே நாணயத்தின் இரு பக்கங்கள் போன்றவை. அதுபோல் நான், நீ என்ற இரண்டும் கூட ஒரே நாணயத்தின் இரு எதிர் எதிர்ப்புறங்களே.

காதலன் நான் என்றபோது காதலி கதவைத் திறக்கவில்லை. நீயேதான் என்றவுடன் திறக்கிறாள் என்றால் அப்போது அவள் நான் என்ற உணர்வுடன் இருந்துள்ளாள்.

எங்கே நான் இல்லையோ அங்கே நீ என்பதும் இருக்காது. பிச்சை எடுப்பவனே இல்லை என்ற இடத்தில் பிச்சை போடவும் ஆளிக்காது.

குருஜி வாசுதேவ்

நான், நீ இரண்டுக்கும் அப்பாற்பட்ட இருத்தல் என்பது மட்டுமே அங்கே உண்டு.

அந்த என்றும் உள்ளே இருத்தல் என்பதே பரிசுத்தமான பேராற்றல். அதில் விழிப்பதே முக்தி ஆகும்.

ஆகவே, காதலன் இரண்டாம் முறையாக கதவைத் தட்டி நீயே தான் என்ற போதும் கதவு திறக்கப்படவில்லை என்கிறார் ஓஷோ. மீண்டும் பல ஆண்டுகள் கழித்து வந்த காதலன் பழையபடி கதவைத் தட்டுகிறான். யாரது? என்கிறது அதே குரல். இவன் பதில் சொல்லாமல் தட்டுகிறான். யாரது? என்கிறது மீண்டும் அந்தக் குரல். சொல்வதற்கு ஒன்றும் இல்லை என்கிறான் அவனும். மறுகணம் கதவு திறக்கிறது.

ஓஷோவின் கருத்துப்படி அனாதியான ஒரு ஆற்றல்தான் இரண்டாகப் பிரிந்தது. அதிலிருந்துதான் எல்லாமே உருவானது. இது என்று ஒன்று இருந்தால் அங்கே அது என்பதும் உண்டு. ஆகவே நானும் இல்லை. நீயும் இல்லை என்பதே சரியான முடிவு.

வேறொரு அறிஞர் இதனை மறுக்கிறார். பால் பாலாக உள்ளவரை அங்கே தயிர் என்பது இல்லை. அது தயிர் ஆனபின் பால் என்பது அங்கே இருப்பதில்லை. கம்பளிப் பூச்சியாயிருக்கும் வரை அங்கே வண்ணத்துப் பூச்சி என்ற ஒன்று இல்லை. அது வண்ணத்துப் பூச்சி ஆனபின் கம்பளிப் பூச்சி என்பது அங்கே இருப்பதில்லை.

இறைசக்தி எங்கும் உள்ளது. அது ஒரு தளத்தில் இருக்கிறது என்றால் மனித சக்தி வேறு தளத்தில் இருக்கிறது. மனிதன் இறைவனாக முடியாது. அவன் இறைவனாகி விட்டால் மீண்டும் அவனால் மனிதனாக முடியாது. நான் என்ற எண்ணம் உள்ளவரை மனிதனாக இருந்தவன் அதை உதறி எல்லாம் நீயே என்றுணர்ந்து சரணடைந்தவுடன் அவனுக்கென கதவு திறக்கப்படுகிறது. ஆகவே இந்தப் பாடல் சரியே என்கிறார் அவர்.

ஓஷோ கூறும் என்றும் இருத்தல் என்பதை சிருஷ்டிக்குமுன் இருந்த வெறுமை நிலை, ஆதி பிரம்மம், அனாதியான பரம்பொருள் எனப் பொருள் கொள்ளலாம். இங்கோ சிருஷ்டி துவங்கி விட்டது. அதன்பின் இருப்பது படைத்தவன், படைக்கப்பட்டவன் என்ற இரண்டு பிரிவுகள் மட்டுமே. படைக்கப்பட்ட நாம் படைத்தவனுடன் இணைய நான் என்ற உணர்வு மட்டும்தான் தடைக் கல்லாக இருக்கிறது என்பது தான் இதன் உட்பொருள்.

ஹஸ்ஸித் மகான் பால் ஷெம் தமக்கு மிகவும் பிடித்தமானது என்று ஒரு கதையை சொல்வார்.

ஆன்மீகத்தில் முதிர்ச்சி பெற்றவர்களின் கண்ணுக்கு, எலிஸா என்ற தீர்க்கதரிசி தோன்றுவாராம். தாபிபரூ அடிக்கடி ஒரு கடை வீதிக்குப் போவாராம். அங்கே எலிஸா அவருக்குத் தென்படுவாராம்.

ஒருமுறை எலிஸாவிடம், பரூ கேட்கிறார். இங்குள்ள ஏராளமான கூட்டத்தில் எவருக்காவது இனிவரும் உலகில் இடம் உண்டா? என்று.

ஒருவருக்குக் கூட இல்லை என்ற தீர்க்கதரிசி எலிஸா, கொஞ்சம் பொறு. அதோ வருகிறார்களே இரண்டு பேர்..அவர்களுக்கு மட்டும் இடம் உண்டு என்கிறார்.

தாபி பரூ அதிசயித்தபடி அந்தத் திசையில் பார்க்கிறார். சராசரி உடையணிந்திருந்த இருவர் அந்த திசையிலிருந்து வந்து கொண்டிருந்தனர். அவர்களிடம் ஞானிகளுக்குரிய தோற்றமோ, படித்தவர்களுக்குரிய தோரணையோ எதுவும் தென்படவே இல்லை.

வியப்புடன் அவர்களை அணுகிய பரூ, நீங்கள் யார்? என்ன செய்கிறீர்கள்? என்கிறார்.

நாங்கள் கோமாளிகள். எல்லோரையும் சிரிக்க வைத்து சந்தோஷப்படுத்துவதுதான் எங்கள் வேலை என்கிறார்கள் அவர்கள் இருவரும்.

யூதர்களில் மிகப் பெரிய ஞானி பால் ஷெம். ஹஸிதிஸம் கோட்பாட்டை வகுத்தவர். அவரது மரணப் படுக்கையில் ஒருவர் அவரிடம் கேட்டார்.

இறைவனை சந்திக்கத் தயாராகி விட்டீர்களா?

நான் எப்போதும் அதற்குத் தயாராகத்தான் உள்ளேன். இந்தக் கணத்தில் தான் என்று இல்லை. எந்த வினாடியும் தயாராகத்தான் நெடுங்காலமாகவே உள்ளேன். அவர் என்னை எப்போது வேண்டுமானாலும் அழைத்திருக்கலாம் என்றார் அவர்.

தயார் நிலை என்பது என்ன?

பால் ஷெம்மின் பதிலைக் கேட்ட மற்றவர் வினவினார்.

என்னிடம் சில அருமையான நகைச்சுவையான விஷயங்கள் உள்ளன. அவற்றை அவரிடம் சொல்ல வேண்டும். அவருக்கு அது பிடிக்கும் என்பதை நானறிவேன். அந்த விஷயங்களைக் கேட்டால் என்னுடன் சேர்ந்து அவரும் சிரிப்பார். வேறு எதை என்னால் அவருக்குத்

தரமுடியும்? இந்தப் பிரபஞ்சம் பூராவுமே அவருடையது. நானும் அவருடையவனே. ஆகவே நான் தரக் கூடியது அவருக்கு என்னிடமுள்ள சில நகைச்சுவை அனுபவங்களை மட்டுமே!

இறைவனை வேண்டுவது, இறைவனுக்கு படைப்பது இவற்றில் எல்லாம் சூஃபிகளின் பார்வை வித்தியாசமானது. உலகத்தைப் படைத்தவன் இறைவன். உயிர்களையெல்லாம் படைத்தவன் இறைவன். எல்லாப் பொருட்களையும் படைத்தவன் இறைவன். அவன் படைத்த இந்த உலகில், அவனால் படைக்கப்பட்ட மனிதன் அவன் படைத்த பொருள்களை அவனுக்கே கொண்டுபோய் படைப்பது என்பது அறிவீனம் அல்லவா? இதைவிட நகைச்சுவையான விஷயம் வேறு இருக்க முடியாது அல்லவா?

எல்லாமே இறைவன் மயம் என்றான பின்னர் அங்கே நான் என்பது ஏது? நீ என்பது ஏது? அவன் என்பது ஏது? இவன் என்பது ஏது? இது எல்லாமே இறைவனின் பலவகை தோற்றங்களும், பல்வேறு நிலைகளும்தானே!

சூஃபி ஞானி கபீர் பாடுகிறார். இறைவன் என்ன செவிடன் ஆகிவிட்டானா? என்று. ஏனெனில் உரத்த குரலில் இறை நாமத்தைப் பிறர் ஜெபிப்பதைப் பார்த்த அவருக்கு அதெல்லாம் அவ்வளவு வேடிக்கையான ஒரு செயலாக இருந்தது. எங்கும் உள்ளவனை, எப்போதும் விழித்திருப்பவனை, எல்லா காலங்களிலும் இருப்பவனை ஏன் உரத்தக் குரலில் அழைக்க வேண்டும்? உன் குரலை மட்டுமல்ல, நீ அழைப்பதற்கு முன்பே நீ அழைக்கப் போகிறாய் என்பதையும் அவன் அறிவான். அப்படியிருக்க உனக்கு ஏன் அவன் கேட்காமல் விட்டு விடுவானோ என்ற அச்சம்?

பிச்சைக்காரன் ஒருவன் பிச்சை எடுத்துக் கொண்டிருந்தான். அவன் மிகுந்த வயோதிகன் என்பதால் அவன் பார்வையே மங்கி விட்டிருந்தது. ஒரு இடத்தில் நின்று அவன் வெகு நேரமாக கூக்குரல் எழுப்பிக் கொண்டிருந்தான்.

“இங்கே நிற்காதே. போ போ. இது பிச்சை எடுக்கும் இடமல்ல” என்று.

யாரோ ஒருவன் அவனை அந்த இடத்திலிருந்து விரட்ட முற்பட்டான். பிச்சைக்காரன் கேட்டான். “இந்த வீட்டின் சொந்தக்காரர் யார்? ஒரு ஏழை முதியவன் பிச்சை கேட்கக் கூடாதபடி அப்படி என்ன தடை இங்கு உள்ளது?”

பிச்சைக்காரன் கேட்ட கேள்விக்கு அந்த ஆள் கேலியாக சிரித்தான். "அட பைத்தியக்காரக் கிழவா! இது பள்ளிவாசல் என்று உனக்குத் தெரியவில்லையா? இந்த வீட்டின் சொந்தக்காரன் எங்கும் இருக்கும் இறைவன்தான்."

பிச்சைக்காரன் அந்த இடத்தையே உற்றுப் பார்த்தான். அவன் மனத்துள் ஏதோ ஒரு பொறி ஏற்பட்டது. தீக்கனல்போல் ஒரு தாகம் ஏற்பட்டது.

இதோ கடைசி வீடு வந்துவிட்டது. இதை அடுத்து எந்த வீடும் இதற்குமேல் இல்லை என்ற எண்ணம் அவன் மனத்தில் ஏற்பட்டது.

உடனே உறுதியான சங்கற்பம் அவன் மனத்துள் ஏற்பட்டது. இங்கிருந்து வெறுங்கையுடன் திரும்ப மாட்டேன் என்றவன் கையிலிருந்த பாத்திரத்தை வீசிவிட்டு அதே படிகளின் கீழே அமர்ந்துவிட்டான். வானத்தை நோக்கி தன் வெறும் கைகளை விரித்தான்.

காலம் உருண்டது. கோடை, குளிர் என்று பருவங்கள் மாறின. கிழவனின் உயிர் மூச்சும் கடைசி நிலையை எட்டிக் கொண்டிருந்தது. ஆனால் கடைசிக் காலத்தில் அவன் நடனமாடிக் கொண்டிருந்ததை மக்கள் கண்டனர்.

அவனது கண்கள் அபூர்வ ஒளியால் ஜொலித்துக் கொண்டிருந்தன. தளர்ந்த அவன் உடல் பிரகாசமாகக் காணப்பட்டது.

இறுதித் தறுவாயில் அவன் சொன்னான். நாம் கேட்டது என்னவோ கிடைத்து விடுகிறது. ஆனால் அதற்கு முன்பு நம்மை நாமே சமர்ப்பிக்க உறுதி கொண்டால்தான் அது கிடைக்கும்.

எல்லாவற்றையும் இழந்துதான் ஒன்றைப் பெற முடியும். ஆனால் அந்த ஒன்றில் எல்லாமே அடங்கி இருக்கும்.

கிரேக்க ஞானி டயோஜனீஸ் பகலில் கூட கையில் விளக்குடன் திரிவாராம். ஏன் என்று கேட்டால் 'நான் மனிதனைத் தேடுகிறேன்' என்பாராம். தொண்டுக் கிழமான பின்பு அவரிடம் கேட்டனர். 'இன்னுமா மனிதனைத் தேடுகிறீர்கள் என்று. ஆம். இன்னும் என்னிடம் எரிகின்ற விளக்கு இருக்கிறது' என்றாராம் அவர்.

கலீப் கிப்ரான் எழுதுகிறார்: ஒருநாள் வயல்காட்டின் வரப்பில் நின்று கொண்டு இருந்தேன். என் அருகே சோளக் கொல்லை பொம்மை ஒன்றும் நின்று கொண்டிருந்தது. வயலில் நின்ற அந்த பயங்காட்டி பொம்மையைப்

குருஜி வாசுதேவ்

பார்த்துக் கேட்டேன். இந்த வயலில் இப்படியே காலம் காலமாக நின்று உனக்கு சலித்து விட்டிருக்குமே? என்று.

அதற்கு அந்த பொம்மை சொன்னது: அப்படி எல்லாம் எதுவும் இல்லை. இந்தப் பறவைகளை அச்சுறுத்துவதில் கிடைக்கும் ஆனந்தம் இருக்கிறதே அது எனக்கு நேரம் போவதே தெரியாமல் செய்து விடும். பறவைகள் என்னைப் பார்த்து அலறி ஓடும்போது எப்படி இருக்கும் தெரியுமா?

நான் கொஞ்சம் நேரம் யோசித்தேன். பிறகு சொன்னேன், உண்மைதான். இந்த ஆனந்தத்தை நானும் அனுபவித்திருக்கிறேன். நம்மைப் பார்த்து மற்றவர் மிரளும்போது ஏற்படும் சுகமே தனிதான்.

அதற்கு அந்த பொம்மை சொன்னது: உண்மை இது. எவருடைய தேகத்தில் ஒன்றும் இல்லாமல் உள்ளே புல்லும், மண்ணும் நிரம்பி இருக் கிறதோ அவர்கள் நிச்சயம் இந்த ஆனந்தத்தை அனுபவித்திருப்பார்கள்.

கலீல் கிப்ரானின் இந்த எழுத்துக்கள் நம்முடைய வாழ்வை அப்படியே படம் பிடித்துக் காட்டுகின்றன. உள்ளே ஒன்றுமே இல்லாத வெற்று உருவம் இந்த சோளக் கொல்லை பொம்மை. அதைப் பார்த்து பரிதாபப்பட்டு ஒருவன் கேட்கிறான். உள்ளே ஒன்றும் இல்லாமல், நகரக் கூட முடியாமல் இது கிடக்கிறதே என்று. ஆனால் அதுவோ தன்னைப் பார்த்து பறவைகள் அலறி ஓடுவதில் மகிழ்ச்சி கண்டு கொண்டிருக்கிறது.

நம்மில் பலருக்கும் உள்ளே ஒன்றும் இருப்பதில்லை. வெறும் ஞான சூன்யமாக இருக்கிறோம். அந்த பொம்மையின் உள்ளே புல்லும் மணலும் இருப்பதுபோல் நமக்குள்ளே எலும்பும், ரத்தமும் இருக்கின்றன. எவராவது ஞானம் பெற்றவர் நம்மீது பரிதாபம் கொள்வார். இவரின் உள்ளே ஒன்றுமே இல்லையே என்று.

ஆனால், நாமோ யார் சொன்னது? அவனைவிட நான் பெரியவன்., இவனை மண்டியிட வைத்தேன். அவர்கள் என்னைப் பாராட்டினார்கள். இவர்கள் என்னைப் பார்த்து மலைத்தார்கள் என்று பிறரை மருட்டி, மிரள வைப்பதிலேயே அளவற்ற சுகம் கண்டு கொண்டிருக்கிறோம். அந்த பொம்மையோ ஒரே இடத்தில் அசைவின்றி இருக்கிறது. நாம் உயிரிருந்தாலும் அசையும் சக்தி பெற்றிருந்தாலும் வாழ்வில் அசைவின்றி இருக்கிறோம்.

உண்மையில் நாமெல்லோருமே அந்த பொம்மைகளைவிடவும் பயனற்றவர்கள் என்றுதான் சொல்ல வேண்டும். அவையாவது

குறைந்தபட்சம் பறவைகளை விரட்டி பண்டங்களை அழிவிலிருந்து காப்பாற்றுகின்றன. மனிதனோ தனக்கு உள்ளேயும் ஏதும் இன்றி, தனக்குள் ஏதும் இல்லை என்ற உணர்வுகூட இன்றி பிறரிடம் தான் எல்லாம் இருப்பவன் போல் காட்டிக் கொள்ளும் மாயையிலேயே வாழ்ந்து ஓர் அடிகூட முன்னேறாமல் அப்படியே காணாமல் போகிறான்.

சூஃபி கவிஞர் என்று போற்றப்படும் உமர் கய்யாம் போன்றவர்களின் வரிசையில் கலீல் கிப்ரானுக்கும் முக்கிய இடம் உண்டு.

சரீரத்தைக் கடந்து நிற்கும் ஒன்றை உணராத வகையில் எவரும் மானுடத்தை உணர முடியாது. மனிதனாக பிறப்பது பெரிய விஷயம் அல்ல. மனிதனாக வாழ்வதே முக்கியம் என்கிறார் கலீல் கிப்ரான்.

ஒரு துறவியின் சீடன் ஒருமுறை மரணம் அடைந்துவிட்டான். தகவல் அறிந்த அவர் அவன் வீட்டுக்குச் செல்கிறார். அங்கே சடலம் கூடத்தில் கிடத்தப்பட்டு இருக்கிறது. எல்லோரும் சுற்றிலும் உட்கார்ந்து அழுது கொண்டிருக்கின்றனர். இவரோ அமைதியாக அந்த சடலத்தையே பார்த்துக் கொண்டிருக்கிறார்.

ஒருவர் வியப்போடு கேட்கிறார், "ஏன் எதுவும் பேசாமல் இருக்கிறீர்கள்?" என்று.

ஞானி கேட்டார். "ஏன் நீங்கள் அழுகிறீர்கள்?" என்று.

"சாவு வீட்டில் அழுவதுதானே இயற்கை?"

"அப்படியா? இவன் இறந்து விட்டானா? அல்லது இன்னும் உயிருடன் இருக்கிறானா?"

எவருக்கும் இதற்குப் பதில் தெரியவில்லை. விழித்தார்கள். அவரைப் பார்த்து ஒருவர் மட்டும் சொன்னார் "நீங்களே இதற்கு பதில் சொல்லுங்கள்" என்று.

ஞானி சொன்னார்: "பிணமாக இருந்தவன் இப்போதும் உயிருடன்தான் இருக்கிறான். இரண்டுக்கும் இடையிலான தொடர்பு மட்டும்தான் விட்டுப் போய்விட்டது" என்று.

வாழ்க்கைக்கு எப்போதும் மரணம் கிடையாது. மரணத்திற்கு எப்போதும் வாழ்வு கிடையாது. வாழ்வை உணராதவர்களே மரணம் தான் வாழ்வின் முடிவு என்று கருதுகின்றனர்.

ஒருவகையில் ஆன்மா அழிவற்றது என்ற கீதையின் போதனையும் செத்த பிணம் கண்டு இனிச் சாகும் பிணங்கள் அழுகின்றன என்று பட்டினத்தார் கூறியதும் இதனுடன் ஒட்டி நெருங்கி வருவதைக் காணலாம்.

20 புதுவெள்ளம்

யோக சாதனைகள் என்ற பெயரில் பலரும் இடைவிடாமல் சாதகம் செய்யும் பணியில் ஈடுபட்டிருப்பர். உண்மையில் இதனால் அழியாப் பேருண்மையை அடைய முடியுமா? ஒருவகையில் இது மனதுடன் நாம் நடத்தும் துவந்த யுத்தம். அல்லது மனத்தை வழிபாடு செய்வது என்றும் கூறலாம். மனதை வசப்படுத்துவதில் ஒரு பயனும் இல்லை. அது ஒரு வகையில் சத்திய அனுபவத்தை தடுக்கும் ஒரு செயலென்றே கூற வேண்டும்.

மாத்ஸு யோக சாதனையில் ஈடுபட்டவர். அவர் இரவு பகலாக தன்னுடைய ஆசிரமத்திலுள்ள தன்னுடைய தனியறை யில் அமர்ந்துகொண்டு மனப் பயிற்சியில் மூழ்கிவிடுவார். கண் திறந்து கூட அவர் எவரையும் பார்த்ததில்லை.

அவருடைய குரு அவரைப் பார்க்க வந்தார் ஒருமுறை. அப்போதும் இவர் கண்களை மூடியபடி அமர்ந்து இருந்தார். குரு அவருக்கு எதிரே அமர்ந்துகொண்டு செங்கல் ஒன்றை எடுத்து தரையில் தேய்க்க ஆரம்பித்தார்.

சிறிது நேரம் சென்ற பின்னர் கண்ணைத் திறந்த மாத்ஸு ஆச்சரியமாகக் கேட்டார், "எதற்காக இதைச் செய்கிறீர்கள்?" என்று.

"இதனை நன்றாகத் தேய்த்து பளபளப்பான கண்ணாடியாக மாற்றப் போகிறேன்."

"செங்கல்லைக் கண்ணாடி ஆக்கப் போகிறீர்களா? ஆயுள் முழுதும் தேய்த்தாலும் செங்கல் கண்ணாடி ஆகாது. இது என்ன அபத்தம்?"

குரு சிரித்தார். "நீ என்ன செய்து கொண்டிருக்கிறாய்? செங்கல் கண்ணாடி ஆகாது என்று எனக்கும் தெரியும். உன் மனம் மட்டும் நீ செய்யும் இந்த முயற்சிகளால் கண்ணாடி ஆகப் போகிறதா என்ன?

மனம் என்பதே எண்ணங்களின் கோர்வைதானே! நீ திரும்பத் திரும்ப பயிற்சி செய்து நான்கு திசைகளிலும் பறக்கும் உன் எண்ணங்களை ஒன்றாகக் குவித்து அவற்றை நீ சொல்லும் திசையில் செலுத்தப் போகிறாய். அதைத் தவிர வேறு என்ன ஆகிவிடப் போகிறது? இதனால் மனம் என்பதுதான் இல்லாமல் போகுமா? அல்லது மனத்தில்தான் எண்ணங்கள் தோன்றாமல் போய் விடுமா?

மாத்ஸுவுக்கு அவரது குருவானவர் போதித்த இதே ஞானத்தை யவக்கிரீவனுக்கு இந்திரன் போதித்ததாக மகாபாரதம் கூறுகிறது. எவருமே போதிக்காமல் புத்தர் உணர்ந்தார் என்று தம்மபதம் கூறுகிறது.

உலக இன்பங்களில் ஆழ்ந்து கிடப்பது ஒரு வகையில் தவறானது என்றால் உணவின்றி, நீரின்றி, மூச்சடக்கி தியானம் ஆயிரம் முறை, பத்தாயிரம் முறை என உடலை வருத்துவது இன்னொரு தவறான முறை.

சூஃபிகள் உலக இன்பங்களில் திளைப்பதும் இல்லை. அவற்றை வெறுத்து ஒதுக்குவதும் இல்லை. நடுவான நிலையில் மெல்ல விலகிச் சென்று விடுவார்கள்.

சூஃபி இலக்கியம் மலர், வண்ணத்துப்பூச்சி, நதி என்று பல உவமைகளைக் கூறுகிறது. ஆறு முதலில் பொங்கி வரும்போது அதனைப்

புது வெள்ளம் என்பார்கள். புது வெள்ளத்தில் குளிக்காதே என்பது கிராமப் பழமொழி. புது வெள்ளம் வரும் முதல் மூன்று தினங்களில் மக்கள் அதில் நீராட மாட்டார்கள். காரணம் வழி முழுதும் ஆறு அதுவரையிலும் காய்ந்து கிடந்தது. அந்த மணலில் எத்தனையோ குப்பைகள், அழுக்குகள், இறந்த மிருகங்களின் சடலங்கள் எனக் கிடந்திருக்கும். முதலில் புரண்டு வரும் அந்த வெள்ளத்தில் இந்த குப்பைகள், மட்டைகள், அழுக்குகள் எல்லாம் அடித்துக் கொண்டு வரும். மிதந்து வரும் அளவு குப்பை இல்லாவிட்டால்கூட வழி பூராவும் மணலில் ஊறி வருவதால் அந்த கசடுகள் முழுதும் இந்த நீரில் ஊறி இருக்கும்.

மூன்று நாட்கள் தொடர்ந்து வரும் நதி வெள்ளத்தில் எல்லாம். இவையெல்லாம் அடியோடு அடித்துக் கொண்டு போய்விட்டிருக்கும். பின்னர் வருவதுதான் தெளிந்த பரிசுத்தமான நீர். அதில் குளிக்கலாம், நீந்தலாம், துணி துவைக்கலாம், ஏன் அந்த நீரைக் குடிக்ககூட செய்யலாம்.

ஞானிகள் மனமும் அப்படிப்பட்டதே. சராசரி மனிதர்களாக அவர்கள் இருந்தவரை அவர்கள் மனத்தில் எத்தனையோ அழுக்குகள், காம, குரோத, மாச்சரியங்கள் நிரம்பி வழிந்திருக்கும். முதன் முதலாக ஒருவன் ஞானத் தேடலில் ஈடுபடுகிறான். அப்போது அவன் உள்ளிருந்தும் ஒரு ஊற்று பொங்கிப் புறப்படும். அப்போது அவன் உள்ளத்தில் ஊறியிருந்த குப்பைகள் மட்டும்தான் புறப்பட்டு வரும். அவை முழுதும் அப்புறப்படுத்தப்பட்ட பின்னரே அவனிடமிருந்து புனிதமான ஒரு வெள்ளம் புறப்பட்டு பெருகி வரும்.

கம்பளிப் பூச்சிக்கும், வண்ணத்துப் பூச்சிக்கும் இடைப்பட்ட ஒரு கூட்டுப் புழு பருவம் இது. முற்காலத்தில் ஞானிகள் அடர்ந்த வனங் களுக்கு சென்று விடுவர். அழகிய வண்ணத்துப் பூச்சிபோல் ஞானநிலை எட்டிய பின்னரே திரும்பி வருவர். (அவர்கள் வராவிடினும் அந்த மனதின் ஆகர்ஷணத்தால் மக்கள் சாரி, சாரியாக அவர்களைத் தேடிச் செல்வார்கள்)

சமண, பௌத்த துறவிகள் மலைக்குகைகளை நாடிச் சென்று விடுவார்கள். அரேபிய, எகிப்திய ஞானிகளில் பலர் பாலைவனங்களில் சென்று தங்கி விடுவார்கள். இவை எல்லாம் அந்த முதல் மூன்று நாள் புதுவெள்ளம் மக்களை எட்டாமலிருக்கவே.

சூஃபி ஞானி ஜப்பார் புதுவழி ஒன்றைக் கண்டுபிடித்தார். அவரிடம் வருபவர்களையெல்லாம், உட்கார் ஆரம்பி என்று சொல்வார். அவர் எவருக்கும் எந்த போதனையும் செய்வதில்லை. சொற்பொழிவு நிகழ்த்துவதும் இல்லை.

வருபவர்கள்தான் பேச வேண்டும். இதுதான் என்று இல்லை. சம்பந்தா சம்பந்தமில்லாமல் அவர்கள் மனம் போனபடியெல்லாம்

அவர்கள் பேசலாம். மனதில் என்னென்ன தோன்றுமோ அவை எல்லாமே அப்போது வெளியேறி விட வேண்டும். அதன்பின் பேச்சு என்பதற்கே அங்கே இடம் இல்லை. மவுனம்தான் அங்கே ஆட்சி செலுத்தும்.

சிலசமயம் அவரே இதைச்செய்து காட்டுவதும் உண்டு. அரை மணி நேரம் அர்த்தம் இல்லாமல் கண்டபடி உளறுவார். என்ன மொழி என்று கூடப் புரிந்துகொள்ள முடியாதபடி கண்டபடி உளறுவார். அதேபோல் பிறரையும் செய்யச் சொல்வார்.

மனிதர்களால் எவ்வளவு நேரம் தான் உளற முடியும்? எவ்வளவு நேரம்தான் தொடர்ந்து பேச முடியும்? மனதில் தோன்றுவதை எல்லாம் கொட்டிய பின்னர் அவர்களது மனம் வெறுமையாகி விடும். அதன் பின் பேச ஏதும் அவர்களிடம் இருக்காது. அவர்கள் மௌனமாக இருக்க ஆரம்பித்து விடுவர்.

சிலர் வந்த ஒரே நாளில் மவுனமாக இருக்கப் பழகி விடுவர். சிலருக்கோ இதற்குப் பல நாட்கள் ஆகிவிடும். ஆனால் அதன் பிறகு மவுனமாக இருக்க ஆரம்பித்த பின்னர் அவர்களிடம் வியத்தகு மாற்றங்கள் ஏற்படும்.

ஜப்பார் பலரையும் இப்படி மௌனிகளாக ஆக்கினார். மனம் காலியான பின்னர் உள்ளே ஒரு சூன்யம் தோன்றும். மெதுவாக ஒரு ஆழ்ந்த வெறுமை நிலைப்படும். அதன் பின்னர் அந்த வெறுமையில் தோன்றுவதுதான் விழிப்புணர்வு என்னும் சுடர். உண்மையில் அது அங்கேதான் இருந்தது. நமது சிந்தனைகளும், எண்ணங்களும், இரைச்சல்களும் அதனை மூடி இருந்தன. அவற்றை எடுத்தெறிந்த பின்னரே அது வெளிப்படத் துவங்கியது.

உடலுக்கும் இதே தன்மை உண்டு. எண்ணற்ற இறுக்கங்கள் அதற்கு உண்டு. நிர்ப்பந்தம் இல்லாமல் அது விரும்பிய அசைவுகளை செய்ய விடுங்கள். ஆடலாம், ஓடலாம். விழுந்து புரளலாம். எதுவாயினும் சரி. செய்யட்டும். வலிய எதையும் திணிக்கக் கூடாது. அவ்வளவே!

உடல் விரும்பிய அசைவுகளை செய்யவிட்டால் அதன் பிறகு ஏற்படும் இறுக்கம் நீங்கிய தளர்வு நிலை இருக்கிறதே... அடடா! நாம்தான் உடம்பைக் கட்டிப் போட்டிருந்தோமோ என ஆச்சரியப்பட வைத்துவிடும். அப்படி ஒரு பரம சுகமான நிலை அது.

முன் காலங்களில் கோயில் திருவிழாக்களிலும், பண்டிகைகளிலும் மனம் போனபடி எல்லாம் ஆடிப் பாடி குதிக்க விடுவார்கள் என்பதை நீங்கள் கண்டிருக்கலாம். ஊரின் பெரிய மனிதர்களெல்லாம் முண்டாசு கட்டிக் கொண்டு முன்னணியில் நின்று கொண்டு குதியாட்டம் போடுவார்கள்.

குருஜி வாசுதேவ் ◂ 160 ▸

சூஃபி ஞானி ஜப்பார் கொண்டு வந்த இந்த முறை பிரபலமடைந்து இன்று அவர் பெயரால் ஜிப்ரிஷ் என்றே அது அழைக்கப்பட்டு வருகிறது.

மவுனத்தின் பலன்பற்றி சொற்களால் விளக்க முடியாது. பேச்சு எழுத்து எல்லாம் வெளிப்பாடுகள்தான். அனைத்தையும் வெளியிட்ட பின்னரே ஏற்படும் தளர்வு நிலை அது.

எல்லா ஞானிகளும் உள்விழிப்பு என்னும் பரவச நிலையை எட்டினார்கள். ஞானி கபீர், லா - ஓட்ஸு, புத்தர் என ஏராளமான ஞானிகள் சிகரம் தொட்டவர்கள்தான். இப்படி பூரணத்தை அடைந்தபின் அவர்கள் மனநிறைவு எய்தினார்கள். அதனை பற்றிப் பிறருக்கு உபதேசிக்கவும் செய்தார்கள்.

ஒரு செல்வந்தனிடம், போதும். இருப்பதைக் கொண்டு மனநிறைவு கொள் என்று போதிப்பதில் தவறு ஏதும் இல்லை. ஆனால் ஒரு வறுமையாளனிடம் இருப்பதைக் கொண்டு நிறைவடைவாயாக என்று கூறலாமா? கூடாது. அவன் கடுமையாகப் போராட வேண்டியவன். அவனை ஊக்கப்படுத்தலாமே தவிர அவனது செயல்களுக்குத் தடை போடக் கூடாது.

ஞான நிலையை அடைந்தவர்கள் பூரண நிறைவு கொள்ள முடியும். ஏனெனில் அவர்கள் உச்சத்தை தொட்டவர்கள். அதற்குமேல் ஏற அவர்களுக்கு இடமே இல்லை. அவர்கள் பூரண நிறைவாக அதனுடன் பொருந்தி ஒன்ற முடியும்.

சராசரி மக்களுக்கு உடல் அனுபவங்களைத் தாண்டிய எதுவும் கிடையாது. எப்படி அவர்கள் மனமானது ஒன்றில் ஒன்ற முடியும்? மனம் என்ற ஒன்றையே உணராதவர்கள் மனநிறைவு கொள்வது எப்படி? இங்கு அதுதான் நடைபெறுகிறது.

ஆதி சங்கரர், ஏசு, புத்தர் போன்றவர்கள் ஞானம் பெறுவதற்கு முன்பு என்ன செய்தார்களோ அதை நாம் பார்ப்பதே இல்லை. அவர்கள் ஞானம் பெற்ற பின் என்ன செய்தார்களோ அவற்றைத்தான் நாம் பின்பற்ற ஆரம்பித்து விடுகிறோம்.

அதன் விளைவு நம்மில் எவருக்கும் ஞானத்தின் கானல் நீர் தோற்றம் கூட தென்படுவதில்லை. இல்லாத வழியை நோக்கி செய்யப்படும் நம் பயணமானது பாதியில் நின்று போவதால் அவர்கள் எல்லாம் கடவுளின் அவதாரங்கள் என்று கூறி நம் இயலாமைக்கு சப்பைக் கட்டு கட்டி நம்மை நாமே ஏமாற்றிக் கொண்டு சும்மா இருந்து விடுகிறோம்.

அதனாலேயே சூஃபி ஞானிகள் எவரையும் மனநிறைவடைவாயாக என்றும் கூறுவதில்லை. விடாமல் முயற்சி செய் என்றும் சொல்வதில்லை. நாம் எந்த நிலையில் இருக்கிறோம் என்பதை நம்மையே உணர

வைப்பார்கள். சிக்கலான கணக்கை பெற்றோர் போட்டுக் கொடுத்து அனுப்பினால் குழந்தைக்கு பள்ளிக் கூடத்தில் அப்போதைக்கு பாராட்டு வேண்டுமானால் கிடைக்கும். ஆனால் பிறகு நடக்கும் தேர்வில் வெற்றி பெற குழந்தைக்கு அது உதவாது.

அதே குழந்தையின் பக்கத்தில் அமர்ந்து கொண்டு அந்தக் குழந்தையையே அந்தக் கணக்கைப் போட வைத்தால் அடுத்த முறை தானே அந்தக் கணக்கைச் சுயமாகப் போடும் திறன் அதனிடம் வந்துவிடும்.

சூஃபி ஞானிகள் அதைத்தான் செய்தனர். ஏசு, புத்தர், மகாவீரர் போன்றவர்களைப் பின்பற்ற ஒரு மாபெரும் கூட்டம் இருந்தது. இவர்களில் ஒருவர்கூட ஏசுவாகவில்லை. புத்தராகவில்லை. மகாவீரர் ஆகவில்லை.

சூஃபிகளிடம் சென்ற ஒவ்வொருவரும் ஞானி ஆனார்கள். அதனாலேயே சூஃபிகளை சுற்றி கூட்டம் இருப்பதில்லை. தேடல் உள்ளவன், தேவை உள்ளவன் இவர்களைத் தேடி வருவான். வழிகாட்டப்பட்ட பின் அவன் அவர்களை விட்டுச்சென்று விடுவான். அதற்குப் பின்னர் அவன் பயணம் தனியாகத்தொடரும்.

மற்ற இடங்களில் மக்கள் கூடுவார்கள். அங்கு அவர்கள் தேடியது கிடைக்காது. அதற்காகக் காத்திருப்பார்கள். அதற்குள் மேலும் பலர் அவர்களை போலவே அங்கு வருவர். காலப்போக்கில் அந்த கூட்டமெல்லாம் சேர்ந்து அது ஒரு அமைப்பாகவோ, மடமாகவோ, இயக்கமாகவோ, மதமாகவோ மாறிவிடும்.

சூஃபிகளைத் தேடிச் சென்ற ஒவ்வொருவருமே சூஃபி ஆனார்கள் என்பதுதான் வரலாறு காட்டும் உண்மை. அதேசமயம் அவர்கள் எல்லோருமே ஞான நிறைவு பெற்று விட்டதால் அதுபற்றி அவர்கள் சொல்லக்கூட விரும்பவில்லை என்பதும் இன்னொரு சங்கடமான உண்மை ஆகும்.

21 நிறை குடம்

மிகச் சிறந்த சூஃபி ஞானியாக விளங்கியவர் கபீர். அவரது மகன் கமால். விரக்தி மார்க்கத்தில் ஈடுபட்டு எல்லாவற்றையும் உதறியவர் கபீர். அவருக்கு இந்த உலகில் எதுவும் தேவைப்படவில்லை. அவரது மகன் கமாலுக்கு அப்படி இல்லை. யாராவது காணிக்கை என்று அளித்தால் அதனை அவர் ஏற்றுக் கொள்வார்.

கபீருக்கு இது பிடிக்கவில்லை. மகனே! நமக்கு எந்த செல்வமும் தேவையில்லை. அதனால் எவருடைய வெகுமதியையும் ஏற்க வேண்டாம் என்று அறிவுரை கூறினார்.

கமால் கேட்டார். செல்வம் அர்த்தமற்றது என்றால் அதை வேண்டாம் என்று சொல்வதற்கு என்ன அவசியம் வந்தது? செல்வம் உபயோகமற்றது என்றால் நாம் வேண்டுமானால் அதைத் தேடிச் செல்லாமல் இருக்கலாம். ஆனால் எந்த செல்வமாவது நம்மைத் தேடி வந்து சேர்ந்தால் அதை

வேண்டாம் என்பதும் அதற்கு முக்கியத்துவம் அளிப்பது போன்றதுதானே.

கபீருக்கு இது ஏற்புடையதாக இல்லை. மகனை தனியே போய் இருக்கும்படி கூறிவிட்டார். மகன் தன்னுடன் இருந்தால் தமது விரதத்திற்கு பங்கம் ஏற்பட்டு விடும் என்று அவர் எண்ணினார். கமாலும் தனியாகச் சென்று குடிசை ஒன்றில் வசித்தார்.

காசி அரசன் ஒருமுறை கபீரைக் காண வந்தான்.

"எங்கே உங்கள் மகனைக் காணோம்?" என்று அவன் கேட்டான்.

"அவன் நடத்தை எனக்குப் பிடிக்கவில்லை. அதனால் அவனைத் தனியே அனுப்பிவிட்டேன்" என்றார் கபீர்.

"என்ன காரணம்?" என்று ஆச்சரியமாக கேட்டான் மன்னன்.

"அவனுக்கு பணத்தாசை அதிகம்" என்றார் கபீர்.

மன்னன் பிறகு கமாலை பார்க்கச் சென்றான். ஒரு விலை மதிப்பற்ற வைரத்தை எடுத்துச் சென்று அவர் காலடியில் வைத்து வணங்கினான்.

"ஒரு கல்லை எதற்குக் கொண்டு வந்தாய்?" என்றார் கமால்.

கபீரோ இவரை பணத்தாசைக் கொண்டவன் என்கிறார். இவரோ விலை மதிப்பற்ற வைரத்தை வெறும் கல் என்கிறார் என்று திகைத்துப் போன அரசன் திரும்ப அதை எடுத்துச் செல்ல முனைந்தான்.

"அது கல்தான் என்றால் அதனை திரும்ப எடுத்துச் செல்லும் சிரமம் உனக்கு எதற்கு? என்றார் கமால். கல் என்றால் திருப்பி எடுத்துச் செல்லும் கஷ்டம் உனக்கு வேண்டாம். அப்படி எடுத்துச் செல்ல எண்ணினால் இப்போதும் அதை நீ வைரம் என்றே எண்ணுகிறாய் என்று பொருள்" என்றார் கமால்.

"இது மிகவும் சாதுரியமான வார்த்தைதான்" என்று எண்ணிய மன்னன், சரி இதனை எங்கே வைப்பது? என்றான்.

"எங்கே வைப்பது என்று கேட்பதனால் இதன்மீது இன்னமும் உனக்கு மதிப்பு இருக்கிறது என்றுதான் பொருள். ஆகவே வைப்பது என்ன, எங்கேயாவது எடுத்து எறி" என்றார் கமால்.

குருஜி வாசுதேவ்

அரசன் அதனை வாசலில் இருந்த பிறை இடுக்கில் செருகினான். நாம் போனபின்னர் இதை இவர் எடுத்துக் கொண்டு விடுவார். கபீர் கூறியதுதான் உண்மை. பணத்தாசை யுள்ளவர் என்பதுடன் அது இல்லாததுபோல் திறமையாக நடிக்கவும் செய்கிறார் இவர் என்று எண்ணினான்.

ஆறு மாதங்கள் சென்றபின் அவ்வழியே மீண்டும் வந்த அந்த மன்னன் கமாலின் குடிசைக்குள் நுழைந்தான். சற்று நேரம் அவரிடம் பேசிக் கொண்டிருந்த பின் "அதை என்ன செய்தீர்கள்?" என்று கேட்டான்.

"எதை?" என்றார் கமால்.

மன்னனுக்கு ஒரே வியப்பு. கூடவே சந்தேகம். "சென்ற முறை வந்தபோது ஒரு விலை மதிப்பற்ற காணிக்கை அளித்தேனே. அதை" என்றான்.

கமால், "பல பேர் காணிக்கைகளை எனக்கு அளிக்கிறார்கள். அவர்களது காணிக்கைகளுக்கு நான் மதிப்பளித்தால் அவற்றை உற்சாகத்துடன் என்னிடமே வைத்துக் கொள்வேன். அல்லது உற்சாகமாக அவர்களிடமே திருப்பி அளிப்பேன். ஆனால் காணிக்கைகளுக்கு என்னைப் பொறுத்தவரை அர்த்தம் என்பதே இல்லை. யார் இதையெல்லாம் கணக்கில் வைத்துக் கொள்வது? இருந்தாலும் நீ குறிப்பிட்டுக் கேட்கிறாய் என்றால் நிச்சயம் அதை கொடுத்திருப்பாய்" என்றார்.

அரசன் அதை அத்துடன் விடுவதாக இல்லை. "அது சாதாரணமானப் பொருள் இல்லை. அது விலை மதிப்பற்றது. எங்கே அது?" என்றான். "இது என்ன தொல்லை? என்ற கமால், எங்கே வைத்தாய் அதை?" என்று கேட்டார்.

சட்டென்று எழுந்த அரசன் அதனை தான் வைத்த இடத்தில் போய்த்தேடிப் பார்த்தான். வைத்தது வைத்தபடி அது அங்கேயே இருக்கக் கண்டான்.

இச்சை என்பது ஒரு பொருளை அடைவதில் உள்ள ஆர்வத்தைக் குறிக்கும் ஒரு சொல். விரக்தி என்பதோ அதனைத் துறப்பதில் கொண்ட ஆர்வத்தை குறிப்பதாக இருக்கிறது. இந்த இரண்டிற்கும் அப்பாற்பட்டவர்கள் பரமானந்தத்தை எட்டி விடுகின்றனர். அவர்களுக்கு எல்லாமே ஆனந்தமற்றவை ஆகிவிடும். வெளியுலகின் எல்லா பந்தங்களுமே அங்கே தவிர்க்கப்பட்டு விடும்.

குருஜி வாசுதேவ்

சூஃபி ஞானி கபீரை விட உயர்ந்த நிலையை எட்டியவர் கமால். கபீர் தனது நிலைகளை, எண்ணங்களை, விரக்தியை பல்வேறு பாடல்களாக பாடி வைத்தார். கமாலோ அந்த நிலைகளை எல்லாம் ஒரே தாண்டலாக தாண்டிக் கடந்து விட்டார். எவரிடமும் எதுவும் சொல்லவில்லை.

கபீர் இருந்த கிராமத்திலேயே மற்றொரு சூஃபி ஞானியான ஃபரீத்தும் இருந்தார். ஃபரீத்துடன் அவரது நண்பர்களான சிலரும் சேர்ந்து யாத்திரையாகப் புறப்பட்டார்கள். அவர்கள் சொன்னார்கள் வழியில்தான் கபீரின் இல்லம் இருக்கிறது. அங்கு ஒரு இரண்டு நாட்கள் தங்கிச் செல்லலாம். அதனால் எங்களுக்கெல்லாம் ரொம்ப சந்தோஷமாக இருக்கும் என்று.

"அது உங்களுக்கு சந்தோஷம் தருகிற விஷயம் என்றால் அவசியம் அங்கே தங்கலாம்" என்றார் ஞானி ஃபரீத்.

"இது எங்களுக்காக இல்லை. உங்களுக்காக" என்றார் ஒரு நண்பர். "அவர் புகழ்பெற்ற ஞானி. நீங்களும் அப்படியே. இருவரும் சந்தித்துக் கொண்டால் உங்களிடையே எண்ணற்ற ஆன்மீக விவாதங்கள் நடைபெறும். எங்களுக்கும் பயனுள்ள விஷயங்கள் பல கிடைக்கும்."

இதைக் கேட்ட ஃபரீத் சிரித்தார். "அங்கு நாம் தங்கலாம். அதிலே எனக்கு எந்த ஆட்சேபனையும் இல்லை. ஆனால் நீங்கள் எதிர்பார்ப்பதுபோல் எந்த சர்ச்சையும் எங்களுக்குள் நடைபெறுமா என்பது சந்தேகம்தான்" என்றார்.

"ஏன்?" என்று அவர்கள் கேட்டபோது அவர் பதில் ஏதும் சொல்லவில்லை.

கபீரின் சீடர்களும் அவரிடம் ஓடிவந்து, "ஃபரீத் வந்து கொண்டிருக்கிறார். அவரை நாம் வரவேற்று உபசரிக்கலாம். சில நாட்கள் அவர் இங்கே தங்கி இருந்தால் அப்போது உங்களுக்குள் நடைபெறும் வாதப் பிரதிவாதங்களைக் கேட்பதற்கு ஆனந்தமாக இருக்கும்" என்றனர்.

"அவசியம் சந்திக்கலாம்" என்றார் கபீர். ஃபரீத் வந்தார். ஆவலுடன் கபீர் அவரை எதிர்கொண்டார். கபீரும், ஃபரீத்தும் ஒருவரை ஒருவர் ஆலிங்கனம் செய்து கொண்டனர். இருவர் கண்களிலும் கண்ணீர் பெருகியது.

அதற்குப் பின்னர் அவர்கள் இருவரும் மவுனமாக அமர்ந்து இருந்தனர். இருவர் முகத்திலும் மலர்ந்த புன்சிரிப்பு நிலவியது. பின்னர்

இருவரும் கட்டித் தழுவி விடைபெற்றுக் கொண்டனர். கபீர் கையசைத்து விடை கொடுக்க, ஃபரீத் தன் வழியே சென்றார்.

இதைக் கண்ட சீடர்களுக்கோ பெருத்த ஏமாற்றம். "என்ன நீங்கள் இருவரும் எதுவுமே பேசவில்லையே?" என்றனர் ஏமாற்றத்துடன்.

ஃபரீத் சொன்னார் தன் சீடர்களிடம்: "நான் அறிந்தவற்றை கபீரும் அறிவார். அப்படியிருக்கும்போது இருவருக்கும் பேச என்ன இருக்கிறது? முதலில் அங்கே பேசுவதற்கு யார் இருந்தார்கள். ஓர் இடத்தில் பேச்சு வார்த்தை நடக்க வேண்டுமானால் குறைந்தபட்சம் இருவர் அந்த இடத்தில் இருக்க வேண்டும். நான் என்பதும் அங்கே இருக்க வேண்டும். நீ என்பதும் அங்கே இருக்க வேண்டும். இங்கும் நான் என்பது இல்லை. அங்கும் நீ என்பது இல்லை. இரண்டும் வெறுமையாக இருக்கிறது. அந்த சமயத்தில் என்ன பேசுவது?" என்றார்.

இதையேதான் கபீரும் தன் சீடர்களிடம் சொன்னார். "நான் எந்த தளத்தில் உள்ளேனோ அதே நிலையில்தான் அவரும் உள்ளார். என்னுள் இருப்பது அவருக்குள்ளும் உண்டு. என்னிடம் இல்லாதது அவரிடமும் இல்லை. இரண்டு நிரம்பிய பாத்திரங்களை ஒன்றின்மேல் ஒன்று கவிழ்த்தாலும் கொட்ட வழி இருக்காதே?" என்றார்.

மகான்களிடையே பேச எதுவும் இருக்காது. புத்தரும், மகாவீரரும் சந்தித்தபோதும் இதுவே நிகழ்ந்தது. அந்த சமயத்தில் இருவரிடையேயும் மவுனம் மட்டுமே நிலவியது. பின்னர் சிரித்தபடி இருவரும் மகிழ்ச்சியுடன் விடை பெற்றனர்.

சமபலம் படைத்த இரண்டு மன்னர்களோ, இரண்டு மல்லர்களோ, இரண்டு அறிஞர்களோ சந்தித்தாலும்கூட அவர்களுக்குள் போட்டி நிச்சயம் இருக்கும். மோதல் ஏற்படாவிட்டாலும் உள்ளூர ஒருவரையொருவர் வெற்றி கொள்ள ஆவல் இருக்கும்.

மகான்களிடம் மட்டும் அது சாத்தியமேயில்லை. இரு மகான்களின் சந்திப்பின்போது இருவரிடமோ அல்லது அதில் யாராவது ஒருவரிடமோ சலனம் ஏற்பட்டாலும் அவர்கள் மகான்கள் அல்ல, குறைபட்டவர்களே!

அறிவாளியான தேவகுரு பிரகஸ்பதி தன் தம்பி சம்வர்த்தர் மீதே பொறாமை கொண்டார். ரைப்ய முனிவரின் மகன் பராவசு தன் சகோதரன் அர்வாவசு மீதே பொறாமை கொண்டான் என்கிறது மகாபாரதம்.

போட்டி, பொறாமை, வெற்றி போன்றவை மனதின் இயக்கங்கள். இவற்றை விட்டு விலகியவரே சாது எனப்படுவர். சாதுக்களிடம்

குருஜி வாசுதேவ்

தனிப்பட்ட விருப்பு, வெறுப்பு இல்லை. அதனால் அங்கு சலனங்களுக்கு இடமே இருப்பதில்லை.

ஒவ்வொரு செயலும் விளைவுதான். அந்த விளைவில் தோன்றுவதே எதிர் விளைவு. இப்படி செயல், எதிர்ச்செயல் அல்லது விளைவு - எதிர் விளைவு இவற்றின் இடையே நிகழ்வதுதான் உலக இயக்கம். செயல் என்பது இருக்கும் வரை எதிர் விளைவு என்பதும் இருக்கும். செயல் என்பது இல்லையேல் எதிர்ச் செயல் என்பதும் இருப்பதற்கு வாய்ப்புகள் இல்லை.

செயல் என்பது அடியோடு நின்றுவிட்டால் உலகம் என்பதே இருக்காது. அது அடியோடு ஸ்தம்பித்து விடும். அதனாலேயே ஞானிகள் செயல்பட மாட்டார்கள். அதே சமயம் மற்றவர்கள் செயல் புரிவதையும் தடுக்க மாட்டார்கள்.

ஞானிகளைப் பொறுத்தவரை செயல்பாடுகளை அடியோடு நிறுத்தி விட்டவர்கள். அதனால் அங்கே விளைவும் இல்லை. எதிர் விளைவும் இல்லை. அவர்களின் இயக்கமே நின்று விடுவதால் அவர்களுக்கு மறு பிறவியோ, கர்ம பந்தங்களோ இருப்பதில்லை. அதனால் அவர்கள் நாடிய முக்தி நிலையை எட்டி விடுவர். அதேசமயம் மற்றவர்களின் செயல்பாடுகளை அவர்கள் தடுப்பதில்லை. எனவே, உலகம் தொடர்ந்து இயங்குவது தடைப்படுவதில்லை.

அதே சமயம் செயல்படுபவர்களை விருப்பு, வெறுப்பற்று செயல்படும்படி மட்டும் இவர்கள் உபதேசிக்கின்றனர். அதனால் செயல்களின் பலன்களான நன்மை, தீமைகள் நம்மை பாதிக்காது என்பதை மட்டும் எடுத்துரைக்கின்றனர்.

ஹஸரத் அலியிடம் ஒருவர் கேட்டார்:

"மனிதன் தனது கர்மங்களில் இருந்து விடுபட்டவனா? கட்டுப்பட்டவனா?" என்று.

"இரண்டும்தான்" என்றார் ஹஸரத் அலி.

"புரியவில்லையே" என்றார் வந்தவர்.

"உன் இடது காலைத் தூக்கு" என்றார் ஹஸரத் அலி. அவர் தனது இடது காலை உயர்த்தினார்.

"சரி. இப்போது வலது காலையும் தூக்கு" என்றார். அலி. "அது எப்படி முடியும்?" என்றார் அடுத்தவர்.

"ஏன்?"

"ஒன்றை உயர்த்தலே சுதந்திரம்."

"இங்கும் அதுவேதான். உன் இரண்டு கால்களையும் ஒரே சமயத்தில் நீ தூக்க முடியாது. அதேசமயம் இரண்டு கால்களும் பூமியிலும் இல்லை. இதில் ஒன்றை உயர்த்த முடியும். ஒன்று கட்டுப்பட்டிருக்கும். அதைப் போலத்தான் உன் கர்மபந்தங்கள் பூமியுடன் இருக்கும். உன் செயல்பாடுகள் சுதந்திரமாயிருக்கும். அதன்மூலம் நீ இன்னும் பூமியுடன் கட்டுப்படவும் செய்யலாம். அல்லது இரண்டு காலையும் உயர்த்த முயற்சிக்கலாம். சுதந்திரம் உள்ளது மற்றொன்றையும் விடுவிக்கலாம். அல்லது கட்டுப்பட்டது மற்றொன்றையும் கட்டுப்படுத்தலாம்."

ஹஸரத் அலி சொன்னவை சத்தியமான சொற்கள்.

கடந்த காலத்தில் நிகழ்ந்தவை நம்மால் செய்யப்பட்டவையே. அப்போதும் அதை செய்யும் பூரண உரிமை நமக்கு இருந்தது. அதன் விளைவுகள் நம் ஒரு பகுதியை ஜடம் ஆக்கிவிட்டன. ஆனால் இப்போதும் ஒரு பகுதி நம்மிடம் பூரண சுதந்திரத்துடன்தான் உள்ளது. இதனை நாம் பயன்படுத்தும் முறையில் முன் செய்த செயல்களின் எதிராக செயல்படலாம். அதன் மூலம் கட்டுக்களை அவிழ்க்கலாம். அல்லது அதே திசையில் செயல்பட்டு இன்னும் தீவிரமாகவும் கட்டுப்பட்டு விடலாம்.

கர்மங்கள் தளைகள் தான் பந்தப்படுத்துபவையும் கூட. எனினும் அந்தத் தளைகளை உண்டாக்கவும் மனிதனால் முடியும். அதற்கான உரிமை அவனுக்குத் தரப்பட்டுள்ளது.

பெருமைக்கும், ஏனை சிறுமைக்கும் அவரவர் கருமமே கட்டளைக்கல் என்ற பொருளையே இங்கு ஹஸரத் அலி எடுத்துரைக்கிறார் எனலாம்.

22 இறைவனின் இருப்பிடம்

ஒரு குருடனும், அவனது நண்பனும் பாலைவனத்தின் வழியே சென்று கொண்டிருந்தனர். அவர்கள் இருவரும் வேறு வேறு வழிகளில் பயணத்தை ஆரம்பித்தவர்கள். இடைவழியிலே சந்தித்துக் கொண்டவர்கள். அதன் பிறகு இணைந்து பயணம் செய்கின்றனர். பாலைவனத்தில் இரவில் வீசும் குளிர்காற்று உடலை நடுங்க வைக்கும். பகலெல்லாம் அங்கே வெயில் கொளுத்தும்.

ஒரு நாள் இரவு கடும் குளிர் அவர்களை வாட்டி எடுத்தது. பொழுது விடிந்ததும் குருடன் அவசரமாக எழுந்தான். தட்டுத் தடுமாறியபடி தன் கம்பை தேடினான். அவனது கைக்கு கம்பு கிடைக்கவில்லை. அங்கே பாம்பு ஒன்று குளிரினால் கட்டை போல் விறைத்துக் கொண்டு கிடந்தது. அதனை கம்பென்று

நினைத்துப்பற்றிக் கொண்டான். ஆகா! என்னுடைய பழைய தடிக்கு பதிலாக மழமழப்பான அருமையான புதிய தடி கிடைத்து விட்டது என்று மகிழ்ந்தவன் நண்பனை எழுந்திருக்கச் சொல்லி குரல் கொடுத்தான்.

எழுந்து பார்த்த நண்பன் திடுக்கிட்டான். "முட்டாள்! என்ன காரியம் செய்கிறாய்? நீ பிடித்திருப்பது பாம்பை. அது உன் உயிரை வாங்கிவிடும். உடனே வீசி எறி அதை" என்று கூவினான்.

அதற்கு பிறவிக் குருடன் சொன்னான், "நண்பனே! பொறாமையின் காரணமாக என்னிடமுள்ள அழகிய தடியை பாம்பு என்கிறாயா? நான் எறிந்தால் அதை நீ எடுத்துக் கொள்ளலாம் என்று பார்க்கிறாய் இல்லையா? எனக்கு கண் குருடுதான். ஆனாலும் நான் அறிவு அற்றவன் இல்லை."

நண்பன் அவனைத் திட்டினான். "முட்டாளே! உனக்குப் பித்து பிடித்துவிட்டதா? அது பாம்புதான். தாமதியாமல் அதை எறிந்து விடு."

சிரித்தான் குருடன். "உனக்கு இன்னும் என்னைப் பற்றி புரியவில்லை. என்னை எவராலும் ஏய்க்க முடியாது. என் அதிருஷ்டத்தால் இந்த அருமையான தடி எனக்குக் கிடைத்தது. இதை அபகரிக்க நீ திட்டமிட்டு விட்டாய். இனி பொறாமைக்காரனான உன்னுடன் நான் வர மாட்டேன்" என்று கூறிவிட்டு விடுவிடுவென்று நடக்க ஆரம்பித்தான்.

சற்று நேரத்தில் சூரியன் உதித்தது. உஷ்ணத்தின் காரணமாக பாம்பின் விறைப்புத் தன்மை நீங்கியது. சவம் போல் அதுவரை விறைத்துக் கிடந்த அது உணர்வு பெற்றதும் பட்டென்று குருடனை ஒரு போடு போட்டது.

நம்மில் பலரும் இப்படிப்பட்டவர்களே. அறியாமை என்ற குருட்டுத்தனம் நம்மிடமும் நிறைய உண்டு. பலவித மாயைகளை வழவழப்பான அழகிய தடி என்று பற்றுகிறோம். வேண்டாம். அது விஷமுள்ளது என்று எச்சரிக்கின்றனர் ஞானிகள். அதை ஏற்க மறுத்து பிடிவாதமாக நடக்கிறோம். நாம் எவற்றை வழித் துணை என்று பற்றுகிறோமோ அவையே நம் அழிவுக்கும் காரணமாகி விடுகின்றன.

அரசன் ஒருவன் மலை உச்சியில் நின்று கொண்டிருந்தான். தூரத்தில் கடற்கரையில் பல கப்பல்கள் நின்றிருந்தன. உடனிருந்த அமைச்சரிடம், "எத்தனை கப்பல்கள் துறைமுகத்தை விட்டு போகின்றன? எத்தனை கப்பல்கள் துறைமுகத்துக்குள் வருகின்றன?" என்று கேட்டான் மன்னன்.

"மூன்று கப்பல்கள்?" என்றார் அமைச்சர்.

"என்ன மூன்றுதானா? கப்பல்கள் அங்கே ஏராளமாக இருக்கிறதே! என் கண்ணுக்கு அவர்கள் ஏழெட்டு தென்படுகின்றனவே."

"ஆம் அரசே. மொத்தமே மூன்றுதான். செல்வம், புகழ், காமம் இந்த மூன்றே கப்பல்களில்தான் அனைவரும் பயணம் செய்கின்றனர்" என்றார் அமைச்சர்.

மூன்றையும் துறந்தவர்கள் மகான்கள். ஆனால் அவர்கள்தான் காலத்தைக் கடந்து வரலாற்றில் நிற்கின்றனர். அந்த வரலாற்றில் இடம் பெறும் கீர்த்தியைக் கூட சூஃபி ஞானிகள் விழைவது இல்லை.

ஞானி கபீர் சொல்கிறார்:

நீ மரத்தைப் புறக்கணிக்கும்வரை
கானகத்தைக் காண முடியாது - அதுபோல்
அவன் அருவத்தில் காணக் கிடைக்க மாட்டான்
ஓ அன்புக்குரிய சகோதரனே!
உண்மையைக் காப்பாற்ற
தேவைப்படுவது இன்மைதான்

இந்தப் பாடலின் மூலம் என்ன சொல்கிறார் கபீர்? ஒருமுறை சீடன் ஒருவன் குருவிடம் கேட்டான். (புத்தரிடம் ஆனந்தர் கேட்டதாக தம்மபதம் கூறுகிறது. இதுபோல் பல இடங்களில் வேறு வேறு பெயர்கள் கூறப்படுகின்றன. ஆனால் கேள்வி என்னவோ ஒன்றுதான்.)

"குருவே! தாங்கள் கண்ட எல்லாவற்றையும் எங்களிடம் கூறிவிட் டீர்களா? இல்லை. ஏதாவது சொல்லாமல் வைத்துள்ளீர்களா?" என்று.

ஒரு கையால் சிறிய இலைகளை கிள்ளிக் கொண்டே இதற்கு புத்தர் சொல்லிய பதில் (அல்லது குருவின் பதில்), "நான் சொன்னவை இந்த இலைகளின் அளவு. சொல்லாதவை இந்த கானகத்தின் அளவு. ஆனால் இந்த இலைகளை சரிவர நீங்கள் புரிந்து கொண்டால் கானகத்தின் முழு பரப்பையும் புரிந்து கொள்ள உங்களால் முடியும்."

கபீரும் இங்கு அதையே கூறுகிறார். 'மரத்தை நீ புறக்கணித்தால் உன்னால் எப்படிக் காட்டைக் காண முடியும். காடு என்பதே மரங்களின்

தொகுப்புதானே! மனிதர்களை அலட்சியப்படுத்தி விட்டு உன்னால் எப்படி இறைவனைக் காண முடியும்? கண்ணில் படும் எல்லா உருவங்களையும் நேசித்தால்தான் உருவங்களில் உள்ளடங்கிய அருவமான அவன் தென்படுவான்.

எல்லா ஞானிகளும் இதனாலேயே அன்பைப் பெரிதும் போதித்தனர்.

இறைவன் அன்பாயிருக்கிறார் என்கின்றன வேதங்கள். அன்போடிருக்கிறார் என்பது வேறு. அன்பாயிருக்கிறார் என்பது வேறு.

எல்லாவற்றிலும் இறைவன் உள்ளார். எல்லாம் இறைவனில் உள்ளன. அவர் எங்கோ வானத்தில் ஒரு இடத்தில் தனியாக இல்லை. எங்கும் இருக்கிறார். இங்கு இப்போது இருக்கிறார். நேசிக்கக் கற்றுக் கொள்ளுங்கள். நேசமே நேசத்தைக் கொண்டு வரும். அன்பே உள்ளதை வெளிப்படுத்தும்.

ஞானி ஹிலாஸிடம் வந்த ஒருவன், "நான் ஒற்றைக் காலில் நிற்பேன். நான் காலை கீழே இறக்கும் முன்பாக வேதம் முழுவதையும் நீங்கள் சொல்ல வேண்டும்" என்றான்.

யூதர்களின் வேதம் தாலமுட்டிலும் இக்கதை உண்டு. ரிக் வேதத்திலும் உண்டு.

அவர்களின் வேதம் டோரா என்பது. குறைந்தது 10 ஆண்டுகள் பயில வேண்டியது அது. அதனை எப்படி சில கணங்களில் விளக்குவது?

பலரிடம் இதே கேள்வியைக் கேட்டு மடக்கியவன் அவன்.

ஹிலாஸ் சொன்னார். ஒரே வரியில் சொன்னால் அன்பு. இன்னும் விளக்கினால் நீ எதை விரும்புவாயோ அதை பிறருக்குச் சொல். எது உனக்கு பிடிக்காதோ அதை பிறருக்கு செய்யாதே!

ரிக் வேதத்தில் மன்னன் ரிஷியிடம் கேட்கிறான். "நான்கு வேதங்களின் சாரம் என்ன?" என்று.

நேசி என்கிறார் முனிவர். வாழ்வை நேசி. உலகை நேசி. உயிர்களை நேசி. அதுவே இறைவனின் நேசம்.

வாழ்வைப் பற்றிய வேதங்களின் கருத்து?

மக்கள் பிறக்கிறார்கள். வாழ்கிறார்கள். மடிகிறார்கள் என்கிறார் முனிவர். அன்புள்ள ஜீவன்களே நிலைக்கின்றன மரணத்தின் பின்னும். அன்பே மறுமீட்சியுடையது. மற்றவை என்றாவது ஒருநாள் மறையும்.

குருஜி வாசுதேவ்

சூஃபி ஞானி கபீரின் பாடல்கள் முழுதும் இதனை வலியுறுத்து கின்றன. நேசத்தை தேவகீதம் என்கிறார் அவர்.

'ஜனனம் - மரணம்' இரண்டின் இணைப்பே நேசம். நேசத்தை இழந்தவர் வாழ்வை இழந்தவர் ஆகிறார். அவருக்கு ஜனனம் தனி. மரணம் தனி. வாழ்க்கை தனி. மூன்றும் தனித்தனியே இடைவெளியோடிருந்து வாழ்வே அர்த்தமற்ற புதிராக ஆகிவிடுகிறது. அன்பு ஒன்றுதான் இணைப்பு. அதில் மூன்றும் சங்கமித்து விடுகின்றன. அதனை 'உச்சி சிகரம்' 'தேவகீதம்' என்கிறார் கபீர்.

இரவுக்குப் பின் பகல் வரும். அதற்கு கொஞ்ச நேரம் ஆகும். அவ்வளவே! கோபம் வரும். அது இயல்பு. அப்போது பொறுமையுடன் இருங்கள். பின்னர் கோபமே கருணையாக மாறும்.

நான் சேமித்ததையெல்லாம் இழந்துவிட்டேன். ஆனால், கொடுத்தது எல்லாம் எனதாகிவிட்டன என்றார் அறிஞர் ஒருவர்.

கடலுக்குள் இருக்கும் மீன் கடல் எங்கே? என்று கேட்பதுபோல் காட்டுக்குள் இருக்கும் ஒருவன் காடு எங்கே? என்று கேட்கிறான். இங்கே மரம் உள்ளது. புதர் உள்ளது. கொடிகள், செடிகள் உள்ளன. எங்கே காடு? என்றான். இவையெல்லாம் இணைந்ததுதான் காடு என்பதை அறியாமையால் அவன் உணர்ந்து கொள்ளவில்லை. கடவுளும் காடு போன்றவரே. ஆண், பெண், மரம், இலை, மாடு, பன்றி என்று தனித்தனியாக இன்றி அனைத்தின் தொகுப்பு இறைவனே!

அன்பின் மூலம் கவலையில்லா இடத்தை நான் அடைந்து விட்டேன் என்கிறார் கபீர்.

பிரம்மாண்டமான பிரபஞ்சமனம் என்று விஞ்ஞானிகள் கூறுகின்றனர். உடலின் மேலே தலையில் உள்ள மூளை காலில் சிற்றெறும்பு ஊர்ந்தாலும் கண்டறிவதுபோல் இந்த மாபெரும் பிரபஞ்சத்தை இயக்கும் ஒரு மகத்தான ஆற்றல் உண்டு. ஒவ்வொரு மூலையிலும் நடக்கும் ஒவ்வொன்றையும் அது நன்கறியும். அதனுடன் ஒத்திசையும் மனதாலேயே அதனை உணர முடியும்.

அன்பு ஒன்றே அந்த வழி என்பது ஞானிகள் கண்டு சொன்ன உண்மை.

ஒரு ஞானியிடம் ஒருவன் கேட்டான். "நான் சத்தியத்தை அறிய வேண்டும். அதற்கு என்ன வழி?" என்று.

"கூட்டத்தின் நடுவே அதனை விளக்க முடியாது. தனிமையில் இருக்கும்போது வா" என்றார் அவர்.

மாலை அவன் அவரிடம் வந்தான். அவர் அப்போது தனிமையில் இருந்தார். "சொல்லுங்கள். என்ன வழி?" என்றான் மீண்டும் அதே கேள்வியைக் கேட்டபடி.

"வெளியில் வா" என்றார் அவர். "இந்த குடிசைக்குள் வாய்ப்பு இல்லை. இது மனிதன் கட்டியது. இங்கு எரியும் விளக்கும் மனிதன் ஏற்றியதே. எந்த மனிதனும் செய்யாத பெரிய உலகம் வெளியே உள்ளது. அதைப் பார்."

வெளியே வந்தனர் இருவரும். அங்கே ஏராளமான மரங்கள், சிலு சிலுக்கும் காற்று, நிலவு பால் போல் ஒளி வீசிக் கொண்டிருந்தது. ஞானி மவுனமாக நின்றார். பத்து நிமிடங்கள் கடந்தது.

"சொல்லுங்கள்" என்றான் அவன் மீண்டும்.

"உன்னால் முடிந்தால் இந்நேரம் புரிந்து கொண்டிருப்பாய். இது சொல்வது அல்ல. உணர்வது. இந்த மரங்களின் இடையே நானும் மரமாக ஆகிவிட்டேன். நீயும் ஆகிவிடு."

"இது நடக்கக் கூடியதா?" என்றான் அவன்.

"எனது யோக சாதனை முறை இதுவே. வெட்டவெளியில் நின்று லயித்தபடி மெல்ல நானும் மரங்களோடு மரமாகி விடுவேன். நிலவை நோக்கியபடி சற்று நேரம் நான் என்பதை மறந்து நானும் நிலவாகி விடுவேன்."

ஞானி கூறுபவை உண்மையான சொற்கள். எதை செய்கிறோமோ அதனுடனே ஒன்றி விடுபவர்களால் மட்டுமே தெய்வீகப் படைப்புக்களை சிருஷ்டிக்க முடியும்.

ஆல்பர்ட் ஐன்ஸ்டைன் எந்த கணக்குகளைப் போட்டும், சோதனைச் சாலையில் எந்த ஆய்வுகளை நிகழ்த்தியும் சார்பியல் தத்துவத்தைக் கண்டுபிடிக்கவில்லை. அவரே சொன்னார் என்னை மறந்த நிலையில் அவை திடீரென என் மனதில் உதித்தது என்று. சட்டென்று அது தோன்றியது என்கிறார் அவர்.

கணநேர தரிசனம் என்பதுபோல் இவை ஞானிகளுக்கும் நேர்கின்றன. விஞ்ஞானிகளுக்கும் நேர்கின்றன. அதிகாலை நேரம்.

குருஜி வாசுதேவ்

விடியலை, விண்மீன் ஒன்றை பார்த்துக் கொண்டிருந்தபோது திடீரென புத்தர் ஞானம் பெற்றார்.

நான் என்ற உணர்வு அற்றுப்போய் ஒன்றிலேயே மூழ்கி விடுபவன் மட்டுமே அதன் எல்லையைக் கண்டு விடுகிறான். மற்றவர்கள் எல்லாம் கடற்கரையில் நின்றபடி அலைகளில் காலை நனைப்பவர்கள்தான்.

சூஃபி கதை ஒன்று உண்டு.

சீடன் ஒருவன் ஒரு குருவிடம் வந்தான். "எனக்கு ஒரு மிகப் பெரிய சங்கடம் ஏற்பட்டுள்ளது. என் எஜமானர் யாத்திரை போகப் போகிறார். அவர் மகள் மிகப் பெரிய அழகி. பார்க்க ரோஜா மலர் போல் இருப்பாள். தான் திரும்பி வரும்வரை அவளைப் பார்த்துக் கொள்ளும்படி என்னிடம் குரு கூறுகிறார். எனக்கு எப்போதும் அவள் மீது ஒரு மயக்கம் உண்டு. அதனால் அவள் இருக்கும் பக்கம்கூட நான் போவதில்லை. ஆனால், மாதக்கணக்கில் தனியாக அவள் என்னுடன் இருந்தால் நான் தவறு செய்ய வாய்ப்பு ஏற்பட்டுவிடும். நான் என்ன செய்வது?" என்று கேட்டான்.

"எனக்குத் தெரிந்த ஒருவரிடம் உன்னை அனுப்புகிறேன். போய்ப் பார்" என்றார் குரு.

இவர் சொன்ன முகவரியைக் கேட்டு அவன் திகைத்தான். காரணம் அந்த நபர் இவனது ஊரில் இருப்பவர். அதுமட்டுமல்ல அவரை முழு பைத்தியம் என்பார்கள் அவனது ஊரில் உள்ளவர் கள். அவர் செய்யும் சேஷ்டைகள் எல்லாமே விநோதமாக இருக்கும்.

"எனக்கு அவரைத் தெரியும். கேள்விப்பட்டிருக்கிறேன். ஒரு மாதிரியானவர் அவர் என்று. சித்தம் சரியில்லாத அந்த நபர் எனக்கு என்ன செய்ய முடியும்?"

"போய்ப் பார். ஆனால் அங்கே நடப்பவற்றை நன்றாக ஊன்றிக் கவனி" என்றார் குரு.

இவனும் அங்கே போனான். அங்கே அந்த நபர் ஒரு கோப்பையில் இருந்த மதுவை அருந்திக் கொண்டிருந்தார். அதுமட்டுமல்ல, ஒரு அழகிய சிறு பையனும் அவர் அருகில் இருந்தான்.

அப்போதெல்லாம் கிரீஸ், ரோம், அரேபிய நாடுகளில் ஓரினச் சேர்க்கைப் பழக்கம் வேரூன்றி இருந்தது. சாக்ரடீஸ், சீஸர் உட்பட பலரும் இப்பழக்கம் உள்ளவர்கள்தான்.

இந்த மனிதருக்கு அந்த அழகிய பையன் மது ஊற்றித் தர அந்த ஆளும் குடித்துக் கொண்டிருந்தார். அதைப் பார்த்த சீடனுக்கு ஒரே வெறுப்பு. எனினும் குரு ஊன்றிக் கவனிக்கும்படி கூறியிருந்ததால் மவுனமாக கவனித்துக் கொண்டிருந்தான். பிறகு அவரிடமே போய் விளக்கம் கேட்கும்படி அவனது குரு கூறியிருந்தார். அதனால் முதலில் மவுனமாக நின்று அங்கு நடப்பதை கவனித்தான்.

பின்னர் அவரிடமே போனான். "என்னதான் நடக்கிறது இங்கே? ஏன் இப்படி செய்கிறீர்கள்?" என்று நேரடியாகக் கேட்டான்.

அவர் சிரித்தார். "இவன் என் சொந்த மகன்தான். அதுமட்டுமல்ல இந்த கோப்பையில் இருப்பது வெறும் பழரசம்தான். நீ நினைப்பதுபோல் மது அல்ல. கொஞ்சம் பக்கத்தில் வந்து நன்றாகப் பார்."

"பிறகு ஏன் மதுவைக் குடிப்பதுபோல் பாசாங்கு செய்கிறீர்கள்? ஊற்றும் பாத்திரமும் மதுக்கலயம்போல் உள்ளது. குடிக்கும் கிண்ணமும் மதுக்கோப்பைபோல் உள்ளது. இதனால் உங்களுக்கு என்ன லாபம்?"

அவர் சிரித்தார். "அப்படி நான் இருந்தால்தான் யாரும் தன் அழகிய மகளை பார்த்துக் கொள்ளும்படி சொல்லி என்னிடம் ஒப்படைக்க மாட்டார்கள்" என்றார்.

சீடன் வாயடைத்துப் போனான். அவர் ஒரு சூஃபி ஞானி என்பதை அறிந்து கொண்டான்.

யாரும் என்னைத் தொல்லைப்படுத்துவதில்லை. நான் இங்கே நிம்மதியாக இருக்கிறேன். இல்லையேல் நாடோடியாக அலைய வேண்டியதுதான். நீ உன்னை கவனித்து ஆன்ம வளர்ச்சி பெறவேண்டுமானால் போ. போய் முட்டாள்தனம் செய். பித்துக்குளித்தனமாக இரு. எவரும் உன்னிடம் வரமாட்டார்கள் என்றார் அவர்.

23 மண்ணிலிருந்து விண்ணுக்கு

சூஃபி ஞானி ஜப்பார் எல்லோரையும் கண்டபடி உளறும்படி சொன்னார். அந்த மொழி ஜிப்பரீஷ் என்றே பெயர் பெற்றது. இவரோ பைத்தியம் போல் நடித்தார். இவற்றிற்கெல்லாம் என்ன காரணம் என்று அலசப் போனால் விடை வேறு வேறாக இருக்கும்.

அடிப்படையில் நம் எல்லோரிடமும் கொஞ்சம் பைத்தியக்காரத் தனம் உண்டு. (சொல்லப்போனால் நாம் பைத்தியம் ஆகாமல் தடுப்பதே இதுதான்) முழுத் தெளிவுடனோ, முழுப் பிரமையுடனோ எவரும் இருப்பது இல்லை.

உங்கள் மனதில் உள்ள குழம்பிய எண்ணங்கள், சிந்தனைக் கலக்கங்கள், பிரமை, பித்து எல்லாவற்றையும் வெளியேற்றவே ஜப்பார் அந்த ஜிப்பரீஷ் முறையைக் கையாண்டார்.

ஆனால், குடிபோதையில் இருப்பதாக நடித்த இந்த மற்றொரு ஞானியின் நடவடிக்கை வேறானது. இது செடிக்கு வேலி அமைப்பது போன்றது. உன் மனத்தின் வளர்ச்சி மற்றவர்களுக்குத் தென்பட்டால் உன்னால் வளரவே முடியாது. பப்பாளி இலைகளை அணில்களும், குரங்குகளும் தின்று விடுமாதலால் அந்த மரம் வளரவே வளராது. அதனால் அது வளர்ந்து கனிதரும் வரை அதைச் சுற்றி முள் கம்பிகளை நட்டு வைப்பர்.

ஒரு மனிதன் ஆன்மீகப் பாதையில் ஈடுபடுகிறான் என்றால் அதைவிட இடையூறு தரக்கூடிய காரியம் அவனுக்கு வேறு எதுவும் இல்லை. அவனது குடும்பம், உறவு, நட்பு, அண்டை, அயலார் என அனைத்தும் வந்து, வந்து அவனைத் தொந்தரவு செய்யும். அவனுக்கு ஆதரவளிப்பதாக, எதிர்ப்பதாக, அறிவுரை சொல்வதாக, விசாரிப்பதாக என ஏதாவது ஒன்றை செய்து அவனை நிம்மதியாகவே இருக்க விடாது. குறிப்பிட்ட நிலையை எட்டும் வரையிலாவது அவனுக்குத் தனிமை அவசியம்.

மத்திய காலங்களில் 12 முதல் 18- ஆம் நூற்றாண்டு வரையிலான காலகட்டம் மிகவும் கொந்தளிப்பான காலக்கட்டம். இஸ்லாம், கிறிஸ்தவம் இவற்றின் பெயரால் தீவிர மதவாதிகள் ஆட்சிதான் உலகில் நடைபெற்றது. இதில் விஞ்ஞானிகளும் பாதிக்கப்பட்டனர். மெய்ஞ்ஞானிகளும் பாதிக்கப்பட்டனர்.

உலகம் உருண்டை, பூமி சூரியனை சுற்றுகிறது என்ற உண்மைகளைக் கண்டறிந்து சொன்ன விஞ்ஞானிகளைக் கடவுளின் விரோதிகள் என்று கூறி சிறையில் அடைத்தனர். உன்னையே நீ அறிவாய், மனம் அடங்கினால் அனைத்தும் அடங்கும் என்றெல்லாம் கூறி யோக சாதனையில் ஈடுபட்டவர்களை சூனியக்காரர்கள், சைத்தானின் சக்திகள் என்று சொல்லி உயிருடன் மரத்தில் கட்டிப் போட்டு எரித்தனர்.

எனவே, விஞ்ஞானிகள் ரசவாதிகள் என்ற பெயரில் இரும்பை தங்கமாக்கும் ஆராய்ச்சி செய்வதாகக் கூறி ரசாயன கூடங்கள் கட்டி தங்கள் ஆராய்ச்சிகளைத் தொடர்ந்தனர். அதேபோல் சூஃபிகள் பித்தர்களாகவும் பக்கிரிகளாகவும் திரிந்தனர். தமது மெய்ஞ்ஞான யோகத்தை பிறர் அறியாமல் தொடர்ந்தனர்.

ஜனநாயகம் முன்னேறிய இந்த 21-ஆம் நூற்றாண்டில்கூட ஆன்மீக சாதனைகளுக்கு இடையூறு உண்டு. எனவே, குறிப்பிட்ட நிலையை எட்டும்வரை விளம்பரம் ஆகாமல் இருப்பது அவசியம்.

கலீப் கிப்ரான் கூறுகிறார்.

ஒருவனுக்கு பைத்தியம் பிடித்துவிட்டது. நிறையப் படித்ததால் அவன் மூளை கலங்கிவிட்டது என்றார்கள். அவன் மனநல மருத்துவ விடுதியில் சேர்க்கப்பட்டான். அவனைப் பார்க்க அவனது நண்பர் ஒருவர் வந்திருந்தார். அவர் ஒரு பேராசிரியர். நிறைய தத்துவ நூல்கள் எழுதியவர். எல்லோருக்கும் தெரிந்த ஒரு அறிஞர் அவர்.

மரத்தடியில் ஒரு பெஞ்ச்சில் அவன் அமர்ந்திருந்தான். சுற்றிலும் பெரிய மதில் சுவர். அவன் ஆனந்தமாக இருந்தான் பாட்டுப் பாடியபடி.

பேராசிரியருக்கு தயக்கம். எப்படி நடந்து கொள்வானோ இவன் நம்மிடம் என்று. துணிவை வரவழைத்துக் கொண்டு அவனிடம் போனார். அவனுக்கு பக்கத்தில் அமர்ந்து கொண்டு, "எப்படி இருக்கிறது இந்த இடம்?" என்று கேட்டார்.

"அற்புதம். வெகு அற்புதம். எல்லாவற்றையும்விட சிறந்த இடம்" என்றான் அவன் சத்தமாக சிரித்தபடியே.

பேராசிரியர் அவனிடம் கேட்டார் வியப்புடன். "ஒரு பைத்தியக்கார விடுதியில் இத்தனை பைத்தியங்களின் நடுவில் இருப்பதை எப்படி அற்புதம் என்கிறாய்?"

அவன் இப்போது இன்னும் சத்தமாக சிரித்தான். "பைத்தியக்கார விடுதியா? இதையா அப்படி சொல்கிறாய்? இந்த மதில் சுவருக்கு வெளியேதான் மிகப் பெரிய பைத்தியக்கார விடுதி இருக்கிறது. இப்போது தான் அதிலிருந்து தப்பி இங்கே வந்து சேர்ந்திருக்கிறேன். இதுதான் நான் புத்தி சுவாதீனத்துடன் இயங்கும் இடம். வெளியே உள்ள பைத்தியக்கார உலகிலிருந்து இந்த மதில் சுவர்தான் எங்களைக் காக்கிறது. உனக்கும் வெளியே உள்ள பைத்தியங்கள் அலுத்துப் போனால் இங்கே எப்போது வேண்டுமானாலும் நீ வரலாம். வந்து பார்த்து இது எவ்வளவு நிம்மதியான உலகம் என்று தெரிந்து கொள். இங்கே யாரும் யார் வழியிலும் குறுக்கிடுவதே கிடையாது. இந்த அளவு தெளிவானவர்களை நீ எங்கும் காண முடியாது. இங்குள்ள எல்லோரும் என்னைப் போன்றவர்களே!"

மனிதன் தன்னுடைய சட்ட திட்டங்களையும் செயல்பாடுகளையும் அடுத்தவர்கள் மீது திணிப்பவன். தன்னைப் போலவே அனைவரும்

இருக்க வேண்டும் என்று எண்ணுபவன். அதற்கு முரணான அனைவரும் அவனைப் பொறுத்தவரை பைத்தியக்காரர்கள்தான்.

இறை பக்தியையும், பக்திப் பித்து என்கின்றனர் இவர்கள். தங்களால் விளங்கிக் கொள்ள முடியாதவற்றையும் ஏதாவது ஒரு சித்தாந்தத்தில் அடக்கிவிட முயற்சிப்பார்கள் இவர்கள்.

சூஃபி ஞானிகள் இவர்களுடைய எந்த கோட்பாடுகளுக்கும் உட்படாதவர்கள். உண்மையில் சூஃபி என்ற அராபியச் சொல்லுக்கு கம்பளி என்று பொருள். வெறும் கம்பளியைப் போர்த்தியபடி திரியும் பித்தர்கள் என்ற பொருளில்தான் சூஃபி பக்கிரிகள் என்று இவர்களைப் பற்றிக் கூறினர் ஆரம்பத்தில். காலப்போக்கில் மெய்ஞ்ஞானத்துக்கே சூஃபியிஸம் என்று பெயர் சூட்டும் அளவுக்கு அது உலகப் புகழ்பெற்று விட்டது.

மகான் சூசியா மரணப் படுக்கையிலிருந்தார். அவரது சீடர்கள், ஆதரவாளர்கள் என பெரும் கூட்டம் அங்கே கூடிவிட்டது. சூசியாவின் உயிர் சிறிது சிறிதாக அடங்கிக் கொண்டிருந்தது. அப்போது முதியவர் ஒருவர் எதிரே வந்தார். அவர் குனிந்து, "சூசியா! நீ மெல்ல உலகை விட்டுச் சென்று கொண்டிருக்கிறாய். இன்னும் கொஞ்ச நேரத்தில் கடவுளின் எதிரே போய் நிற்கப் போகிறாய். அப்போது காலம் முழுதும் மோசஸ் காட்டிய வழியில் விசுவாசமாக இருந்தேன் என்று உன்னால் உறுதியாகக் கூற முடியுமா?" என்று கேட்டார்.

சூசியா இதைக் கேட்டு கண்களைத் திறந்தார். பிறகு மிகுந்த பிரயத்தனத்துடன் சொன்னார்: "மடத்தனமாக உளறாதே. கடவுள் என்னிடம் நீ ஏன் மோசஸாக இல்லை என்று கேட்க மாட்டார். நீ ஏன் சூசியாவாக இருந்திருக்கவில்லை என்றுதான் கேட்பார்."

நீ எதுவாக இருக்கிறாயோ அதுவாகத்தான் உன்னால் வாழ முடியும். ஒரு பறவை என்னால் நீந்த முடியவில்லை என்றோ ஒரு மீன் என்னால் ஓட முடியவில்லை என்றோ ஒரு மாடு என்னால் பறக்க முடியவில்லை என்றோ வருத்தப்படுவதே இல்லை. ஆனால் மனிதன் மட்டும் தன்னிடம் இருப்பதைத் திரும்பியும் பார்க்க மாட்டான். ஆனால், தன்னிடம் இல்லாததைத் துரத்திக் கொண்டு ஓடுவான்.

சூஃபிக் கொள்கைகள் மிக எளிமையானவை. மிகுந்த நிதரிசனமானவை. கண்ணுக்குத் தெரியாததைப் பற்றியோ. எந்த சொர்க்கத்தைப் பற்றியோ எண்ணி அவை ஒரு போதும் ஏங்குவதில்லை.

கண்ணுக்குத் தெரியாத எந்த நரகத்துக்கும் அவை அஞ்சுவதும் இல்லை. இவரை வணங்கினால் அவர் நம்மை நரகத்திலிருந்து காப்பார். அவரைத் தொழுதால் அவர் நமக்கு சொர்க்கத்தில் இடம் பிடித்துக் கொடுப்பார் என்றெல்லாம் அவர்கள் தன்னை இழந்து சரணடைந்து விடுவதில்லை.

சூஃபி ஞானிகளில் பெரும் புகழ் பெற்றவர் மன்சூர் அலிகான். ஏசுவுக்கு ஏற்பட்ட முடிவுபோல்தான் அவருடைய முடிவும் அமைந்தது. அவர் அடைந்த நிலையை, எட்டிக் காட்டிய சிகரத்தை மக்களால் உணர முடியவில்லை. அவர் கூறியவற்றின் பொருளையும் அவர்கள் அறியவில்லை.

ஏசு குறிப்பிட்ட நிலையை எட்டியபின் இறைவனின் சாம்ராஜ்யம் பற்றி பேசினார். நானே தேவகுமாரன் என்றார். முகமது நபி நானே இறைதூதன் என்றார். கிருஷ்ணரோ மண்ணும் நானே; மரமும் நானே; மக்களும் நானே என்று எல்லாம் நானே என்ற கீதை வாக்கியத்தைக் கூறினார்.

இவை ஆணவம் நிரம்பிய சொற்கள் அன்று. தன் உள்ளே தானே மூழ்கி உள்ளே இருக்கும் வெளிச்சத்தை, வெட்டவெளியை உணரும்போது எங்கும் அதுவே பரவி இருப்பதை உணர முடியும். தனக்குள்ளும் பிற உயிர்களிலும், எல்லாப் பொருள்களிலும் அதுவே பரவியிருப்பதைக் காண முடியும்.

அப்படிக் கண்டு உணர்ந்தவர்கள் மட்டும்தான் 'எங்கும் நான் இருக்கிறேன்' என்றோ, 'எல்லாம் எனக்குள் இருக்கிறது' என்றோ கூறினார்கள்.

மன்சூர் அலிகான் ஒரு கட்டத்தில் அத்தகைய நிலையை எட்டினார். உடனே பரவசத்துடன் ஆடிப்பாட ஆரம்பித்து விட்டார். என்ன ஆயிற்று இவருக்கு என்று மற்றவர்கள் கேட்டபோது அனஹலக் என்று கூவினார்.

அனஹலக் என்றால் நானே கடவுள் என்று பொருள். இதைக் கேட்ட மதவாதிகள் அசூயையும் ஆத்திரமும் அடைந்தனர். 'என்ன நீங்கள் கடவுளா?' என்று கேட்டனர்.

"ஆமாம். கண்டுவிட்டேன். நானே பைகம்பர்" என்றார் மன்சூர்.

"அப்படியானால் அல்லா கடவுள் இல்லையா?"

"ஆம். அல்லா எனக்குள் இருக்கிறார்."

என்ன திமிர்? அல்லா இவருக்குள் இருக்கிறாராமே? என்று கொதித்துப் போன அவர்கள், "அப்படியானால் முகமது நபி?" என்று கேட்டனர்.

"மோசஸ், ஏசு, நபி எல்லாமே என்றோ மறைந்து விட்டனர். நான் என்றும் இருப்பவன்" என்றார் மன்சூர் அலி.

"அப்படியானால் குரான்...?"

"அது எதற்கு இனிமேல்? கண்டாயிற்று உண்மையை. அதன்பின் அவை வெறும் சொற்களே. அர்த்தம் இதோ உள்ளே இருக்கிறது."

அவர்கள் இதுபற்றி சுல்தானிடம் முறையிட்டனர். "ஒருவன் தானே கடவுள் என்கிறான். குரானையும் நபியையும் அவன் ஏற்கவில்லை. அல்லாவை இழிவுபடுத்தி விட்டான்" என்று புகார் செய்தனர்.

ஏசுவை கைது செய்து கொண்டு சென்றதுபோல் மன்சூரையும் கொண்டு சென்றனர். பாண்டியஸ்பிலோத்து ஏசுவை விசாரித்தது போல் சுல்தான் மன்சூரை விசாரித்தான்.

இங்கும் அதே தீர்ப்புதான். இந்த மனிதனிடம் என்னால் ஒரு குற்றமும் காண முடியவில்லை என்றார் சுல்தான். அங்கே எப்படி மற்றவர்கள் ஏசுவை கொல்லுங்கள் என்று கூவினார்களோ அதுபோல் இங்கேயும் இந்த ஆளைக் கொல்லுங்கள். இவன் சைத்தான் என்று கூவினார்கள்.

ரோமானிய கவர்னர் பிலாத்துவைப் போலவே சுல்தானும் அவர்களை மீற முடியவில்லை. "இவனை தண்டிக்க நான் விரும்பவில்லை. உங்களிடம் ஒப்படைத்து விடுகிறேன். நீங்கள் என்னவாவது செய்து கொள்ளுங்கள்" என்று ஒதுங்கிக் கொண்டு விட்டான்.

மன்சூரை அந்த மக்கள் கூட்டம் கற்களால் அடித்தது. அவரோ அப்போது சிரித்துக் கொண்டிருந்தார். அவரது கால்கள் வெட்டப்பட்டன. தன் உடலிலிருந்து பெருகிய ரத்தத்தை அவர் தன் கைகளில் ஏந்திக் கொண்டார்.

"என்ன செய்கிறாய்?" என்றனர் இதைப் பார்த்தவர்கள். அவர் வஜூ செய்கிறேன் என்றார். நமாஸ் செய்யும் முன்பு கைகளை சுத்தம் செய்வதற்கு வஜூ என்று பெயர். "உண்மையான அன்பான வஜூ ரத்தத்தினால் செய்யப்படுகிறது. தண்ணீரால் அல்ல என்று நான் கூறுவதை நினைவில் வைத்துக் கொள்ளுங்கள்" என்றார்.

பைத்தியம் என்று அவரைப் பார்த்து கத்திய மக்கள் அவர் மீது மேலும் கற்களை எறிந்தனர். அவரது கைகளும் வெட்டப்பட்டன. அளவற்ற கருணையுடன் அவர் அன்பு பொங்கும் குரலில் கூறினார்: "என் குழந்தைகளே! நீங்கள் யாரைக் கொல்வதாக எண்ணிக் கொண்டிருக்கிறீர்களோ அவன் இங்கே இல்லை என்பதை மட்டும் புரிந்து கொள்ளுங்கள். அதுபோதும்."

கடைசியாக அவரது இரு கண்களும் தோண்டப்பட்டன. ஆன்மீக வரலாற்றில் மன்சூரைப் போல் கோரமாக கொல்லப்பட்டவர் எவருமே இல்லை. மன்சூரின் கண்கள் இருந்த குழியிலிருந்து குருதி வழிந்தது. அப்போதும் அவர் சிரித்தபடி, "இறைவா! மன்சூர் வெற்றி பெற்றான்" என்று கூவினார்.

"எந்த விதத்தில் வென்றாய்?" என்றனர் சுற்றியிருந்தவர்கள்.

"இறைவனிடம் கூறுகிறேன். இறைவா! மன்சூர் வெற்றி பெற்றான் என்பதை நினைவில் கொள். இத்தனைக்கும் இடையே என் அன்பு தகர்ந்து விடுமோ என்று பயந்தேன். என் பிரேமை அப்படியேதான் உள்ளது. இவர்கள் செய்த எதுவும் எனக்கு செய்யப்பட்டதாகவே எனக்குத் தோன்றவில்லை. அன்பு என்னுள் அப்படியேதான் இருக்கிறது. என் பிரார்த்தனை வழிபாடு எல்லாம் இதுவே" என்றார் அவர் ஆனந்தமாக.

நமக்களிக்கப்பட்ட வாழ்க்கையின்போது எதிலும் அழுகையும், வருத்தமும் ஆக நாம் அதைக் கழிக்கிறோம். ஆனால் மரணத்தின் எதிரிலும் ஆனந்தமாக அவர்கள் இருந்தனர். இந்த செயல்பாட்டை எந்த எழுத்துக்களால், எந்த வார்த்தைகளால் விவரிக்க முடியும். சூஃபியின் சிகரநிலை இது. இதனை சூஃபி ஞானிகளின் இதைப்போன்ற செயல்பாடுகள்தான் எளிதில் விளக்கும்.

தன்னை சிலுவையில் அறைந்தவர்களைப் பற்றி ஏசு கோபப் படவில்லை. தாங்கள் செய்வது இன்னதென்று அறியாத அப்பாவிகளான இவர்களை மன்னியும் என்றார். இங்கே மன்சூர் உடல் கல்லடி பட்டபோது அவர் சொன்னார், "உங்களுக்கு நன்றி. இன்னும் சற்று நேரத்தில் நான் என் பிரபுவை காணப் போகிறேன். அவருடன் சேர்ந்து விடுவேன்" என்று.

ஏசுவின் தியாகம் போல் மன்சூரின் தியாகமும் போற்றப்பட்டது. ஆனால் பிரபலம் பெறவில்லை. மதவாதிகள் பலரும் மன்சூர் அலிகான்

தங்களது மதத்திற்கு எதிரானவர் என்று எண்ணினார்களோ என்னவோ. (இப்போது தீவிரவாத இயக்கங்கள் சில அல்-மன்சூரியன் என்றெல்லாம் பெயர் சூட்டிக் கொள்வதை காணலாம்)

ஆனால் மதவாதிகளும் சரி, பக்தர்களும் சரி இரண்டு சாராருமே ஏசு, மன்சூர் இவர்களை தியாகிகள் என்றுதான் எண்ணுகின்றனரே தவிர, மனத்தால் அவர்கள் எட்டிய அந்த உயர்ந்த நிலையை யாரும் உணர்ந்ததாகவே தெரியவில்லை.

விண்கலம் ராக்கெட்டின் உந்து சக்தியால் விண்ணில் எழும்பி, எரிபொருள் தீர்ந்தபின் அந்த ராக்கெட்டுகள் கழன்று விழ, விண்கலன் மட்டுமே மேலே செல்வதுபோல் மனதின் எண்ணங்களாலே மேலே உயர்ந்து மனமும், எண்ணங்களும் கழன்று, அந்த உள்ளடங்கிய ஆன்ம ஆற்றல் மட்டும் மேலே மேலே பிரகாசித்தபடி செல்லும் அற்புத நிலை அது.

மண்ணிலிருந்து விண்ணுக்கு எனப்படும் மனிதன் தேவ நிலைக்கு உயரும் அற்புத நிலையே அது. அந்த சூஃபி நிலையை உணர்ந்தவர் சூஃபியாக இருக்க வேண்டும் என்று அவசியமே இல்லை.

ஜென் துறவி ஒருவரிடம் பாதிரியார் ஒருவர் ஏசுவைப்பற்றி விவரித்தார். ஏசுவின் போதனைகள் பற்றி சொன்னபோது அந்தத் துறவி, நிறுத்து - நிறுத்து. இவை புத்தரின் சொற்கள் என்றார்.

"இல்லையில்லை. இதை சொன்னவர் ஏசு" என்றார் பாதிரியார் அவசரமாக.

"பெயரில் என்ன இருக்கிறது? புத்த நிலை எட்டிய ஒருவரால் மட்டும்தான் இவற்றைக் கூற முடியும்" என்றாராம் அவர்.

ஒருவன் சூஃபியாக இருக்க அவன் இஸ்லாமியனாக இருக்க வேண்டும் என்பதில்லை. ஏகம் எனப்படும் எல்லாம் ஒன்று என்ற மனநிலை அவனுக்கு இருந்தாலே போதும்.

24 தளைகள்

சூஃபி ஞானி மன்சூர் மக்களுக்கு ஒரு புரியாதப் புதிராக இருந்தார். அவர் எட்டிய உன்னத நிலைபற்றி எவரும் உணரக்கூட இல்லை. ஆனால் ஏதோ ஒரு மாறுதல், அதுவும் மிக உயர்ந்த, எட்ட முடியாத மாறுதல் அவரிடம் தென்பட்டது.

வித்தியாசமானவற்றை நமது மக்கள் உணர முயற்சிப்பார்கள். அவர்களுக்குப் புரியக்கூடிய ஏதோ ஒரு சமாதானம் கிட்டினால் சரி? இல்லையேல் அதை உடைத்து சின்னாபின்னமாக்கி விடுவார்கள்.

ஆராய்ச்சி என்ற பெயரில் மலரை இதழ் வேறு, காம்பு வேறு என்று அக்கு, அக்காகப் பிரித்தெரிவது போன்றதே இது. பல ஞானிகள் இவர்களிடம் சிக்கி படாதபாடுபட்டது உண்டு.

மேல் நாடுகளில் தெய்வம், சைத்தான் என்ற பிரிவினையால் சக்தி படைத்த மகான்களைக்கூட கடவுளின் எதிரி, சைத்தானின் ஆற்றல்

பெற்றவர் என்று எண்ணி மக்கள் கொன்றார்கள். கருணையே வடிவான அம்மகான்களும் இது இறைவனின் சித்தம் என்று நினைத்து அதை அமைதியாக ஏற்றுக் கொண்டனர்.

உடலின் பந்தங்களை உதறிய பின் அவர்களுக்கு உடலே ஒரு பொருட்டாக இருப்பதில்லை.

விதையானது மண்ணில் முளைவிடத் தொடங்கியதும் விதையின் பருப்புக்களில் இருந்தே சத்துக்களை ஈர்க்கும். பின்னர் இரு பருப்புக்களும் இற்று விழுந்து விடும். உடல், மனம் இரண்டும் இணைந்ததே விதை. உள்ளடங்கிய ஆன்ம ஆற்றல் முளைவிட்டு வெளிப்பட ஆரம்பித்ததும் உடல், மனம் இரண்டும் விதையின் இரு பருப்புக்கள் போல் இரண்டாகப் பிரிகின்றன. பின்னர் முளை செடியாக வளர, வளர இரண்டும் சுருங்கிப்போய் இற்று விடுகின்றன. செடி பின்னர் தானே மரமாக வளர்ந்து உறுதியாக நிற்கிறது.

அதிகாலை வேளையில் சூஃபி ஞானி மன்சூர் தெரு வழியே சென்று கொண்டிருந்தார். வீதியோரம் செடிகளில் மலர்கள், மலர்ந்து கொத்தாகக் காணப்பட்டன. அதைக் கண்டதும் அவர் சட்டென்று அப்படியே நின்று விட்டார். பின் கை குவித்து ஆகாயத்தை நோக்கி வணங்கினார். "யாருக்கு வணக்கம் செலுத்துகிறீர்கள்? இங்கே மசூதி எதுவும் இல்லையே?" என்றனர் சீடர்கள்.

"இந்த மலர்களின் மலர்ச்சியைக் கண்டேன். இவை யாவும் அவர் கிருபை. அவர் இன்றி இவை எப்படி மலர முடியும்?" என்றார் அவர் பரவசமாக.

சற்று நேரத்தில் சிவப்பு நிற பந்துபோல் தகதகவென்று மின்னிய சூரியன் உதித்தது. மிகுந்த பரவசத்துடன் அதையும் வணங்கினார் மன்சூர். "ஆஹா! இறைவனின் கருணையே கருணை. எப்பேர்ப்பட்ட ஒளி! பிரகாசம். வெப்பம்" என்றார் கிளர்ச்சியுடன்.

இதனைப் பார்த்த பலரும், அவரது சீடர்கள் சிலர் உட்பட, அவர் உருவ வழிபாடு செய்கிறார் என்றே கருதினார்கள். பின்னாளில் அவரது மரண தண்டனைக்கு இதுபோன்ற பல சம்பவங்களும் காரணமாக அமைந்தன.

கை, கால்கள் வெட்டப்பட்ட நிலையிலும் அவர் வானத்தை நோக்கித் தன் கண்களை உயர்த்தினார். அப்போதும் அவர்

குருஜி வாசுதேவ்

முகத்தில் பிரகாசமான புன்னகை. ஏன் சிரிக்கிறாய்? என்று கேட்டனர் அனைவரும். "ஆஹா! என்னே இறைவனின் கருணை. இங்கே நீங்கள் அடிக்கிறீர்கள். அங்கே அவர் எனக்காக காத்திருக்கிறார் ஆவலுடன். இங்கே நீங்கள் வீழ்த்தி விடுவீர்கள். அங்கே நான் அவருடன் கலந்து விடுவேன். உங்கள் உதவி இல்லாமல் இது எப்படி நிகழும்?'' என்றார் அதே மலர்ந்த புன்னகை மாறாமல்.

அனஹலக் நான் கடவுள் என்ற அவரது வார்த்தைகள் பிரசித்தமானவை. இதைக் கூறியது மன்சூர் என்ற மனிதர் அல்ல. அவர் எந்த நிலையை எட்டினாரோ அங்கிருந்து வெளிப்பட்ட வார்த்தைகள் இவை. ஞானிகளும், ரிஷிகளும் தங்களை மறந்து, தான் என்ற லயம் இழந்து உன்மத்த நிலையில் கூறுபவை இவை. அவர்கள் மூலம் வெளிப்படுத்தப்படுபவை இவை ஆகும். இவையே மந்திரங்கள் எனப்படும். மன்+தர என்ற வார்த்தையின் தொகுப்பே மந்திரம். உலகின் நலனுக்கு என்ற பொருள் கொண்டவை இவை.

பூஜைகள், வேள்விகள் இவற்றின்போது ஹிஸ்டீரியா வந்ததுபோல் தன்னை மறந்து ஆவேசமாக பலர் ஆடுவதைக் காண்கிறோம். குறிப்பாக அம்மன் பண்டிகைகளில் கிராமப் பெண்கள் பலருக்கும் இதுபோல் ஏற்படும். அவர்களது உள்ளத்திலிருந்து அதீதமான தீவிர பக்தி காரணமாக தன்னுள் அம்மனே இறங்கி விட்டதாக மனம் பிரமை கொண்டு அதனால் ஏற்படும் நிலை இது.

இதனை மருள் வந்து ஆடுவது என்பார்கள். நான் என்பது அற்றுப் போன நிலையில் ஏற்படுவதுதான் அருள். அந்த நான் என்ற மனத்தின் மாயையால் விளைவது மருள். திருநாவுக்கரச நாயனாரின் இயற்பெயர் மருள் நீக்கியார் என்பதாகும். இந்த மாயையான மருளை நீங்கினால் வருவதே அருள் ஆகும். அந்த அருள் நிலையில் சொல்லப்பட்டவை அருள் வாக்கு எனப்படும். தனிப்பட்ட நபருக்காக சொல்லும்போது அருள்வாக்கு. உலகமனைத்தும் பொதுவாக அருளப்படுவது மறைவாக்கு. பொதுவாக அருளப்படுவது மறைவாக்கு.

முகமது நபி வெளிப்படுத்திய குரான் அப்படி சொல்லப்பட்டது தான். அதனாலேயே தெய்வத்தால் இறக்கி வைக்கப்பட்டது எனப்படுகிறது. முனிவர்கள் கூறிய மந்திரங்களும் அப்படிப்பட்டவையே. அதனாலேயே அவை பீஜாட்சரங்கள் எனப்படுகின்றன. பீஜம் என்றால் விதை. அட்சரம் என்றால் சொல். விதைச் சொல் என்பது இதன் பொருள். சாதாரண

குருஜி வாசுதேவ்

சொற்கள் ஒரு செயலையோ, ஒரு பொருளையோ மட்டுமே குறிப்பவை. நாய், கட்டில் போன்ற சொற்கள் ஒரு பொருளைக் குறிக்கும். தூக்கம், கவிதை போன்றவை ஒரு செயலைக் குறிக்கும். அப்பொருள், அச்செயல் ஆகியவற்றுடன் அந்தச் சொற்களின் பணி முடிந்து விடுகிறது. விதைச் சொற்கள் அப்படிப்பட்டவை அல்ல. அவை எதையும் குறிப்பவை அன்று. உதாரணமாக ஓம் என்பது ஒரு விதைச் சொல். அதற்குப் பொருளே கிடையாது. இதுபோன்ற பீஜாக்ஷரங்கள் முனிவர்களின் உச்சநிலையிலிருந்து வெளிப்படுபவை. இவற்றை பிரபஞ்சத்தின் அடிநாதம் என்றே கூறலாம்.

அத்தகைய நிலையை எட்டியவர்களால் அதை விவரிக்க இயலாது. அவை சொற்களில் அடங்காத ஒரு அநுபவம். அதை விவரிக்க வார்த்தைகள் இல்லை. அரைகுறையாக அவர்கள் அதை விளக்க முற்பட்டாலும் அதைப் புரிந்துகொள்ள நம்மால் முடியாது.

சூஃபிகள் அதனாலேயே மவுனமாகி விடுவர். அதுபற்றி ஏதாவது கேட்டாலும் எதற்கும் பதில் கூறாமல் சிரித்தபடியே அந்த இடத்தை விட்டு நகர்ந்து விடுவர். நபி, ஏசு, மன்சூர் இவர்கள் மக்களிடம் விளக்க முற்பட்டு அவர்களையும் மனந்திருந்தி வரச் செய்ய முயற்சித்தனர். அதன் விளைவாகவே அவர்களுக்கு இந்த கோர முடிவு ஏற்பட்டது. ஆயினும் அவர்களின் புகழை, கீர்த்தியை இவற்றால் ஒன்றும் செய்ய முடியவில்லை.

நான் இறைவன் என்றார் மன்சூர் அலிகான். உள்ளே, உள்ளே இன்னும் இன்னும் என புள்ளிக்குள் புள்ளியாக ஆழத்தில் அமிழ்ந்து அடியில் இருந்து ஏதுமற்ற வெட்டவெளியை அவர் கண்டுவிட்டார் போலும். உள்ளே அவர் கண்டது அவருள் எங்கும் பரவி அந்த ஜீவ ஆனந்தத்தை மிஞ்சிய பரம ஆனந்தத்தை அவருக்கு அளித்துவிட்டது. அதன் பின் அவருள் எப்போதும் இடையறாத சிரிப்பே மிஞ்சியது.

மனநிலை தவறிய பித்தனும் சிரித்துக் கொண்டேயிருப்பான். மனதை ஒரு புள்ளியில் ஒடுக்கிய சித்தனும் சிரித்துக் கொண்டேதானிருப்பான். இரண்டும் தன்னை மறந்த சிரிப்புக்களே. ஆனால் பித்தன் தன் நிலை இழந்தவன். சித்தனோ தன்னை மீட்டெடுத்தவன். அதாவது தன்னை வென்றவன்.

பித்தனின் உளறல்கள் எவனுக்கும் பயனற்றது. சித்தனின் உளறல்கள் காலங்காலமாக அனைத்து உலகுக்கும் பயன்தரக் கூடியது.

நான் பரமாத்மாவுடன் இருக்கிறேன் என்று எம்மனிதனும் கூறாதிருக்கட்டும். நதி வேறு. கடல் வேறு. அப்படி இரண்டும் வேறு

வேறாக இருந்து அவை சங்கமிக்கும் போதுதான் ஆனந்தமே ஏற்படும் என்கிறார் மன்சூர். இறைவனுடன் இருக்கிறேன் என்றெண்ணி விட்டால் தேடல் வராது. தேடல் இல்லையேல் கூடலும் இல்லை.

சூஃபி பக்கிரிகள் பலரும் இறைவனையே நாயகனாகவும், தம்மை நாயகியாகவும் எண்ணியவர்கள். ஈரானிய, அராபிய, உருதுப் பாடல்கள் பலவற்றிலும் பிரேமை பொங்கி வழியும். ஒருபுறம் காமக் களியாட்டப் பாடல்களாகவும், மறுபுறம் எல்லையற்ற இறைவனின் ஆற்றலை எண்ணி வியந்து அவனுக்காக ஏங்கும் ஆழ்ந்த கருத்துக்களை உள்ளடக்கிய தாகவும் அவை இருக்கும்.

சூஃபி பக்கிரி ஹஸன் தெருவில் வந்து கொண்டு இருந்தார். எதிரே ஒரு குடியானவன் வயலில் இருந்து திரும்பிக் கொண்டிருந்தான். அவன் தன் கையில் கயிற்றைப் பிடித்துக் கொண்டு நடந்து வர கயிற்றால் கட்டப்பட்ட மாடு அவனுடன் கூட வந்து கொண்டிருந்தது.

ஞானி ஹஸன் சிரித்தார். விநோதமான அந்தச் சிரிப்பு அவனை ஈர்க்கவே என்ன என்று கேட்டான்.

ஹஸன் கேட்டார். "நீ பசுவுடன் வருகிறாயா? அல்லது பசு உன்னுடன் வருகிறதா?"

இதைக் கேட்டு குழம்பிப்போன குடியானவன், "இது என்ன பைத்தியக்காரத்தனம்? பசுதான் என்னுடன் வருகிறது."

"அப்படியானால் கயிறு எதற்கு? விட்டுவிடு."

"கயிற்றை விட்டு விட்டால் பசு ஓடிவிடுமே" என்றான் குடியானவன்.

"அப்படியானால் அதுதான் உன்னைப் பிணைத்துள்ளது. நீ அதைப் பிணைக்கவில்லை" என்றார் ஹஸன்.

ஏதும் புரியாமல் விழித்தான் குடியானவன்.

"பசு உன்னுடன் வருவதாயிருந்தால் நீ கட்டை அவிழ்த்து விட்டாலும் அது உன்னுடன் வரவேண்டும். ஆனால் அப்படி இல்லை நிலைமை. கட்டை அவிழ்த்தால் அது ஓடிவிடும். அது ஓடினால் அதைத் துரத்திக் கொண்டு நீ ஓடுவாய். நீ ஓடினால் உன்னை விரட்டிக் கொண்டு அது வராது. ஆகவே நீ அதை கட்டி இழுத்து வருவாய். உண்மையில் அதனுடன் நீதான் கட்டப்பட்டுள்ளாய்" என்றார் ஹஸன்.

குருஜி வாசுதேவ்

எவை, எவற்றையெல்லாம் இது என்னுடையது என்று பிணைக்கிறோமோ, உண்மையில் பார்த்தால் அவற்றுடன் நாம்தான் கட்டுப்பட்டிருக்கிறோம். எவை எவை நமக்கு வேண்டும் என்று கருதுகிறோமோ அவற்றை நாம்தான் பாதுகாக்கிறோம்.

நல் மேய்ப்பர் என்று ஏசுவும், குழல் ஊதி மாடுகளை யெல்லாம் கட்டுப்படுத்தியவர் என்று கிருஷ்ணரும் கூறப்படுவது அவர்கள் ஆநிரைகளை மேய்க்கும் இடையர் என்ற பொருளில் அல்ல. அதையும் தாண்டிய ஆழ்ந்த சொற்கள் அவை. பசு, பதி, பாசம் என்று சிவாகம நூல்கள் கூறுவதும் இதே பொருளில்தான்.

நீங்கள் எதைக் கட்டுப்படுத்துகிறீர்களோ அதற்கு நீங்கள் கட்டுப்படுவீர்கள் என்ற சூஃபி வாக்கியமும், சேமித்தவன் இழக்கிறான். இழப்பவன் பெறுகிறான் என்ற ஏசுவின் வாக்கியமும், திருமூலர் ஈசனோடாயினும் ஆசையறுமின்கள் என்று கூறியதும், வாழ்வியல் நூலாம் திருக்குறளில் வள்ளுவர்,

யாதனின் யாதனின் நீங்கியான் நோதல்

அதனின் அதனின் இலன் என்று கூறுவதும் ஒரே பொருளில் வருபவையே.

ஹசீதிய மறைஞானி ஸஸ்யாவை ஜென் குரு என்பர் சிலர். சூஃபி என்பர் சிலர். யூதமரபில் வந்த ஞானி அவர். எப்போதும் அவரிடமிருந்து சிரிப்பு பீறிட்டு வந்து கொண்டேயிருக்கும். கட கடவென்று அலை அலையாக அது எங்கும் பரவும். அவர் ஒருமுறை சொன்னார்.

என் சிரிப்புக்களை நான் கடவுளுக்காகவே சேர்த்து வைத்துள்ளேன். என்னிடம் வேறு எதுவும் இல்லை. எனக்கு ஜெயிப்பது எப்படி என்று தெரியாது. எந்த சாஸ்திரமும் தெரியாது. உலக வாழ்வு, ஆன்ம வாழ்வு இரண்டு பற்றியுமே தெரியாது. என் சிரிப்புதான் என் கடவுள். இதை நான் சாகும்போது காண்பீர்.

அவரது மரணத் தருவாயில் அவரைச் சுற்றி ஏராளமானவர் கூடியிருந்தனர். இறக்கும்போது அவர் முகத்தில் மாறாத சிரிப்பு காணப்பட்டது. இறந்ததுமே வானில் இடி முழங்கியது, ஸஸ்யா சேர்ந்துவிட்டார். அதனால் கடவுள் சிரிக்கிறார் என்றனர் மக்கள் பரவசத்துடன்.

யூதர்களில் இத்தகைய ஞானிகளை ஹசீது என்பார்கள். இவர்களை முற்கால சூஃபிகள் என்றே கூறலாம். இவர்களது கதைகளை ஹாசிடிக் கதை என்பார்கள். யூதவேத புத்தகமான தால்முட்டில் இதுபற்றி பல சம்பவங்கள் உண்டு.

பார்ஸிகளின் வேத நூலான அலெஸ்தியிலும் பல கதைகள் உண்டு. பௌத்தர்களின் தம்மபதம் மற்றும் சீனர்களின் தாவ் ஆகியவற்றில் ஆயிரக்கணக்கான ஜென் துறவிகளின் கதைகள் உண்டு.

சமண நூலான திரிபிடகம் மற்றும் ஜைனர் கதைகளிலும் அரிஷ்டநேமி, ரதநேமி, மகாபார்சுவ நாதர் முதலாக எண்ணற்ற கதைகள் உண்டு. குருநானக் வாழ்விலும் இதுபோன்ற சம்பவங்கள் உண்டு. ரிக் வேதத்திலோ ஆயிரக்கணக்கான கதைகள் உண்டு.

இவையெல்லாமே முதன் முதல் சிருஷ்டி துவங்கிய அந்த மூலப் புள்ளி தொடர்பானவையாகவே உள்ளன. மனதின் ஒரு குறிப்பிட்ட நிலையில் அடையும் விவரிக்க முடியாத உன்னத உணர்வை இவை வர்ணிக்கின்றன. மற்ற மதங்கள் எல்லாம் இதுபற்றி நிறைய உவமைகள் கூறி விளக்க முற்பட்டன. எனவே அவை பற்றி வாதப் பிரதிவாதங்கள் எழுந்தன. ஆதரவு, எதிர்ப்பு என கருத்துக்கள் ஏற்பட்டன.

சூஃபிகள் மட்டும்தான் எதுவுமே சொல்லவில்லை. எனவேதான் சூஃபி ஞானம் பற்றிய ஆர்வம் இன்னும் அதிகமாக உள்ளது மக்களிடையே.

குருஜி வாசுதேவ்

25 ஞானப்பசி

ஞானி ஹஸன் ஒருமுறை ஒரு ஊருக்கு சென்றிருந்தார். அப்போது அவர் பெரிய ஞானியாக ஆகவில்லை. ஆழ்ந்த ஞானத் தேடல் மட்டும் அவருக்குள் சுடர்போல எரிந்து கொண்டிருந்தது.

அந்த ஊரில் தங்குவதற்கு அவருக்கு எங்கும் இடம் கிடைக்க வில்லை. அங்கிருந்த விடுதிகளில் இருந்தவர்கள் இந்த ஊரில் உனக்குத்தெரிந்த யாராவது இருந்தால் உன்னை அவர்களுக்கு தெரியும் என்று வந்து சொல்லச்சொல் என்றனர். புதிய ஊரில் அவரைத் தெரிந்தவர்கள் எவருமில்லை. எங்கெங்கோ சுற்றி அலைந்துவிட்டு கடைசியாக ஒரு வீட்டை அடைந்தார் அவர்.

அந்த வீடு ஒரு பக்கா திருடனுடையது. அவனிடம் உதவி கேட்டார்: “இன்றிரவு தங்க எனக்கு ஒரு இடம் வேண்டும்.

யாரிடமாவது அறிமுகம் செய்து வைத்து எனக்கு இடம் வாங்கிக் கொடுத்து உதவ முடியுமா?" என்று.

திருடன் திகைத்துப் போனான். அவன் இரவில் சென்று திருடுபவன். பலருக்கு அவன் திருடன் என்பது தெரியும். சிலருக்கு அவன் யாரென்று தெரியாவிடினும் தோற்றத்தைக் கொண்டே அவன் சேர்க்கையை விரும்ப மாட்டார்கள்.

ஆக மொத்தத்தில் தன்னைப் பார்த்தவுடனே விலகிப் போகிறவர்களின் நடுவே அவர் தன்னிடம் வந்து யாரையாவது தனக்கு அறிமுகம் செய்து வைக்குமாறு கேட்கவும் அவனுக்குத் திகைப்பாக இருந்தது. அவன் சொன்னான்:

"இந்த ஊரில் பல விடுதிகள் உண்டு. நான் அவர்களிடம் உங்களை அறிமுகம் செய்து வைக்கலாம். ஆனால் அது உங்களுக்குப் பயன்படாது."

"ஏன்?"

தயங்கியபடி சொன்னான் அந்த திருடன். "நான் ஒரு திருடன். என் தொழில் களவாடுவது. அதனால் என்னுடைய அறிமுகம் உங்களுக்கு உதவாது. வேண்டுமானால் ஒன்று செய்யலாம். என் வீடு காலியாக உள்ளது. நீங்கள் விரும்பினால் அதிலேயே தங்கிக் கொள்ளலாம்" என்று.

ஹஸன் கேட்டார், "நீயோ உன்னைத் திருடன் என்று சொல்கிறாய். அப்படி இருக்கும் போது என்னை நம்பி எப்படி உன் வீட்டில் என்னைத் தங்க வைக்கிறாய்?"

கலகலவென்று சிரித்தான் திருடன். "நானே மிகவும் ஈனத் தொழில் புரிபவன். என்னையும் விட மோசமாக நீ என்ன செய்துவிடப் போகிறாய். மிஞ்சி மிஞ்சிப் போனால் எதையாவது எடுத்துக் கொண்டு போகப் போகிறாய். அவ்வளவுதானே! அதுதானே என் தொழில்? அதனால் எனக்கு என்ன நஷ்டம் வந்துவிடும்?"

பின்னர் ஹஸன் கூறினார்: "எனது சாது அந்தத் திருடனைவிட பலவீனமானவன் என்பதை புரிந்து கொண்டேன். எனது சாது பயந்தான். ஆனால் அந்தத் திருடன் பயப்பட வில்லை. இவனால் தனது சாதுத் தன்மை பாதிக்கப்படுமோ என்ற அச்சம் எனது சாதுத் தன்மைக்கு இருந்தது. ஆனால் தனது

குருஜி வாசுதேவ்

திருட்டுத் தொழிலுக்கு இவனால் ஏதும் பாதிப்பு வருமோ என்று அவன் என்னைப் பார்த்து அஞ்சவில்லை. அறிமுகமற்றவனை தன் வீட்டில் தங்க வைப்பதற்கு அவன் அஞ்சவில்லை. என்னைவிட அவன் அதிக நிச்சயத்துடன் இருந்தான்" என்று.

அன்றிரவு ஹஸன் திருடனின் வீட்டில் தங்கினார். அவரை உறங்கி ஓய்வெடுக்கும்படி கூறிவிட்டு திருடன் தனது தொழிலுக்குப் புறப்பட்டுப் போய்விட்டான்! அதிகாலையில் தான் அவன் வீட்டுக்கு திரும்பி வந்தான். அவனிடம் கேட்டார் ஹஸன்.

"என்ன, ஏதாவது கிடைத்ததா?" என்று.

"இன்று ஒன்றும் கிட்டவில்லை. மீண்டும் நாளைக்குப் போய் வேறிடத்தில் முயற்சி செய்வேன்."

அவனிடம் தனக்கு ஒன்றும் கிடைக்காதது பற்றி எந்தவிதமான வருத்தமோ, வேதனையோ ஏதும் காணப்பட வில்லை. இன்று ஒன்றும் கிடைக்கவில்லை. நாளை மீண்டும் முயல்வேன் என்றான் இயல்பாக. தோல்வியின் வெறுப்போ, எதுவும் கிடைக்காததால் ஏமாற்றமோ கொஞ்சமும் அவனிடம் காணப்படவில்லை. கிட்டத்தட்ட ஒரு மாதம் ஹஸன் அங்கு தங்கினார். அந்த ஒரு மாதத்தில் ஒருநாள் கூட அவன் வருந்தி அவர் கண்டதே இல்லை. திருடச் செல்லுவான். சில சமயம் வெறும் கையுடன் வருவான். "இன்றும் ஒன்றும் பெயரவில்லை. எப்படியும் நாளைக்கு ஏதாவது கிடைக்கும்" என்பான்.

பின்னாளில் ஹஸன் ஞானம் பெற்ற பின், "என் முதல் வந்தனம் அந்தத் திருடனுக்குத்தான். அவனே என் முதல் குரு" என்றார். அவனது திட நிச்சயம்தான் எனது இந்த முடிவிற்குக் காரணம். அவன் எந்த சமயத்திலும் வருத்தமோ, களைப்போ அடையவில்லை. வெறும் கையுடன் திரும்பியதால் வெறுப்பும் அடையவில்லை. இந்தத் தொழிலே படுமோசம் என அலுத்துக் கொள்ளவுமில்லை. இன்றில்லாவிட்டால் நாளை கிடைக்கும் என்று உறுதியாக நம்பினான். அவன் சாதாரண பொருளைத் தேடினான். நானோ பரம்பொருளைத் தேடியவன். ஆனால் பலமுறை, அலுத்துப்போய் தேடுவதை விட்டுவிடலாமா என்று

குருஜி வாசுதேவ்

நான் எண்ணியதுண்டு. ஆனால் அவன் ஒருமுறை கூட அலுப்பே அடையவில்லை. அவனது சங்கல்பத்தில் கால் பங்கு கூட கடவுளைத் தேடிய என்னிடம் இல்லை என்று நான் உணர்ந்தேன். அவன்தான் என் முதல் குரு.

'One who can Hope against Hope என்கிறார் அறிஞர் ஜீக்கார்ட். நம்பிக்கைக்கு எதிராக நம்பிக்கை கொள்வது என்பது இது. எல்லாவிதமான நம்பிக்கைகளும் காணாமல் போன பின்பும் உள்ளூர நம்புவதுதான் திட நிச்சயம் என்பது. இனி நம்ப இடமே இல்லை. ஒரு வழியும் இல்லை. எனினும் உள்ளே ஒரு உறுதி கொண்டால் அது விசித்திரங்களை விளைவிக்கக் கூடியது.

சூரியன் மறையாத பேரரசு என்ற பெயருடன் உலகம் முழுவதையும் தன் கொடியின் கீழ் கொண்டு வந்து கட்டி ஆண்டது பிரிட்டன். சகல வலிமைகளும் படைத்த அதனை எதிர்த்து களம் இறங்கினார் காந்தி. எந்த வலிமையும் இல்லை அவரிடம். வெற்றிக்கு எந்தவித வாய்ப்பும் இல்லை. எனினும் உறுதியாக நம்பினார் அவர். நிச்சயம் இந்தியா சுதந்திரம் பெறும் என்று. அவரது உறுதி பெரும் வரலாற்று அற்புதத்தை நிகழ்த்தியது.

விதிகளின்படி நிகழவே முடியாத அற்புதங்களை இயற்கை சாதாரணமாக நிகழ்த்தி விடும்.

நெட்டிருப்புப் பாறைக்கு நெக்குவிடாப்பாறை
பசுமரத்து வேருக்கு நெக்குவிடும்

என்கிறார் ஔவையார் தமது மூதுரை வெண்பாவில். கடப்பாரை பெயர்க்க முடியாத பாறையை மரத்தின் வேர்கள் இரண்டாகப் பிளந்து விடுவதை நாம் காண்கிறோம்.

ஞானி ஸஸ்யா தனது சீடரின் வீட்டில் தங்கினார். திடீரென கடகடவென்று சிரிப்பவர் அவர். அதிலும் உருண்டு உருண்டு சிரிப்பவர். நள்ளிரவில் உறவினர்கள் அயர்ந்து தூங்கும்போது திடீரென இவர் சிரிக்க ஆரம்பித்துவிட்டால் என்ன செய்வது? அவர்களிடம் இதற்கு என்ன விளக்கம் சொல்லுவது.

அச்சப்பட்ட சீடர் வீட்டின் பின்புறம் நிலவறை கிடங்கினுள் அவரை தங்க வைத்து வெளிப்புறம் பூட்டிவிட்டார் அவர் தூங்கியதுமே. நள்ளிரவில் திடீரென சிரிப்பு சத்தம் கேட்டது கடகடவென்று. அதுவும் கூரை மேலிருந்து கேட்டது அந்த சிரிப்பு சத்தம்.

பதறிப்போன சீடர் ஓடிப்போய் பின் புறம் இருந்த கிடங்குக் கதவைத் திறந்தார். உள்ளே ஸஸ்யா இல்லை. வெளியே வந்து பார்த்தால் கடகடவென்று சிரித்தபடியே கூரை மீது உருண்டு கொண்டிருந்தார் அவர்.

"ஸஸ்யா! என்ன விஷயம்? உங்களை நிலவறையில் படுக்க வைத்து வெளியே பூட்டி இருந்தோமே?"

"அதனால்தான் நானும் சிரித்துக் கொண்டிருக்கிறேன். நிலவறையில் அயர்ந்து தூங்கிக் கொண்டிருந்தேன். திடீரென என் உடல் மேல் நோக்கி எழக் கண்டேன்" என்றாராம் அவர்.

இயற்கைக்கும் மனிதனுக்கும் உள்ள மாபெரும் வேறுபாடு ஒன்றே ஒன்றுதான். இயற்கை எப்போதும் மனித ஆற்றலுக்கு எதிர்ப்பதமானது. மனிதனிடம் ஆற்றலே இருக்காது. ஆனால் மாபெரும் ஆற்றல் வாய்ந்தவனாக தன்னை எண்ணி அவன் மகிழ்ந்து விடுவான். ஆற்றல் என்று அவன் கருதுவது அவனை விட்டுப் போனால் துவண்டு விடுவான். தன்னிடம் சிறு ஆற்றல் இருப்பினும் உடனே அதைப் பிரயோகிக்கத் தயங்கவே மாட்டான்.

பெரியதில் இருந்து சிறியதை கொண்டு வர மனிதனால் முடியும். பெரிய வேட்டியை சிறு துண்டாக்க அவனால் முடியும். ஆனால் சிறு துண்டை சேலையாக்க அவனால் முடியாது. ஆனால் இயற்கை சிறு விதையிலிருந்து பெரிய மரத்தைப் படைத்துக் காட்டிவிடும்.

ஜலாலுதீன் ரூமி தோட்டத்திற்குச் சென்றார். அங்கு மூன்று பள்ளங்கள் இருந்தன. என்ன இது? என்று மாணவர்களிடம் வினவினார். "முதலாவது ஓரிடத்தில் கிணறு தோண்டினோம். அந்த இடத்தில் தண்ணீர் வரவில்லை. உடனே இரண்டாவதாக வேறொரு இடத்தில் தோண்டினோம். அங்கும் தண்ணீர் வரவில்லை. இப்போது மூன்றாவதாக இந்த மூலையில் தோண்டுகிறோம்" என்றனர்.

"பூமியின் அடியில் எல்லா இடத்திலும் நீர் உண்டு. பல இடங்களில் தோண்டுவதைவிட ஒரே இடத்தில் நன்கு ஆழமாகத் தோண்டுங்கள். நீர் பீறிட்டுக் கொண்டு வரும்" என்றார்.

மனிதர்கள் இறைவனை அடைய ஏதாவது ஒரு வழியில் முயற்சிப்பார்கள். பின்னர் அதில் சலித்துப்போய் வேறொரு வழியில் முயற்சி செய்வார்கள். பிறகு அதனை விட்டுவிட்டு இன்னொரு முயற்சி மேற்கொள்வார்கள். இப்படி யோகம், தவம், வழிபாடு, யாத்திரை என்றெல்லாம் மாறி, மாறி முயற்சிப்பதைவிட ஒரே முயற்சியை

உறுதியுடன் மேற்கொண்டால் வெற்றி நிச்சயம் கிடைக்கும் என்பதை அவர்கள் அறிவதில்லை.

எல்லா மனிதர்களும் தேடல் உள்ளவர்கள்தான். சிலரது தேடல்கள் மட்டுமே ஒரே துறையில் கடைசி வரை செல்கிறது. அவர்கள் மட்டுமே இறுதி இலக்கை எட்டிக் காட்டுகின்றனர். அவர்கள் மட்டுமே புத்தர், சங்கரர், நபி, நானக் என புகழ்பெற்று விடுகின்றனர். மற்றவர்கள் தேடினேன்; கிடைக்கவில்லை என்று ஏதாவது ஒரு கட்டத்தில் தேடுவதிலிருந்து ஒதுங்கி விடுகின்றனர்.

ஞானி பிஸ்தாமி பாயஜீத்திடம் ஒருவன் கேட்டான். "நீங்கள் மசூதிக்குப் போய் தொழுகை செய்து நான் பார்த்ததே இல்லையே! இறைவனை நீங்கள் நினைப்பதே இல்லையா?"

"இறைவனை மறந்து விடுபவன் தான் மீண்டும் நினைக்கிறான். நினைவுபடுத்திக் கொள்ள அவனுக்கு ஒரு இடம் தேவை. நான்தான் மறப்பதே இல்லையே! மறந்தால் அல்லவா மீண்டும் நினைப்பதற்கு. எங்கும் உள்ள இறைவனை நினைக்க எதற்கு தனியாக ஓர் இடம்?" என்றார் பயாஜீத்.

எதை மறக்கிறாயோ அதனை மீண்டும் நினைப்பாய். எதை நினைவுபடுத்திக் கொள்கிறாயோ அதனை மறந்து விடுவாய். எதனை மறப்பதே இல்லையோ அதனை நினைக்க வேண்டிய அவசியமே இல்லை.

மூச்சுவிட யாரும் மறப்பதில்லை. அதனால் மூச்சு விடுவது பற்றி யாரும் நினைப்பதே இல்லை. மூச்சு எப்படி இறுதிவரை உள்ளதோ, மூச்சு விடுதல் எப்படி இயல்பான தொடர் நிகழ்வோ அதுபோல் சூஃபிகளின் மனதில் இறை உணர்வு எப்போதும் இருக்கும். இது உடலின் மூச்சு என்றால் அது அவர்களது உயிரின் மூச்சாகும்.

உண்மையான சூஃபி ஞானம் என்பது இதுதான். பிறப்பு நம் வசத்தில் இல்லை. அதேபோல இறப்பும் நம் வசத்தில் இல்லை. அப்படியிருக்கையில் வாழ்வு மட்டும் நம் இஷ்டம் போல் இருக்கும் என்று எண்ணுவது எத்தகைய பேதைமை!

உம்முடைய முறைநாள் ஆவதும் அறியீர்
எப்போதாயினும் கூற்றுவன் வருவான்
சாற்றினும், போற்றினும் போகான்
நல்லார் பொல்லார் வறியர், செல்வர் என அறியான்

என்பது ஆழ்ந்த கருத்துடன் கூடிய அற்புதமான தமிழ்ப் பாடல்.

மரணம் நெருங்கிக் கொண்டே இருக்கிறது. நாட்கள் கழிந்து கொண்டே இருக்கின்றன. கூற்றுவன் எப்போது வேண்டுமானாலும் வரலாம். அவன் வந்துவிட்டால் போற்றினாலும், தூற்றினாலும் தன் கடமையை செய்யாமல் அந்த இடத்தைவிட்டுப் போக மாட்டான். நல்லவன், கெட்டவன் என்றோ, ஆண்டி, அரசன் என்றோ, வித்தியாசமெல்லாம் பார்க்க மாட்டான். அழியக் கூடிய இந்த வாழ்வின் காலத்திலேயே அழிவற்ற பரம் பொருளைத் தேடு என்கிறது அப்பாடல்.

இன்பம் வரும்போது துள்ளும் மனம் துன்பம் வரும்போது துவள்கிறது. இரண்டையும் சமமாக எண்ணும் ஞானிகள் துள்ளுவதும் இல்லை. துவளுவதும் இல்லை. அதனால்தான் பசிக்கும், தாகத்துக்கும் கூட நன்றி செலுத்தினார் ஜுன்னாயிது.

சிந்தித்துப் பார்த்தால் இது ஒன்றும் அத்தனை அபத்தமும் இல்லை. ஏனெனில் பசி என்ற ஒன்று எடுக்காவிடில் உங்கள் முன் எவ்வளவு உணவு வகைகளை அடுக்கி வைத்தும் பலன் இருக்கப் போவதில்லை. பசியே இல்லாதவனால் அதிலிருந்து ஒரு பிடி கூட சாப்பிட முடியாது. நன்கு ருசித்து சாப்பிடுவதில் உணவின் தேவை இரண்டாவது இடத்தில்தான் இருக்கிறது. உனக்குள் பசி இருப்பதே இங்கு முக்கியம்.

சிந்திக்கும் திறனற்ற மாணவனுக்கு எத்தனை பேராசிரியர்கள் கூடி அறிவு நூல்களிலிருந்து போதித்தாலும் பலனில்லை. மரமண்டை என்று பள்ளி ஆசிரியர்கள் திட்டுவதுபோல் புத்தியில் எதுவும் ஏறாது. சிந்தனைத் திறன் இருக்கும் மாணவனுக்கு போதிக்க ஆசிரியர்களே இல்லாவிட்டாலும் அந்த நூல்களை அவனே படித்துத் தேர்ந்து விடுவான்.

இதையெல்லாம் தாண்டியது ஞானப் பசி. மனத்துள் ஆன்ம வேட்கை மூண்டு விட்டால் அவனே மலர்களைத் தேடி வண்டு பறப்பதுபோல் ஞானத்தைத் தேடிச் சென்று விடுவான்.

இல்லையேல் மகான்களும், ஞானிகளும் அவனைத் தேடி வந்து போதனை செய்யினும் அதனை ஏற்க மாட்டான்.

தனித்திரு; விழித்திரு; பசித்திரு என்கிறார் விவேகானந்தர். வயிற்றுப்பசி, உடற்பசி இவற்றையெல்லாம் தாண்டியது ஞானப் பசி. ஞானம் பெறுவது இரண்டாம் பட்சம்தான். முதலில் அந்த ஞான வேட்கை மனத்துள் மூள வேண்டும். இந்தப் பசிகளை வேறு யாரால் அளிக்க முடியும்?

அதனாலேயே பசிக்கும், தாகத்துக்கும் கூட இறைவனுக்கு நன்றி செலுத்துகிறார் ஞானி ஜுன்னாயிது.

26 விழிப்புணர்வு

அனைத்து மதங்களும் இறைவனைப் பற்றிக் கூறுகையில் அவர் அன்பே வடிவானவர் என்றுதான் குறிப்பிடுகின்றன. அங்கு முக்கியமாக குறிப்பிடப்படுவது அன்பு ஒன்றே. கடவுள் என்பதைக் கூட அவை முக்கியப்படுத்திக் குறிப்பிடவில்லை.

இதற்கு என்ன காரணம்? வேதங்களின் கூற்றுப்படி படைப்புக்கு முன்னால் எங்கும் வெறுமை இருந்தது. எல்லையற்ற வெட்டவெளி அது. முடிவற்ற அந்த பிரபஞ்ச வெளியில் மெல்ல ஓர் விழிப்புணர்வு (பிரக்ஞை) ஏற்பட்டது. இதனையே இறைவன் தன் கண்களை அருட்பார்வையுடன் திறத்தல் என்கின்றன ஆகமங்கள். அதிலிருந்தே அணு முதல் அண்டம் வரை அனைத்தும் தோன்றின. அதனாலேயே அனைத்துக்கும் அடிநாதம் அன்பு என்கின்றனர் பெரியோர்.

அன்பே கடவுள் என்றனர் மகான்கள். அன்பே தத்துவம் என்றார் புத்தர். அன்பே சிவம் என்றனர் சித்தர்கள்.

திருமூலர் பாடுகிறார்:

'அன்பும் சிவமும் வேறென்பர் அறிகிலார்;
அன்பும் சிவமும் ஒன்றென்று ஆரறிவார்?
அன்பும் சிவமும் ஒன்றென்று அறிந்தபின்
அன்பே சிவமாய் அமர்ந்திருந்தாரே!'

இஸ்லாம் கூறுகிறது அளவற்ற அருளாளனும், நிகரற்ற அன்புடையோனும்... என்று.

கர்த்தர் அன்பாயிருக்கிறார் என்கிறார் ஏசு. இதை ஊன்றி கவனித்தால் ஒரு முக்கிய வேறுபாட்டை நாம் நன்கு உணர முடியும். கர்த்தர் அன்போடிருக்கிறார் என்று அவர் கூறவில்லை. அன்பாயிருக் கிறார் என்றுதான் குறிப்பிடுகிறார்.

அன்போடிருத்தல் என்பது வேறு. அன்பாயிருத்தல் என்பது வேறு. ஒருவர் அன்புடன் இருக்கிறார் என்றால் அவரிடம் அன்பு செய்யும் குணம் இருக்கிறது என்று பொருள். ஆக அவர் வேறு. அன்பு வேறு என்றாகிறது. ஆனால் இங்கோ அன்பே அவர்தான். இங்கு பொருளின் குணமாக அன்பு இல்லை. மூலப்பொருளே அன்புதான்.

வழங்கும் குணம் அன்புக்கு மட்டுமே உண்டு. இதை என் அன்பளிப்பாகத் தருகிறேன் என்றுதான் கூறுகிறோம். அன்பு கொடுக்கும். எடுத்துக் கொள்ளாது. தாய்க்குக் குழந்தையின்மீது அன்பு. அது ஆசையுடன்எதைக் கேட்டாலும் கொடுப்பாள். பதிலுக்கு குழந்தையிடம் எதையும், சிறு நன்றியைக் கூட அவள் எதிர்பார்ப்பதே இல்லை.

இறைவன் எல்லாவற்றையும் வழங்கினார். பதிலுக்கு எவரிடமும், எதையும் பெற்றதே இல்லை. அவர் வானங்களை உண்டாக்கினார். பூமியை உண்டாக்கினார். விண்மீன்களையும், சூரிய, சந்திரர்களையும் உண்டாக்கினார். காற்றையும், நீரையும் உண்டாக்கினார்... ஜீவன்களை உண்டாக்கி அவற்றுக்கு சக்தியும் அளித்தார் என்று ஆகமங்கள் அடுக்கிக் கொண்டே போகின்றன.

அதனாலேயே ஞானிகள் அன்பை வலியுறுத்துகின்றனர். மன்னுயிரை தன்னுயிராய் நேசித்தல் என்பது ஔவையார் வாக்கு. பிறர் உனக்கு என்ன செய்ய வேண்டும் என நினைக்கிறாயோ அதை நீ பிறருக்கு

செய் என்கிறார் ஏசு. வாடிய பயிரைக் கண்ட போதெல்லாம் வாடினேன் என்கிறார் வள்ளலார்.

எல்லா உயிர்களையும் தன்னுயிராக எண்ணி நேசிப்பதன் மூலமே இறைத் தன்மையை ஒருவன் அடைய முடியும். உணர முடியும். மனதில் அன்பு என்பது இல்லாமல் வாயினால் கடனே என்று மந்திரங்களை உச்சரிப்பதும், உடலில் சமய சின்னங்கள் தரிப்பதும், நோன்பு, விரதம் என சடங்குகளை மேற்கொள்வதும் என்ன பயனைத் தரும்?

'புறத்துறுப் பெலாம் எவண் செய்யும் யாக்கை
அகத்துறுப்பு அன்பி லவர்க்கு?'

என்று கேட்கிறார் வள்ளுவர். அன்பின் வழியது உயிர்நிலை என்பது அவர் காட்டும் பாதை.

சூஃபிகள் அன்பை வலியுறுத்திய அளவு இறைவனை வலியுறுத்த வில்லை. அன்பை உணர்ந்தவன் அடுத்து தானே இறைத் தன்மை எய்துகிறான். தனியாக அவன் இறைவனை உணர வேண்டியது இல்லை.

அன்பைக்கூட சூஃபி ஞானிகள் சொல்லில் வலியுறுத்தவில்லை. செயலில்தான் வலியுறுத்தினார்கள். அவர்களது ஒவ்வொரு செயலும் அன்பின் வெளிப்பாடாகவே அமைந்தது.

சூஃபி ஞானி கபீருக்கு தன் மகன் கமால் மீது ஆதங்கம் இருந்தது. இவன் ஞானத்தை உணராமல் வெறும் விட்டேற்றியாக இருக்கிறானே என்று.

உண்மையில் எல்லா ஞானிகளிடமும் உள்ள சிறு குறை என்ன தெரியுமா? அவர்கள் ஞானம் பெற்றவர்கள் என்பது என்னவோ உண்மைதான். ஆனால் தாங்கள் எந்த வழியில் ஞானம் பெற்றார்களோ அதே வழியில் மற்றவர்களும் வரவேண்டும் என அவர்கள் எண்ணு வார்கள்.

இது குறைதானே தவிர குற்றம் அல்ல. நேர் பாதை இருக்கும்போது ஏன் வேறு வழிகளில் சென்று கஷ்டப்படுகிறீர்கள்? என்ற அன்பின் வெளிப்பாடு அது. அதனால் வேறு வழியில் ஞானம் பெற்றவர்களை ஆரம்பத்தில் உணர்வது இல்லை அவர்கள். உணர்ந்த பின்பே மகிழ்ந்து போற்றுவார்கள்.

புத்தர் ஞானம் பெற்ற பாதை வேறு. மகாவீரர் மேற்கொண்ட பாதை வேறு. எனினும் இருவருமே சிகரம் தொட்டவர்கள். அடுத்தவரும் தன்னைப் போலவே உச்சத்தை எட்டியவர் என உணர்ந்தவர்கள்.

ஞானி கபீர் இதை உணர்ந்தவர். பரவச நிலையை எட்டியவர். பாடல்களாக அவற்றை வெளியிட்டவர். எனினும் தன் மகன் தன்னைப் போலவே பேரின்ப நிலையை எட்டியவர் என்பதையோ, இன்னும் சொல்லப்போனால் கபீர் அளவுக்கு சிரமங்கள்கூட இன்றி மிக இயல்பாக எட்டியவர் என்பதையோ அவர் உணரவில்லை.

ஒருமுறை கபீர் தன் மகனிடம் மாடுகளுக்குத் தீனி வைக்க புல் வெட்டிக் கொண்டு வருமாறு சொன்னார். போனவன் நெடு நேரமாகியும் திரும்பி வரவில்லை. பொறுமை இழந்த கபீர் மகனைத் தேடிக் கொண்டு புறப்பட்டார்.

புல்வெளி ஒன்றின் நடுவே அவரது மகன் நின்று கொண்டிருந்தார். அங்கே சிலு சிலுவென காற்று வீசிக் கொண்டிருக்க புற்கள் அசைந்தாடிக் கொண்டிருந்தன. அவற்றுடன் கபீரின் மகனும் அழகாக அசைந்தாடிக் கொண்டிருந்தார்.

கோபத்துடன் மகனை உலுக்கிய கபீர், "உனக்கு என்ன பைத்தியமா? என்ன செய்து கொண்டிருக்கிறாய் இங்கே" என்றார்.

"நான் இங்கே வந்தபோது இந்தப் புற்கள் எல்லாம் ஏகாந்தமாக காற்றில் ஆடிக் கொண்டிருந்தன. சட்டென்று ஒரு ஆனந்தம் என்னையும் தொற்றிக் கொண்டது. நானும் அவற்றுடன் சேர்ந்து ஆட ஆரம்பித்து விட்டேன். என்னை மறந்து நானும் புல்லோடு புல்லாக ஆகிவிட்டேன். ஆஹா! என்ன ஆனந்தம் அது?" என்றார் அவர்.

அதிர்ச்சி அடைந்த கபீர், "உன்னை புற்களை வெட்டி எடுத்து வரும்படியல்லவா சொன்னேன்" என்று தான் அவருக்கு இட்ட வேலையைப் பற்றி நினைவூட்டினார்.

"என்னது? புல்லை வெட்டுவதா? என்னால் அது ஒருபோதும் முடியாது. இவை எனக்கு அளவற்ற ஆனந்தம் அளித்தவை. இவற்றுடன் நெருங்கிய உறவு எனக்கு ஏற்பட்டு விட்டது. ஒரு தனி உலகில் இவற்றுடன் நான் இதுவரை இருந்தேன். ஒருபோதும் இவற்றை என்னால் கிள்ளக்கூட முடியாது" என்றார் அவர் பதைப்புடன்.

பிரமித்துப்போன கபீர் அப்போதே தனது மகனுக்கு கமால் என்று நாமகரணம் செய்தார்.

குருஜி வாசுதேவ்

கமால் என்றால் அற்புதம் என்று பொருள். அந்தப் பெயரே சூஃபி வரலாற்றில் நிலைத்து விட்டது.

புல்லுக்கும் உயிர் உண்டு என்றுணர்ந்து அந்த ஜீவனையும் நேசித்த அன்பு உள்ளம் இது.

உலகில் முதலில் தோன்றியவை தாவரங்களே. பின்னர்தான் அனைத்து உயிர்களும் தோன்றின. ஆண்டவன் படைப்பில் தாவரங்களே மூத்தவை. நாம் தான் கடைசியாகப் பிறந்த செல்ல கடைக்குட்டிகள்.

இறைவனுடன், ஆகாயத்துடன் நேரடியான தொடர்பு மனிதனுக்கும், தாவரங்களுக்கும் மட்டுமே உண்டு. இவை இரண்டும்தான் நேராக வானம் நோக்கி வளர்பவை. மற்றபடி புழு, பூச்சி முதல் யானை, திமிங்கிலம், ஒட்டகம், மலைப்பாம்பு எல்லாமே பக்கவாட்டில் நீண்டு வளர்பவைதான்.

எனினும் மனிதனுக்கும் தாவரங்களுக்கும் ஒரு மிகப் பெரிய வேறுபாடு உண்டு. புழு, பூச்சி முதல் திமிங்கலம், ஒட்டகம், மலைப்பாம்பு ஈறாக அனைத்து உயிர்களும் பக்கவாட்டில் உணவு எடுத்து பக்கவாட்டில் செலுத்தும். மனிதன் மேற்புறமாக உணவெடுத்து கீழ்ப்புறமாக செலுத்துகிறான். தாவரங்கள் மட்டுமே கீழ்ப்புறமாக உணவை எடுத்து மேல் நோக்கி செலுத்தும். அதே சமயம் மேற்புறமாகவே வளரும்.

வேர்கள் பூமியுடனும், உச்சி ஆகாயம் நோக்கியும் செல்வதால் இயற்கையுடன் ஒன்றி வாழும் ஒரே ஜீவன் தாவரம் மட்டுமே.

சூஃபியிஸம் இயற்கையை நேசிப்பதும், இயற்கையைப் போற்றுவதும், இயற்கையோடு இசைந்து இருப்பதும் ஆகும். இயற்கையிலிருந்தே மனிதன் தோன்றினான். இயற்கைதான் அவனுக்கான வாழ்வாதாரங்களை அமைத்துக் கொடுத்தது. எனவே அதனுடன் ஒன்றி வாழ்வதில் மட்டுமே மனித ஜீவன் தன் மேன்மையை, மேதைமையை எட்ட முடியும்.

இன்று உலகம் முழுவதும் பெரும் கூக்குரல் எழுந்துள்ளது. சுற்றுச்சூழல் விழிப்பு , மாசுக் கட்டுப்பாடு என்றெல்லாம். இவற்றை அன்றே போதித்தது சூஃபியிஸம். அறிவியலின் பெயரால் இயற்கையை மாசுபடுத்தாதே என்பது தாவரங்களை நேசி என்பதன் மூலக் கொள்கைதானே.

அதுமட்டுமல்ல. தேசபக்தி என்பதன் பெயரால் மனிதர்களை கொல்வதையும், உலகில் யுத்தங்கள் நடப்பதையும் கூட சூஃபிகள்

ஏற்பதில்லை. உலகம் என்பது ஒரே நாடு. அதில் வாழும் அனைவரும் இறைவனின் பிள்ளைகளே என்பது அதன் சித்தாந்தம்.

சூஃபிக் கவிஞர்களுள் ஒருவரான கலீல் கிப்ரான் ஒரு கதை எழுதியுள்ளார்.

ஆழ் கடலின் அடியில் முத்துக்கள் குவிந்திருக்கும் இடத்தில் ஒரு இளைஞனின் உடல் கிடந்தது. பொன்னிறமான குழல் கற்றைகளுடன் சில மச்ச கன்னிகள் அவனைச் சுற்றி அமர்ந்து அவனைப் பரிதாபமாகப் பார்த்துக் கொண்டிருந்தனர்.

ஒரு கன்னிகை, இந்த மனிதன் நேற்று கடல் கொந்தளித்துக் கொண்டிருந்தபோது இங்கு வந்து சேர்ந்தான் என்றாள்.

இல்லை என்றாள் இன்னொருத்தி. "தங்களை கடவுளின் வாரிசு என்று சொல்லிக் கொள்ளும் மனிதர்கள் யுத்தம் நடத்திக் கொண்டிருந்தார்கள். அதனால் நமது கடல் கூட ஒரே சிவப்பு நிறமாகி விட்டது. இவன் அதில் பலியான ஒருவன்தான்."

"எனக்கு யுத்தம் செய்வது என்றால் என்ன என்று தெரியாது. ஆனால் பூமி முழுவதையும் வென்று விட்ட மனிதன் நமது கடலையும் வெற்றி கொள்ள ஆசைப்பட்டானாம். அதனால் கோபம் கொண்ட சமுத்திர ராஜன் உடனே படையெடுத்து பல கடற்கரை நகரங்களை விழுங்கினாராம். பயந்துபோன மனிதன் கடலரசனை திருப்தி செய்யவே நிறைய பலிகளைக் கொடுத்தானாம். கொடூர இதயம் கொண்ட நமது கடலரசனுக்கு பலியாக மனிதர்களால் அளிக்கப்பட்ட காணிக்கைதான் இந்த அழகிய யுவன்" என்றாள் மற்றொரு கடல் கன்னி.

எல்லோரும் அருகே நெருங்கிச் சென்று அவனைப் பரிசோதித்தனர். அவனது உடைகளின் உட்புறம் ஒரு கடிதம் இருந்தது. அதை எடுத்துப் படிக்கத் தொடங்கினார்கள்.

"என் அன்பே!

நள்ளிரவு மீண்டும் வந்துவிட்டது. ஆனால் எனக்கு என் கண்ணீரைத் தவிர வேறு ஆறுதல் கிடையாது. நீங்கள் யுத்தத்திலிருந்து திரும்பி வருவீர்கள் என்ற ஒரு நம்பிக்கையைத் தவிர வேறு எனக்கு ஆதரவாக ஒன்றுமே இல்லை.

என்ன சொல்வது என்றே எனக்கு ஒன்றும் தெரியவில்லை. பிரிவுத் துயரில் தவிக்கும் என் ஆத்மாவோ துன்பத்தை இன்பமாகவும், துயரத்தையே ஆனந்தமாகவும் செய்யக்கூடிய அன்பினால் மட்டுமே

நீ தயாரா என அது காத்துக் கொண்டிராது. உன் வேலை முடிந்ததா என கேட்டுக் கொண்டிராது. நீ இளமையாய் உள்ளபோதே, காலம் உன் வசத்தில் இருக்கும்போதே, இன்றே நாளையின் வேலையை செய். காலையிலேயே மாலையின் கடமைகளை முடி. மகிழ்வும் உன்னை அடையும். இறந்தாலும் பேரின்பம் உனதாகும்.

(மகாபாரதம் 12, கவிதை 6534)

இந்த இடத்தில் சூஃபிகளின் செயல்பாட்டை விளக்குவதுபோல் மகாபாரத கருத்து அமைந்துள்ளது. 15-ஆம் நூற்றாண்டில் ஏறக்குறைய இத்தகைய ஞானிகளின் ஒரு பெரிய கூட்டமே இந்தியா முழுதும் பரவி இருந்தது. ஞான தேவ், ராமதேவ், கபீர்தாஸ், சூர்தாஸ், துளசிதாஸ் என்று ஏராளமானவர்கள் இருந்தனர். இவர்களது வழிமுறைகளும் செயல்பாடுகளும் இத்தகைய முறையிலேயே அமைந்திருந்தன.

சூஃபி ஞானி கபீர்தாசர் பாடுகிறார்.

'நண்பனே, நீ உயிருடன் உள்ளபோதே
விருந்தினர் வருவாரென நம்பிக்கை வை
அன்பனே, வாழும்போதே அனுபவத்துள் குதி
சிந்திப்பாய்! சிந்திப்பாய்! நீ வாழும்போது
நீ அழைக்கும் பாவத்தி லிருந்து மீட்பு
என்பதெல்லாம் இறப்பின் முன் நிகழவேண்டும்
நீ வாழ்வோ டிருக்கும்போதே உன்கயிறுகள் அறுபடாவிடில்
நினைக்கின்றாயோ, பேய்கள் பின்னர் செய்யுமென்று

மெய்ம்மறந்த இன்பத்தோடு ஆன்மா சேரும்
என்ப தெல்லாம் உடல் அழுகிப் போவதனால்
பொய் கலந்த கூற்றாகும், புரிந்துகொள்வாய்
இப்போ துள்ளதே அப்போதும் உண்டு
இப்போதே எதையும்நீ அறியா விட்டால்
இறப்பு ஊரில் சிறு வீட்டோடு முடிந்து போவாய்
எப்போதும் தெய்வீக அன்பை செலுத்து
மறுவாழ்வில் திருப்தியான முகம் உண்டு.
உண்மையுள் மூழ்கு; உணர்வாய் போதகரை.
உயர்ந்த ஒலியில் உள்ளம் செலுத்து
திண்மையுடன் விருந்தினரை தீவிரமாய்த் தேடு
தேடுதலின் தீவிரமே அனைத்தையும் அளிக்கும்.
என்னைப்பார், அந்த வகை தீவிரத்தின் அடிமை காண்பாய்'

கடவுளை ஒரு விருந்தினனாகக் கருதி கபீர் பேசுகிறார். விருந்தாளிக்காக விரும்புவதன் தீவிரத் தன்மையே விருந்தினரை கொணர்ந்து சேர்க்கும் என்று. இந்த தத்துவத்துடன் எல்லா ஞானிகளும் ஒத்துப் போகின்றனர்.

ஆங்கிலக் கவிஞர் தாம்ப்சன் இதனை மிக அழகாக விளக்குகிறார்:

எனது மனத்தின் சொந்த சிக்கலான வழிகள் மூலம் கடவுளை நாட வேண்டியதில்லை. ஆனால் எல்லா இடங்களிலும் ஏழைகளின் குடில்களிலும், எந்த நகரத்தின் கூட்டமான தெருக்களிலும், எங்கேயும்...

எலிசபெத் குப்ளர் ராஸ் கூறுகையில், அமைதியுடன் இருப்பதற்காக வரலாற்றின் ஒரு உணர்வை உணர்வது அவசியமாக உள்ளது. அதாவது நீங்கள் இதற்குமுன் நிகழ்ந்தவைகள், இனி நிகழப் போகிறவைகள் இரண்டிலும் ஒரு பாகமாக உள்ளீர்கள். இவ்வாறு சூழப்பட்டிருப்பதால் நீங்கள் தனியாக இல்லை. நிகழ்காலத்தில் பரவியிருக்கிற உடனடித் தேவையின் உணர்வு காட்சியில் வைக்கப்பட்டுள்ளது' என்று. மேலும் அவர் கூறுகிறார்:

மரணம் வளர்ச்சியின் இறுதி நிலை. ஒவ்வொரு நாளும் மனிதன் சிறிதளவு இறக்கக் கற்றுக் கொள்ள வேண்டும். அதை உணர்ந்தால் அந்த இறுதி நிலையை அவன் எட்டலாம். தினமும் சிறிதளவு ஒருவன் எப்படி இறப்பது? சிறிது நேரமாவது நான் என்ற எண்ணம் இன்றி அவன் இருத்தல் வேண்டும். அல்லது அதற்குப் பதில் ஒவ்வொரு நாளும் சிறிதளவு அதிகமாக வாழ்ந்து தமது நாளுக்கு அதிகப் பரிமாணம் தர அவனால் முடியும். அது வாழ்விலிருந்து எதையோ எடுப்பதற்கு சமமாக எதையோ கொடுப்பது போன்றதாகும்.

இது எப்படி செயலாகிறது என்பதில்தான் தன்னலமற்ற சேவை, பிரதிபலனை எதிர்பாராத அன்பு, தூய்மையான பக்தி என்றெல்லாம் பெயர்கள் வந்து குவிகின்றன. உண்மையில் இவையாவும் நிலையற்ற தன்மையை மனம் உணர்தலே. தன்னிடம் ஒன்றுமே இல்லை என உளப்பூர்வமாக உணரும்போதே அவன் மனம் மெல்ல கழன்று கொள்ளத் துவங்குகிறது. சூஃபி நிலையின் முதல்படி அது எனலாம்.

குருஜி வாசுதேவ்

27 இருளும் ஒளியும்

பாடல்களிலேயே உமர் கய்யாமின் பாடல்கள் உள்ளத்தின் அடி ஆழத்திலிருந்து பீறிட்டு வருபவை. அந்தரங்கமான இதய சுத்தி தவிர வேறு எதையும் அவர் வற்புறுத்தவில்லை. உள்மனம் உன்னை சரியானபடி செலுத்தும். அதன் பாதையில் செல்வதே உண்மையான வாழ்க்கை என்கிறார் அவர். உள்ளே விருப்பமின்றி உலகுக்காக வெளி வேடம் பூணுவதை அவர் ஏற்கவில்லை.

ஒருநாள் உமர் கயாம் மது அருந்திக் கொண்டிருந்தார். அந்தப் பக்கம் வந்த மௌல்வி அதைப் பார்த்துவிட்டு தடுத்தார். "கய்யாம்! என்ன இது? மா பெரும் பாவச் செயலை செய்கிறீர்கள்?"

"யார் அப்படி சொன்னது?" என்றார் உமர் கயாம். "இறைவன் அளித்த மகத்தான கொடை இது. இதன் உதவியால் மனம் என்பதை உதறி என்னால் மகிழ்வுடன் ஆடிப்பாட முடிகிறது."

"நீ ஒரு நாத்திகன்" என்று கத்தினார் மௌல்வி. "இல்லை. நீங்கள்தான் நாத்திகர். கடவுளை கொச்சைப்படுத்திக் கொண்டிருக்கிறீர்கள். அவன் கருணை வடிவானவன். எல்லா பாவங்களையும் மன்னிப்பான் என்பதில் எனக்கு நம்பிக்கை உண்டு. உமக்குத்தான் அந்த நம்பிக்கை இல்லை" என்றார் கய்யாம.

உமர் கய்யாம் பாடுகிறார்.

"நான் நானாகவே இருப்பேன்.
இறைவனின் பேரன்பே போதும்
ஞானிகள், உபதேசிகள் பற்றி
எனக்குக் கவலை இல்லை.

இறைவனின் அன்பில் தோய்ந்து
மன்னிக்க முடியாத பாவம்
எதையும் நான் செய்வ தில்லை
எனவே கவலையும் இல்லை.

நமது கரங்கள் சிறியவை
நமது பாவங்களும் சிறியவை
நமது இறைவனே மன்னிக்காததை
நம்மால் செய்ய இயலுமா?

ஆண்டவன் அன்பே வடிவினன்
என்பது உண்மை என்றால்
மாண்டவர் பலகோடி மாந்தரில்
ஞானிகள் சிலரை மட்டும்

சொர்க்கம் அனுப்பி விட்டு
மற்றவரை நரகிற் கனுப்பும்
அர்த்தமற்ற நியாயத் தீர்ப்புநாள்
அவனிடம் நிச்சயம் இருக்காது"

சூஃபிகள் கேட்பது இதுதான். எங்கும் இறைவன் உள்ளான். எல்லாம் அவனது செயலே என்றால் எது பாவ, புண்ணியம்? எதற்கு நியாயத் தீர்ப்பு? மனிதனின் காரியங்களுக்கு தண்டனை என்றால் இறைவன் விரும்பாத எதை எவர் செய்துவிட முடியும்?

அதனாலேயே அவர்கள் எதையும் புனிதம் என்று கொண்டாடுவது இல்லை. எவரையும் பாவிகள் என்று புறக்கணித்து ஒதுக்குவதும் இல்லை. எல்லாமே இறைவனின் அங்கம் என்பார்கள்.

ஆத்ம ஞானி கபீர் பாடுகிறார் பரவசமாக,

உண்மையைத் தேடிக்கொண் டிருந்தேன்நான்
தேடுபவன் உள்ளவரை தேடியது கிடைக்காது
என்னஓர் அதிசய நிகழ்வு இது!
உண்மையை தரிசித்த பொழுதில்நான்
சுற்றிலும் பார்த்தேன்; காணவில்லை என்னை
உண்மைகண்ட போதுநான் அங்கு இல்லை
முற்றுமாய் நானிருந்தபோது உண்மை இல்லை
உண்மையும் தேடுபவரும் ஒன்றாய்வாழ
வழியில்லை; நீயும்உன் காதலும் ஒன்றாயிருக்க
வழியில்லை; கூடி வாழ்தல் சாத்தியம் இல்லை

எதைத் தேடுகிறாயோ அதை அடையும்போது நீ இருக்க மாட்டாய். நீ இருக்கும்போது அது இருக்காது. புத்தரைத் தேடினால் புத்தரை இழப்பாய் என்கிறது ஜென். கம்பளிப் பூச்சி இருக்கும்போது வண்ணத்துப் பூச்சி இல்லை. வண்ணத்துப் பூச்சி வந்த பின்னர் கம்பளிப் பூச்சி இல்லை என்கிறது சூஃபி.

விதையாக இருந்தால் மரம் அங்கு இருக்காது. மரமான பின்னர் அங்கு விதை இல்லை. இருள் என்றால் அங்கு ஒளி கிடையாது என்று பொருள். ஒளி வந்தபின் அங்கு இருள் இருக்காது. ஒரே சமயத்தில் ஒரு இடத்தில் ஒளியும், இருளும் இருக்க சாத்தியமே இல்லை.

இதையே ஒளியினுள் இருள் அடக்கம். இருளினுள் ஒளி அடக்கம் என்கின்றன வேதங்கள்.

அரசன் ஒருவன் ஒரு வேலைக்காரியைக் காதலித்தான். ஆனால் அந்த வேலைக்காரியோ ஒரு வேலைக்காரனை உயிருக்குயிராக நேசித்தாள். இது தெரிந்த அரசன் ரொம்ப வேதனைப்பட்டான். அமைச்சரிடம் சொல்லி, இருவரையும் எப்படிப் பிரிப்பது? வேலைக்காரனை நாடு கடத்திவிடலாமா? அல்லது சிறையில் அடைக்கலாமா? என்று கேட்டான்.

அமைச்சர் சொன்னார்: "பிரிவு என்றுமே ஆர்வத்தை ஆவேசமாகக் கிளறும். இருவரும் தூர தூர இருந்து ஒருவரை ஒருவர் பார்ப்பதால் தான் இந்த ஈர்ப்பு. அருகருகே வைத்தால் இது ஓடிவிடும். இரண்டு பேரையும் நிர்வாணமாக நாள் முழுதும் ஒருவரை ஒருவர் பார்க்கும்படி கட்டிப் போட்டு வையுங்கள்" என்று.

அதன்படியே செய்யப்பட்டது. ஒருநாள் கழித்து மறுநாள் கட்டை அவிழ்த்து விட்டதுமே இருவரும் வேறு வேறு திக்குகளில் ஓட்டம் பிடித்தனர். அதன்பின் ஒருவரை ஒருவர் பார்க்கக்கூட விரும்பவில்லை அவர்கள்.

தேடிச் சென்று அடைவதில் உள்ள சுகம் அடைந்த பின்னர் இருப்பதில்லை. அதனால்தான் இறைவனைக் கூட வெறித்தனமாக நேசிக்கக் கூடாது. இன்றைய அதீத விருப்புதான் நாளைய வெறுப்பாக மாறும் என்கிறது சூஃபி.

ஞானி கபீரைப் பலரும் தேடிக் கொண்டு வருவார்கள். அவர்களது சந்தேகங்களையெல்லாம் அவரிடம் தெரிவிப்பார்கள். அவரும் பொறுமையுடன் எல்லாவற்றிற்கும் பதிலளிப்பார்.

ஒருநாள் அவரிடம் வந்தவர்கள் எல்லாம் போய் விட்டனர். ஒருவர் மட்டும் தனியாக அமர்ந்து கொண்டிருந்தார். மாலைப் பொழுதும் ஆகிவிட்டது. அவர் இருந்த இடத்தை விட்டு அசைவதாக இல்லை.

"உங்களுக்கு என்ன வேண்டும்?" என்று கேட்டார் கபீர். வந்தவர் தயங்கினார்.

அவரது முகத்தைப் பார்த்து கபீர் சொன்னார்: "உங்கள் முகத்தைப் பார்த்தால் உங்களுக்கு இல்வாழ்க்கையில் சந்தோஷமே இல்லை என்று தெரிகிறது. நான் சொல்வது சரியா?"

வந்தவர் ஆச்சரியப்பட்டார். "என் மனைவியும், நானும் சந்தோஷமாக வாழ்க்கை நடத்தவில்லை. என் பேச்சை அவள் மதிப்பதே இல்லை. நாள் முழுவதும் எங்களுக்குள் போராட்டம்தான். வாழ்க்கையே நரகமாக இருக்கிறது."

கபீர்தாசர் இதற்கு பதில் ஏதும் சொல்லவில்லை. தன் மனைவியை அழைத்து இருவருக்கும் பால் கொண்டு வரும்படி சொன்னார். அவர் மனைவி பால் கொண்டு வந்து வைத்ததும் இருவரும் குடிக்க ஆரம்பித்தனர். வந்தவர் முகம் அஷ்ட

கோணலாக சுருங்கியது. காரணம் அந்தப் பாலில் இனிப்பே இல்லை. இனிப்பு போட மறந்துவிட்டார் அவர் மனைவி.

ஆனால் கபீர் முகம் கோணாமல் பாலை அமைதியாகக் குடித்துக் கொண்டிருந்தார். உள்ளிருந்து அவர் மனைவி "போதுமா? எல்லாம் சரியாக இருக்கிறதா?" என்று கேட்டார்.

"போதும். ருசியாக இருக்கிறது" என்றார் கபீர். வந்தவர் கேட்டார். "என் கேள்விக்கு நீங்கள் பதில் சொல்லவில்லையே?" என்று.

கபீர் சொன்னார் குவளையைக் காட்டியபடி, "இதுதான் என் பதில். குறைகளைப் பெரிது படுத்தாமல் விட்டுக் கொடுத்துப் போவதே இனிய இல்வாழ்க்கைக்கு வழி."

எதையும் பெரிது படுத்தாமல், இதுதான் நடக்க வேண்டும். இப்படித்தான் இருக்க வேண்டும் என எல்லாவற்றையும் தன் இஷ்டத்துக்கு வளைக்காமல் அதன் இஷ்டப்படி விட்டுக் கொடுத்துப் போவதே சூஃபிகளின் மார்க்கமாக என்றுமே இருந்து வந்துள்ளது.

உன் தேடல் வெளியே அல்ல. உள்ளேதான் இருக்க வேண்டும். கண்களால் காண்பது மட்டும் பார்வையாகாது. பார்வைக்கு அப்பாற்பட்டதை, புறக்கண்களால் உணர முடியாததை அகக்கண்களால் உள்ளுணர்வால் அறிவதே ஞானம்.

புறவாழ்வில் பொருள்களையும், பிறரின் செயல்பாடுகளையும் சீர்திருத்திக் கொண்டிருப்பவன் அகவாழ்வை இழந்து விடுகிறான். அகவாழ்வை உணராமல் புறவாழ்விலேயே மூழ்கியிருப்பவன் அதைத் தாண்டி ஒருபோதும் கரையேற முடியாது. அகவாழ்வில் முழுமை பெற்ற சூஃபிகள் புறவாழ்வை என்றும் பொருட்படுத்துவதே இல்லை.

ஞானம் பெற்றவர்களுக்குப் பாராட்டு விழா நடத்தினான் ஒரு அரசன். விழாவிற்கு ஏராளமானவர்கள் வந்து கூடியிருந்தனர். அவரவர்களும் தங்கள், தங்கள் ஆசனங்களில் கம்பீரமாக வீற்றிருந்தனர்.

அரசன் அவர்களை ஒவ்வொருவராக அழைத்தான். ஒவ்வொருவரும் எழுந்து வந்து அரியத் தத்துவமோ அல்லது இனிய தத்துவப் பாடலோ பாடினார்கள்.

அந்தத் தெரு வழியே ஒருவர் நடந்து சென்று கொண்டிருந்தார். அவரை அறிந்திருந்த காவலன் ஒருவன், "ஐயா! அரசர் ஞானிகளை யெல்லாம் கவுரவித்துக் கொண்டிருக்கிறார்" என்றான். அவர் ஒன்றுமே பேசாமல் மேலே நடந்து செல்ல முயன்றார்.

காவலன் அவரை தடுத்து நிறுத்தி, "நீங்களோ பெரிய சூஃபி ஞானி. உள்ளே அரசர் ஞானிகளுக்கெல்லாம் விருது வழங்கி மரியாதை செய்கிறார். அவசியம் வாருங்கள்" என்றான்.

"வழி விடு" என்றபடி அவர் மேலே போக முற்படவும் அவரை வலுக்கட்டாயமாக வற்புறுத்தி கையைப் பிடித்து இழுத்து வந்து அவையில் அமர வைத்துவிட்டான்.

அவையில் உள்ள பலரும் எழுந்து பலவகையான கருத்துக்களை உரத்த குரலில் முழங்கினர். மன்னன் இவர் பக்கம் திரும்பினான். "நீங்கள் சொல்லுங்கள்" என்றான் மிகுந்த மரியாதையுடன்.

"சொல்ல என்ன இருக்கிறது" என்றார் ஞானி.

"உங்கள் கருத்துக்களை சொல்லுங்கள்."

"எனக்கு ஏது கருத்து? எந்தக் கருத்தை யார் சொன்னாலும் அதற்கு மாற்றுக் கருத்து உண்டு."

ஞானியின் பதிலால் புரியாமல் விழித்த மன்னன், "பிறகு ஏன் இங்கு வந்தீர்கள்?" என்று கேட்டான்.

"நான் எங்கே வந்தேன்? உன் வீரர்கள்தான் என்னை இழுக்காத குறையாக அழைத்து வந்தார்கள்" என்றார் ஞானி.

இந்த இடத்தில் சூஃபி ஞானி கூறியது மிகவும் சரியானது. மன்னனைப் பொறுத்தவரை அவனுக்கு வாழ்வின் தேவைகள் பூர்த்தியாகி விட்டன. அரண்மனை, அதிகாரம், செல்வம், சுகபோகங்கள் எல்லாம் அவனுக்கு இருந்தன. இனி அவனுக்குத் தேவை ஒன்றுதான். மக்கள் மத்தியில் நன்மதிப்பு கிடைக்க வேண்டும் என்பதே அது. ஆன்மீக நாட்டம் உடையவன் என்ற ஒன்றுதான் அவனுக்கு அந்த நற்பெயரைப் பெற்றுத் தரும்.

வந்தவர்களைப் பொறுத்தவரை அவர்களுக்குத் தேவை சமூக அங்கீகாரம். அதனால்தான் அரசனால் புகழப் பெற்று அரண்மனையில் விருது பெறவேண்டும் என்ற ஆர்வத்துடன் அங்கே குவிந்திருந்தனர்.

குருஜி வாசுதேவ்

அதனால் ஒவ்வொருவருமே மற்றவர்களைவிட வித்தியாசமாக, சிறப்பாக ஏதாவது சொல்ல வேண்டும் என்று போட்டியிட்டனர். தங்களுக்குத் தெரியாத ஒன்றை, தாங்கள் அறிந்திராத ஒன்றை உரத்த குரலில் விமர்சிக்க முற்பட்டனர்.

இறை ஆற்றல் எங்கும் இருப்பது. எல்லாவற்றிலும் பரந்துள்ளது. எல்லாவற்றையும் அறிவது. எல்லாவற்றையும் உணர்வது என்றெல்லாம் போட்டி போட்டுக் கொண்டு புதிய தத்துவங்களையும் கோட்பாடு களையும் விவரித்தனர்.

உண்மையான இறை உணர்வு என்பதைப் பற்றி கேட்க அரசனுக்கும் அக்கறையில்லை. சொல்லும் அறிவு ஜீவிகளுக்கும் அதுபற்றிக் கவலை யில்லை. அதனாலேயே அந்த சூஃபி அறிஞர் இவர்களைப் பொருட்படுத்தாமல் சென்றார்.

இறை ஞானம் என்பது வார்த்தைகளால் விவாதம் நடத்தக் கூடிய ஒன்று அல்ல. பலர் கூடி கலந்தாலோசித்து முடிவெடுப்பதும் அல்ல. முதலில் அங்கு கேட்பவன் என்று எவரும் இருப்பதில்லை. சொல்பவன் என்றும் எவரும் இருப்பதில்லை.

ஏதாவது சொல்லுங்கள் என்று மன்னன் கேட்டபோது, சொல்ல என்ன இருக்கிறது? என்று அவர் கூறியது இதனால்தான். இறைவன் என்ற முழுமை சுட்டிக்காட்டப்படக் கூடிய ஒரு கருப்பொருளாயிருந்தால் சுட்டிக்காட்டலாம். அல்லது விவரிக்கக் கூடிய ஒரு கோட்பாடாயிருந்தால் விவரிக்கலாம்.

எல்லாவற்றுக்கும் அப்பாற்பட்ட ஒன்றைப் பற்றி சொல்பவர் என்ன பொருளில் சொல்ல முடியும்? அல்லது கேட்பவர் எப்படி விளங்கிக் கொள்ள முடியும்? உங்கள் கருத்தை சொல்லுங்கள் என்று மன்னன் கூறியபோதும், எனக்கு ஏது கருத்து? என்கிறார் அவர்.

முதலாவதாக அங்கு நான் என்பதே இல்லை. ஆகவே தனிப்பட்ட மனித நிலை இல்லாதபோது அங்கு கருத்து ஏது? இரண்டாவதாக கருத்து என்பதும் அங்கு இல்லை. ஒன்றை ஆம் என்று கூறும் ஒரு கருத்து இருந்தால் அதனை இல்லை என்று மறுக்கும் நேர் எதிர் கருத்தும் தானே அங்கு உருவாகிவிடும்.

இது இயற்கையின் நியதி. ஒருவர் கழிவு என்று ஒதுக்குவது வேறொரு ஜீவனுக்கு உணவாக அமையும். ஒன்றின் விஷம் இன்னொன்றின் மருந்தாக அமையும்.

இயற்கையில் அழுகி கெட்டுப் போனவற்றிலும் ஆயிரமாயிரம் புழு, பூச்சிகள் தோன்றி அந்த எச்சங்களை சாப்பிட்டு வாழ்வதில்லையா? ஆகவே எதை சிறப்பு என்பது? எதை அருவெறுப்பு என்பது?

எனக்கு ஏது கருத்து? என்கிறார் அந்த ஞானி.

உண்மையான ஞானிகள் எந்த ஒரு நிலையையும் எடுக்க மாட்டார்கள். ஒன்றை ஒருவர் ஆதரிப்பதே அவரிடமுள்ள நான் என்ற உணர்வின் வெளிப்பாட்டினால்தான். இறைவன் ஒளிவடிவமானவர் என்றால் இருள் யாருடைய வடிவம் என்ற கேள்வி எழும். இறைவன் கருணையே வடிவானவர் என்றால் கொடுமை யாருடைய வடிவம் என்ற கேள்வி எழும். இருள், ஒளி இரண்டுமே எதிலிருந்து தோன்றியதோ அதுவே அவர். அதனால் ஒளி, இருள் இரண்டையுமே சூஃபிகள் பொருட்படுத்த மாட்டார்கள். இரண்டையும் படைத்த இறைவனுக்கே நன்றி என்பதுடன் மவுனமாகி விடுவார்கள்.

28. வாழ்வின் ரகசியம்

முல்லா நசிருதீன் ஒரு நாள் தெரு வழியாக நடந்து சென்று கொண்டிருந்தார். அவருக்கு எதிரே பள்ளிக் குழந்தைகளை கூட்டமாக அழைத்துக் கொண்டு ஒருவர் வந்து கொண்டிருந்தார்.

"பிள்ளைகளை அழைத்துக் கொண்டு எங்கே செல்கிறீர்கள்?" என்று அவரைப் பார்த்து முல்லா கேட்டார்.

"நாட்டில் மழை இல்லை. குழந்தைகள் களங்கமற்ற மனம் கொண்டவர்கள். இந்தக் குழந்தைகளின் தூய இதயங்களின் பிரார்த்தனைக்கு இறைவன் உடனே செவி சாய்ப்பார். ஆகவே அவர்களை அழைத்துச் சென்று மழை வேண்டி பிரார்த்தனை செய்யப் போகிறோம்."

இதைக் கேட்டு சிரித்தார் முல்லா. ஒரு சிறு பையனை அழைத்து, "உலகத்திலேயே உனக்குப் பிடிக்காத இடம் எது?" என்று கேட்டார். "பள்ளிக்கூடம்" என்றான் அந்தச் சிறுவன் பளிச்சென்று. வேறொரு பையனிடம் "உலகத்திலேயே உனக்குப் பிடிக்காத மனிதன் யார்?" என்று கேட்டார்.

"என்னுடைய கணக்கு வாத்தியார்" என்றான் அவன்.

"பார்த்தீர்களா?" என்றார் நசிருதீன். "குழந்தைகள் இஷ்டப்பட்டது எல்லாமே நடக்கும் என்றால் உலகின் எல்லா பள்ளிக் கூடங்களும் தீப்பற்றி எரியும். அதிலுள்ள எல்லா ஆசிரியர்களும் செத்து விடுவார்கள்" என்றபடி தன் வழியே போனார்.

குழந்தைகள் அறியாமையில் இருப்பவர்கள். அதனாலேயே அனைவரது அன்புக்கும் பாத்திரமானவர்கள். ஆனால் அதற்காக அறியாமையை போற்றிக் கொண்டாட முடியாது. அறியாமையிலிருந்து அறிவை நோக்கிய பயணமே கல்வி என்பது. அதேபோல் வாழ்விலிருந்து ஞானத்தை நோக்கிய பயணமே ஜீவனின் கல்வியாகும்.

போதகர் ஒருவர் இன்னொருவரிடம் கேட்டார் "இரவில் உறங்கப் போகும் முன்பு தினமும் பிரார்த்தனை செய்கிறீர்களா?" என்று.

"தவறாமல் செய்கிறேன்" என்றார் அவர்.

"பகலில் பிரார்த்தனை செய்கிறீர்களா?" என்று கேட்டார் போதகர்.

"பகலில் எனக்கு பயமே ஏற்படுவதில்லை" என்றார் அவர்.

நிஜமான மனித நிலையை பிரதிபலிப்பது இந்தக் கதை. அச்சம், தேவை இந்த இரண்டின் அடிப்படையில் மட்டுமே பெரும்பாலானவர் களின் கடவுள் பக்தி கட்டப்பட்டுள்ளது. இந்த வேண்டுதல், இந்த யாத்திரை பலன் தரக்கூடியது என்ற எண்ணத்தில் மட்டுமே லட்சக்கணக்கான மக்கள் அங்கு கூடுகின்றனர். அந்த மதத்தைப் பின்பற்றுகின்றனர்.

இதனால் ஒரு பயனும் இல்லை என்று எல்லோரும் கருதிவிட்டால் கடவுளை வணங்க, ஏன் நினைக்கக் கூட எவருமே இருக்க மாட்டார்கள்.

புத்தரிடம் ஒருவன் கேட்டான்: "உங்களுக்கு கடவுளிடமிருந்து என்ன கிடைத்தது?" என்று. புத்தர் சிரித்தார். "நான் எதையும் பெறவில்லை.

குருஜி வாசுதேவ்

அனைத்தையும் இழந்தேன். அதனால் என்றும் இருத்தல் என்பதை உணர்ந்தேன்" என்றார்.

பெறுபவன், கொடுப்பவன் இரண்டும் அற்ற நிலை சூஃபி நிலை. சூஃபிகள் எதையும் வேண்டுவது இல்லை. சூஃபி கூறுகிறது: "வாழ்வில் பாதிப்பேர் சுவர்க்கத்தை அடைவதைப் பற்றியே எண்ணிக் கொண்டிருக்கின்றனர். மீதிப்பேர் நரகம் பற்றியே சதா சர்வகாலமும் எண்ணிக் கொண்டிருப்பதால் அச்சத்துடனேயே வாழ்க்கையை கழிக்கிறார்கள். இந்த மகிழ்ச்சி, அந்த அச்சம் இரண்டும் அற்றவர்கள்தான் ஆடிப்பாடி மகிழ்கின்றனர். இந்த கொண்டாட்டமே வாழ்வின் தெய்வீக அம்சம் ஆகும்."

அரசன் ஒருவன் ஞானியிடம், "என் மனம் அமைதியின்றி தவிக்கிறது" என்றான்.

"அப்படியா! உன் மனத்தை என்னிடம் கொடுத்துவிட்டு போ. நாளை வந்து வாங்கிக் கொள். அதற்குள் சரி செய்து வைக்கிறேன்" என்றார் ஞானி.

"மனத்தை எப்படி எடுத்துத் தருவது? அது எனக்குள் அல்லவா இருக்கிறது?" என்றான் அவன்.

"அப்படியா! சரி. கண்களை மூடிக் கொண்டு உனக்குள்ளே எந்த இடத்தில் அந்த மனம் இருக்கிறது என்று கண்டுபிடி" என்றார் ஞானி.

நமது மனம் எங்குள்ளது என்பதை நாம் உணர முடியாத வரையில் மனம்தான் நமது அரசன். அதன் அடிமைகளாகத்தான் ஆயுள் முழுதும் நாம் செயல்பட்டுக் கொண்டிருப்போம். உள்மனம் எங்கே என்று நீ தேடத் துவங்கும்போதே உள்மனம் பதுங்க ஆரம்பித்து விடும். அதனை நீ தேடிக் கண்டுபிடித்த மறுகணமே அது மறைந்து போய்விடும்.

தன்னை உணர்ந்த ஞானிகள் எல்லோரும் தன்னை மறந்தவர்களாக இருப்பதை வரலாறு கூறுகிறது. இயற்கையின் எதிர்மறையான விநோதம் இது. தன்னை இழப்பதன் மூலமே ஒருவன் தன்னை உணர முடியும்.

அனைத்தையும் உதறியவன் எல்லாவற்றையும் பெற்றவன் ஆகிறான். இழப்பவன் பெறுகிறான் என்கிறார் ஏசு.

சூஃபி ஞானி ஒருவரிடம் ஞானத்தின் பல்வேறு நிலைகள் பற்றி மாணவர்கள் வினவினார்கள்.

"எங்களைப் போன்ற ஒரு மாணவன் சூஃபி நிலையை எட்டி விடுகிறான் என்று வைத்துக் கொள்வோம். அவன் முதலில் இருந்தது எங்கள் நிலையில். இறுதியில் அடைந்தது உங்களைப் போன்ற நிலையை. இந்த இரண்டுக்கும் இடையில் எத்தனை நிலைகள் உள்ளன? எந்தெந்தக் கட்டங்களை அவன் தாண்டுகிறான்? அல்லது எந்தெந்த உலகங்களை அவன் அடைகிறான்?"

மிகவும் சாதுரியமாகக் கேட்கப்பட்ட இக்கேள்வி அந்த ஞானியின் முகத்தில் புன்னகையை வரவழைத்தது. எனினும் இதற்கு விளக்கம் கூற அவர் தத்துவங்களையோ, வேத விளக்கங்களையோ துணைக்கு அழைக்க முற்படவில்லை. அவர் பின்வருமாறு கூறினார்.

"இறைவன் என்னை அழைத்துச் சென்று செயல் உலகில் விட்டார். பல ஆண்டுகள் நான் செயல்பட்டேன். பின்பு அவர் என்னை துயரம் என்ற உலகிற்குக் கொண்டு சென்றார். அங்கு பற்றுக்களின் விளைவாக ஏற்படும் துயரங்கள் அனைத்தையும் அனுபவித்துத் தீர்த்தேன். அதன் பின்னர் அவர் என்னை அன்பு உலகில் கொண்டு சேர்த்தார். அங்கு அன்பின் சுவாலைகளால் நான் என்பது எரிக்கப்பட்டது. அது எனக்கு அமைதி உலகிற்கான வழியைக்காட்டியது. அங்கு பிறப்பு, இறப்பு பற்றிய சலனங்களின் அற்புதங்கள் யாவும் வெளிப்பட்டன."

"இறுதியான நிலை அதுதானா?" என்றான் சீடன் ஒருவன்.

"இல்லை. பின்னர் இறைவன் ஒருநாள் என்னை ஆலயத்தின் கருவறைக்கு அழைத்துச் செல்லப் போவதாக சொன்னார். அதாவது அவருடைய உலகத்திற்கே அழைத்துச் செல்வதாகக் கூறி என்னை சிரிப்பு உலகிற்கு அழைத்துச் சென்றார்" என்றார் ஞானி.

வேதங்கள் கூறுகின்றன: "அனைத்தையும் பார்த்துக் கொண்டு அந்த ஏகன் சிரித்துக் கொண்டே இருக்கிறான்" என்று.

சூஃபி ஞானி ஜுன்னாயிது சீடர்களிடம் கூறினார்: "நான் முதலில் குருவை நாடிச் சென்றபோது அவர் என்னைப் பார்க்கவும் இல்லை. மூன்று வருடங்கள் நான் காத்துக் கொண்டிருந்தேன். காலையும், மாலையும் பலரும் அங்கு வருவார்கள். போவார்கள். அவர்களில் சிலரைப் பார்த்து பேசும் அவர் என்னைக் கண்டுகொள்ளவே இல்லை. நான் அங்கு இருந்தது அவர் முன் இருக்கிறோம் என்ற உணர்வினால் மட்டுமே. அதன் இனிமையும், கூடவே அவர் என்னைக் கண்டு கொள்ளாமல் இருப்பதற்கு ஏதோ ஒரு காரணம் இருக்கும் என்ற உணர்வுமே நான் அப்படிப்

பொறுமையாகக் காத்துக் கொண்டிருந்ததற்கான காரணம். 3 வருடம் சென்றபின் ஒருநாள் என்னைப் பார்த்தார். அதன்பின் மூன்று வருடம் சென்ற பின்பு ஒரு முறை என்னைப் பார்த்து சிரித்தார். பின் 3 வருடங்கள் முடிந்தபின், மகனே! நீ போ. நீ தயாராகி விட்டாய் என்று கூறி நெற்றியில் முத்தமிட்டார். அவர் அதற்கு மேல் ஏதும் கூறவும் இல்லை. நானும் ஏதும் கேட்கவும் இல்லை."

வருடக்கணக்கிலான தத்துவ விளக்கங்கள், உபதேசங்களைவிட சிலர் ஒரு பார்வை, ஒரு தீண்டல் மூலமே உள்ளிருந்து எழுப்பிவிடுவதும் உண்டு. சொல்லில் அடங்காத அந்த ஞானம் உள்ளிருந்து பெருகுவதை ஒருவரால் உணர மட்டுமே முடியும்.

எனினும் அதற்கு மனமும், உடலும் தயாராக நெடுங்காலம் காத்திருக்க வேண்டி வரும்.

சூஃபி ஞானி பாயஜீத்திடம் ஒருவன் வந்து "என்னை உங்கள் சீடனாக ஏற்க வேண்டும். நான் உண்மையைத் தேடுகிறேன்" என்றான்.

ஞானி அவனிடம், "போய் தண்ணீர் இறை. விறகு வெட்டிக் கொண்டு வா. சமையல் முடிந்தபின் வீட்டை சுத்தம் செய்" என்றார்.

"நான் உண்மையைத் தேடி வந்தேன். வேலை தேடி வரவில்லை" என்றபடி வெளியேறினான் அந்த இளைஞன்.

சூஃபி பொன் மொழிகளில் ஒன்று கூறுகிறது: போய் உன் அசல் முகத்தைக் கண்டுபிடி. நீ பிறக்கும் முன்பே அது உன்னிடம் இருந்தது.

ரமண மகரிஷியின் நான் யார்? என்ற வார்த்தை மிகப் பிரசித்தி பெற்ற வார்த்தை. உடல் என்னும்போது அதை என் உடல் என்கிறோம். மனம் என்பதையும் என் மனம் என்கிறோம். உயிர் என்பதையும் என் உயிர் என்கிறோம். அப்படியானால் இந்த என் என்பது எதைக் குறிக்கிறது?

ஞானி ஜுன்னாயிது நடந்து சென்று கொண்டிருந்தபோது ஒருவன் அவரிடம், "இங்கிருந்து நகரம் செல்ல எவ்வளவு நேரமாகும்?" என்று கேட்டான். அவர் பதில் சொல்லாமல் மவுனமாக நடந்தார். பத்து நிமிடம் சென்றபின், "நாலு மணி நேரம் ஆகும்" என்றார்.

"அப்போது கேட்டதற்கு இப்போது பதில் சொல்கிறீர்களே? என்றான் அவன் வியப்புடன். உனது நடை வேகம் தெரியாமல் எப்படி நான் உன் கேள்விக்குப் பதில் சொல்வது?" என்றார் அவர்.

தியானமும் இப்படிப்பட்டதே. உனது உள்ளத்தின் உந்துதலைப் பொறுத்தே உனது ஞானமும் அமையும். முழு உத்வேகத்துடன் அனைத்தையும் உதறி விட்டு இதை அடைந்தவர்கள் உண்டு. அவ்வப்போது இதில் இறங்கி சங்கீத சாதகம் செய்வதுபோல் நெடுங்காலம் செய்பவர்கள் உண்டு. நினைத்தபோது திடீரென இதில் ஈடுபட்டு பிறகு மற்ற செயல்களை கவனித்து கொண்டிருந்து விட்டு பின் திரும்பவும் இதில் ஈடுபட்டு, இப்படியாக பயனற்ற வீண் முயற்சிகள் செய்பவர்களும் உண்டு. ஆன்மீகத்தில் இத்தகையோர்தான் ஏராளமாக இருப்பர்.

உன் ஒவ்வொரு செயலிலும் இறைவன் நாமம் ஒலிக்கட்டும் என்பது சூஃபி பொன் மொழி ஆகும்.

மூச்சு விடுவது எப்படி இயல்பாயிருக்கிறதோ அதுபோல் உன் ஒவ்வொரு மூச்சும் இறைவன் நாமத்துடன் உள்ளத்திலிருந்து வரட்டும். அதை மீறிய பெருந்தவம் ஏதும் இல்லை என்கின்றனர் சூஃபிகள்.

சித்தர் பாதையில் மனிதர்கள் செல்வதே இல்லை. அதற்காக முயற்சித்து அம்முயற்சியில் தவறியவர்கள் பித்தர்களாகி விடுகின்றனர். சரியான திசையில் தங்களை செலுத்தியவர்கள் சித்தர்களாகின்றனர். சூஃபி மகான்கள் பலரும் அமைதியாக பூமியில் வலம் வந்து கொண்டிருப்பார்கள். பாதை தவறிய பித்தர்கள் பலரையும் அவர்கள் நேர் செய்வார்கள்.

அப்படி சரியாக்கப்பட்ட சிலர் மீண்டும் முயன்று சரியான பாதையில் செல்வதுண்டு. பெரும்பாலோர் எதற்கு வம்பு என்று மீண்டும் இறங்குவதேயில்லை. அதில் பலரை அவர்களது சுற்றம், சூழ்நிலைகள் தடுத்துவிடும்.

இருபதாம் நூற்றாண்டில் சூஃபி ஞானியான மெஹர் பாபா இந்தியாவில் ஏராளமானவர்களை நேர் செய்தவர். மனநல விடுதிகளில் இருந்த எண்ணற்ற பித்தர்களை அவர் குணப்படுத்திக் காட்டினார்.

கர்நாடக மாநிலத்தில் ஹாஸன் என்ற ஊரில் வாழ்ந்த ஞானியும் அபார சக்திகள் படைத்தவர். அனைத்தையும் கடந்த அந்த சூஃபி ஞானியை இந்து என்று இந்துக்களும், முஸ்லிம் என்று முஸ்லிம்களும் கூறுவதுதான் மிகப் பெரிய வேடிக்கை. தாதா ஹயாத் என்று முஸ்லிம்களும், பாபா புட்டங்கரி என்று இந்துக்களும் கூறி அவரை வழிபடுகின்றனர். நல்லவேளையாக மத சச்சரவுகள் இன்றி அனைவரும் சென்று வணங்குவது ஆறுதலான விஷயம். அந்த மகானின் சமாதியில் மட்டும் மணலை கையில் அள்ளி முகர்ந்து பார்த்தால் சந்தன மணம் வீசும்.

இடைக்காலத்தில் மறுமலர்ச்சிக்கு முந்திய ஐரோப்பாவில் கடுமையான மத இறுக்கம் நிலவியது. பூமி சூரியனை சுற்றுகிறது என்று சொன்னவர்கள் தீயிட்டுக் கொளுத்தப்பட்டனர். அல்லது சாகும்வரை சிறைக்கு அனுப்பப்பட்டனர். இஸ்லாம், கிறிஸ்தவம் இரண்டிலும் நிலவிய நிலை இதுதான்.

சூஃபி ஞானிகள் பலரும் மத விரோதிகள் என்று அறியாமையில் உள்ள மக்களால் கருதப்பட்டனர். அதனால் பலர் கொலையுண்டனர். பலர் தாக்குதலுக்கு ஆளாயினர்.

சாதாரணமாகவே நம்மால் சூஃபிகள் எட்டிய நிலையைப் பற்றி விளக்கினாலும் புரிந்து கொள்ள முடியாது. இதில் அவர்கள் மீதே சமுதாயம் பகைமை பாராட்டினால் தங்களை விரும்பாத மக்களிடம் அவர்கள் என்ன சொல்லப் போகிறார்கள்?

பெரும்பாலான சூஃபி ஞானிகள் மவுனமாகிவிட்டது இதனால் தான்.

பயாஜீத் பிஸ்தாமி, அனஹலாஜ் மன்சூர் ஆகியோர் கொலை செய்யப்பட்டனர் பயங்கரமான முறையில்.

கலீபா உமரிடம் நானே பைகம்பர் என்று கூறியதால் மன்சூர் இழுத்துச் செல்லப்பட்டார். கலீபா அவரை விசாரித்தார் "இவன் அனஹலக் (நானே கடவுள்) என்கிறான்" என்றனர் பொது மக்கள்.

கலீபா கேட்டார்: "அப்படியானால் முகமது நபி யார்?"

"ஆம். எட்டிவிட்டேன்" என்றார் இவர் பரவசமாக.

"நானே பைகம்பர். நேற்றுவரை முகம்மது மட்டும்தான். இன்று நான்"

இதைக் கேட்ட கலீபா கோபத்துடன், "உனக்கு ஒரு நாள் அவகாசம் தருகிறேன். மன்னிப்புக் கேள். முகமதுவை ஏற்றுக் கொள். இல்லையேல் உனக்கு மரண தண்டனை" என்றார்.

மாறாத பரவசத்துடன் மன்சூர், "எப்போதும் இதுதான் நடக்கும். முகமதுவுக்கும் இதுதான் நடந்தது. நான் மாறமாட்டேன். ஏனெனில் இனி மாற எதுவும் இல்லை. மாறாததைக் கண்டுவிட்டேன்" என்றாராம்.

சராசரி மக்கள் ஆன்மீகத்தைவிட ஆன்மீக விதிமுறைகளையே பெரிதும் விரும்புகிறார்கள். 'அமாவாசையில் இதைச் செய். பவுர்ணமியில் அதைச் செய் என்பது போன்ற நியதிகள், சடங்குகள், சட்டங்களையே இவர்கள் பின்பற்ற விழைகின்றனர். நூற்றெட்டு முறை

குருஜி வாசுதேவ்

ஜெபித்தல், 48 நாள் விரதம், 1008 கலசம் வைத்து பூஜை என்றெல்லாம் எண்ணிக்கையில் காட்டும் ஈடுபாட்டினை இவற்றுக்கெல்லாம் அப்பாற்பட்ட இறைவனிடம் இவர்கள் காட்டுவது இல்லை.

சூஃபிகள் விதிமுறைகளையோ, அவற்றைப் பின்பற்றுவதையோ பற்றி அக்கறைக் காட்டுவதில்லை. உன் மனம் எப்படி உள்ளது? என்பதே அவர்களின் அக்கறை. முகமது நபியே அல்லா உன் இதயத்தைத்தான் பார்க்கிறார். அங்கு உன் எண்ணங்கள் எப்படி இருக்கின்றன என்பதையே அவர் கவனிக்கிறார் என்று பல இடங்களில் கூறுகிறார்.

அல் பயாஜீத் பற்றி சூஃபி இலக்கியங்கள் பெரிதும் சிலாகித்துப் போற்றுகின்றன. எட்ட முடியாத உன்னத நிலையை எட்டிக் காட்டியவர் அவர். எனினும் எதையும் அவர் சொன்னதே இல்லை.

மரத்தடியில் அமர்ந்திருந்த புத்தரின் முகத்தை கண்ட ஒருவன் சிலிர்த்துப் போய், "சுவாமி! தாங்கள் யார்? முனிவரா? தேவரா? மகானா? கடவுளின் அவதாரமா?" என்றெல்லாம் குழறலுடன் கேட்டானாம்.

புத்தரோ அமைதியாக "இல்லை. நான் விழிப்புணர்ச்சி. வெறும் விழிப்புணர்ச்சி மட்டுமே" என்றாராம்.

அத்தகைய பிரக்ஞை, அல்லது விழிப்புணர்வு அல்லது பேருண்மை கண்டவர்களில் அல் பயாஜீத் குறிப்பிடத்தக்கவர். எனினும்கூட அவர் எவரிடமும் ஏதும் சொல்லவேயில்லை. எந்த சித்து அற்புதங்களையும் அவர் செய்யவில்லை. போதனைகளை நிகழ்த்தவில்லை. பாடல்கள் எதையுமே இயற்றவில்லை.

அவர் முகம் காட்டிவிட்டது அவர் எதையோ அடைந்தவர் என்று. பலரும் அவரை நாடி வந்தனர். எனினும் கூட அவர் ஒரு சொல்லைக் கூடத் தன் வாயிலிருந்து உதிர்க்கவில்லை.

சூஃபி சொல்கிறது 'அவர் ஒரு பறவையைப் போல் வாழ்ந்தார் என்று. தனக்கென எந்த அடையாளத்தையும் அவர் விட்டுச் செல்லவில்லை.'

பணக்காரர் ஒருவர் தினமும் வருவார். பயாஜீத் காலில் விழுந்து வணங்குவார். "வாழ்வின் ரகசியத்தை எனக்குக் கூறுங்கள்" என்பார். இவர் வெறும் புன்னகையுடன் பேசாமலிருப்பார்.

ஒருமுறை பணக்காரர் நெடுநேரமாக வற்புறுத்தினார். விடாமல் துளைத்தெடுத்தார். பயா ஜீத் கேட்டார் அவரிடம், "என்ன வேண்டும் உனக்கு?" என்று.

"வாழ்வின் ரகசியத்தை எனக்குத் தாங்கள் கூறவேண்டும்."

"ஒரு விஷயத்தை ரகசியம் என்று கூறிய பின்னர் அதை எப்படி மற்றவரிடம் சொல்ல முடியும்? பிறரிடம் கூறினால் அது எப்படி ரகசியம் ஆகும்?" என்றார் பயாஜீத்.

"நான் உங்களிடம் சத்தியம் செய்கிறேன். அதை யாரிடமும் கூற மாட்டேன்."

"நானும் அப்படித்தான். யாரிடமும் கூறமாட்டேன்" என்றார் பயாஜீத்.

அங்கே கூறுவதற்கு ஒன்றுமே இல்லை என்பதுதான் நிதரிசனமான உண்மை. உணர்வால் அறியக் கூடியதை, உணர்வால் ஒன்றக் கூடியதை வார்த்தைகளால் விவரிக்க வழியே கிடையாது. அப்படி வார்த்தைகளால் விளக்க முற்படும்போதே மூலத்திலிருந்து விலகிச் செல்ல ஆரம்பித்து விடுவோம்.

"எல்லாம் அடங்கியதே முழுமை. அதில் ஒன்றை எடுத்து இதுதான் முழுமை என்று எப்படிக் கூறுவது?" என்கிறது சூஃபி.

"மௌனத்தை எப்படி வார்த்தைகளால் விவரிப்பாய். ஓசை வந்ததுமே மவுனம் அகன்றுவிடும்" என்கிறது அத்வைதம்.

புத்தர், மகாவீரர், சங்கரர் என அனைவருமே மவுனமாக இருந்தவர்கள்தான்.

29 பிரார்த்தனை

மிகைல் ரைமி என்பவர் புக் ஆஃப் மிர்தாத் என்று ஒரு நூல் எழுதியுள்ளார். ஏறக்குறைய உமர் கய்யாமை பின்பற்றக் கூடிய நூல் அது எனலாம்.

உமர் கய்யாம் கவிஞன். மது, மங்கை, கவிதை இவற்றால் வசீகரிக்கப்பட்டவன். மிர்தாத் அப்படிப்பட்டவன் அல்ல.

உலகிலேயே காதல்தான் மிகப் பெரிய பற்று என்றும், பெண் மோகம்தான் மிகப் பெரிய மாயை என்றும் கூறப்படுவதன் நடுவே பற்றுக்களிலிருந்து விடுதலை பெற ஒரே வழி காதல்தான். எல்லாவற்றையும் நீங்கள் நேசிக்கும்போது எதன் மீதும் உங்களுக்குப் பற்று உண்டாகாது என்று விவரிக்கிறது அவன் எழுதிய நூல்.

சூஃபி சித்தாந்தங்களுடன் ஒத்துப் போகும் ஒரே நூல் அது என ஓஷோ பெரிதும் பாராட்டியுள்ளார். பெண்ணைக் காதலிப்பதால் ஆணும், ஆணைக் காதலிப்பதால் பெண்ணும் கைதியாகி விடுகின்றனர். இருவருமே, சுதந்திரம் என்னும் மணிமுடி சூட தகுதி அற்றவர்கள் என்கிறார் மிர்தாத்.

காமம் வேறு. காதல் வேறு. காமம் உடல் சம்பந்தமானது. காதல் மனம் சம்பந்தமானது.

பசி வேறு. ருசி வேறு. பசி வயிறு சம்பந்தப்பட்டது. ருசி நாக்கு சம்பந்தப்பட்டது.

பசி எல்லாவற்றையும் சாப்பிடும். ருசி எது தனக்கு சிறந்தது என்று நினைக்கிறதோ அதனைத்தான் தேர்ந்தெடுக்கும்.

காதலில் காமம் கலந்துவிடும்போது ஆண் பெண்ணைத் தாண்டி, பெண் ஆணைத் தாண்டி வருவதில்லை. மனம் அங்கேயே தங்கி விடுகிறது. தேங்கிய குட்டை வெகு விரைவில் நாற்றம் எடுக்கத் துவங்கிவிடும்.

காமம் அற்ற காதல் என்பது ஓடும் நீர் போன்றது. அது நேசத்தில் தொடங்கும். ஒன்றன்பின் ஒன்றாக அனைத்தையும் நேசிக்கும். இறுதியில் அது இறைநிலையாகவே மாறிவிடும். பக்தமீராவின் பிரேமை அப்படிப்பட்டதுதான். ஆண்டாளின் அன்பும் அந்த வகையைச் சேர்ந்ததுதான்.

காமம் அற்ற காதல் என்பதால் அங்கே உடல் என்பது இரண்டாம் பட்சம்தான். மனம்தான் அங்கு முதலில். அதனால்தான் திருநாவுக்கரசரால் காதலாகிக் கசிந்து கண்ணீர் மல்கி என்று பாட முடிந்தது. ஆண்டா ளால் மற்றை நம் காமங்கள் மாற்றேலோர் எம்பாவாய் என்று உருக முடிந்தது.

அரசன் ஒருவன் ஞானி ஒருவரை சந்தித்தான். "சுவாமி! எனக்காக தாங்கள் இறைவனிடம் பிரார்த்திக்க வேண்டும்" என்று கேட்டுக் கொண்டான்.

"நல்லது" என்ற ஞானி மண்டியிட்டுப் பிரார்த்தித்தார்: "இறைவா! அனைவரும் மகிழ்வுடன் வாழ வேண்டும். எங்கும் அமைதி நிலவ வேண்டும். அனைவரும் சகல நன்மைகளும் பெற்று நிம்மதியாக இருக்கவேண்டும்."

அவரது வழிபாடு மன்னனுக்கு ஏமாற்றத்தை அளித்தது. பிரார்த்தனை முடிந்ததும் அவன் ஞானியிடம் கேட்டான்:

"சுவாமி! என்ன இது? எனக்காக பிரார்த்திக்கும்படி கேட்டேன். நீங்கள் உலகத்துக்காக பிரார்த்திக்கிறீர்கள். இதில் என் நாட்டின் பெயரோ, என் பெயரோ வரவில்லையே?"

ஞானி சிரித்தார். "அனைவருக்குமாக வேண்டும்போது அதன் பலன் உனக்கு மட்டும் இல்லாமலா போகும்?"

"இருந்தாலும்...?" என்று இழுத்தான் மன்னன். ஞானி பூவாளி நிறைய தண்ணீரை எடுத்தார். அரசனிடம் கொடுத்து செடிகளுக்கு அதை ஊற்றும்படி சொன்னார். ஊற்றிவிட்டு வந்தவனிடம் "எங்கே ஊற்றினாய்?" என்று கேட்டார்.

"எல்லா செடிகளுக்கும் ஊற்றினேன்."

"செடியின் எந்த பாகத்தில் ஊற்றினாய்?"

"வேர்ப் பகுதியில்தான்."

"இது என்ன வேடிக்கை? இலைகள்தானே வாடிப் போய் காணப்படுகின்றன? நீ வேரில்போய் தண்ணீரை ஊற்றியிருக் கிறாயே?"

"வேரில் ஊற்றினால் எல்லா கிளைகளுக்கும், இலை களுக்கும் அதுவே தானாகப் பரவாதா?"

"அதேதான்" என்றார் ஞானி. ஒட்டு மொத்த மனித குலத்துக் காகவும் வேண்டும் போது அதன் பலன் அனைவருக்கும் தானே வந்து சேரும்.

நான், நீ என்ற பேதங்களை ஏற்படுத்துவதுதான் மனத்தின் அடிப்படை வேலையே. அந்த பேதங்கள் உள்ளவரை மனம் எல்லாவற்றையும் விரும்பும். எல்லோரையும் வெறுக்கும். மனதில் பேதங்கள் அற்றுப் போகும்போது தனிப்பட்ட எதன்மீதும் பற்று உண்டாவதில்லை. அனைத்தின் மீதுமான அன்பு மட்டுமே அதன் வெளிப்பாடாக இருக்கும்.

ஒருசமயம் வேட்டைக்குப் போயிருந்த அக்பர் மாலை ஆகிவிடவே காட்டின் அப்பகுதியிலேயே துண்டை விரித்து தொழுகையில் ஈடுபட்டிருந்தார். அவ்வழியே வேகமாக வந்த ஒரு வேட்டுவப் பெண் பாதையில் அக்பர் இருப்பதை அறியாமல் அவர் மேல் இடறி கீழே விழுந்தாள். அவசரமாக அங்கிருந்து எழுந்தவள் ஒரு வார்த்தைகூட கூறாமல் வேக வேகமாக அந்த இடத்தைவிட்டுச் சென்றாள்.

அக்பருக்குள் கோபம் மூண்டது என்னை இடறியது மட்டும் அல்லாமல் ஒரு மன்னிப்புக் கூட கேட்காமல் அல்லவா செல்கிறாள்? என்று.

என்றாலும் வழிபாட்டின் போது இடையூறு கூடாது என்பதால் பேசாமல் இருந்தார். தொழுகை முடிந்தபின்னும் அங்கிருந்து செல்லாமல் அந்த இடத்திலேயே அந்த வேட்டுவப் பெண்ணுக்காகக் காத்திருந்தார். நெடுநேரம் கழித்துத் திரும்பி வந்தாள் அப்பெண்.

நில் என்று அக்பர் அவளை தடுத்தி நிறுத்தி அவளது தவறை அவளுக்குச் சுட்டிக் காட்டினார். "நீ அப்படி மரியாதை குறைவாக நடந்து கொள்ள என்ன காரணம்? சொல்லாவிடில் தண்டிக்கப்படுவாய்."

அப்பெண் அச்சம் இன்றி அவரைப் பார்த்தாள். "பொழுது சாயும் முன்பே வீடு திரும்பும் என் கணவனை இருட்டி வெகு நேரம் ஆகியும் காணாததால் அவரைத் தேடிக் கொண்டு பரபரப்புடன் நான் சிறிது நேரத்திற்கு முன் இந்த வழியே சென்றேன். அதனால் நான் நீங்கள் இங்கே தொழுகையில் ஈடுபட்டிருந்ததையோ உங்கள் மேல் இடறி கீழே விழுந்த தையோ நான் அறியவில்லை. நீங்கள் சொல்லித்தான் இப்போது தெரிந்து கொள்கிறேன். ஆனால் நீங்களோ எல்லோருக்கும் மேலான இறைவனை வழிபட்டுக் கொண்டிருந்த நிலையில் அதை விட்டுவிட்டு என்னை கவனித்தது எப்படி?"

இதைக் கேட்ட அக்பர் வெட்கப்பட்டார். " உண்மை. உன் கணவன் நினைப்பிலேயே நீ எல்லாவற்றையும் மறந்து விட்டாய். நானோ இறை வழிபாட்டில் கூட முழுமையாக ஒன்றவில்லை" என்றார் வருத்தத்துடன்.

இறை வழிபாடு என்றில்லை. எந்த ஒரு செயலிலும் ஈடுபட்ட பின் அதிலேயே ஒன்றி விடும்போது அதுவே வழிபாடு ஆகிவிடும். பாடகன் தன்னை மறந்து பாடும்போது அந்தப் பாடலே தெய்வீகமானது ஆகிவிடும்.

ஒரு சமயம் ப்ருனோ தன்னை மறந்து வழிபாட்டில் ஈடுபட்டிருந்தார். நல்ல இரவு நேரம் அது. அப்போது தவளை ஒன்று கொர கொர என்று கத்தத் தொடங்கியது. தவளையின் வறட்டு சப்தம் அவருக்கு நாராசமாக இருந்தது.

இது என்ன தலை வேதனை? நிம்மதியாக பிரார்த்தனை செய்ய முடியவில்லையே? என்று நினைத்தபடி, சன்னல் பக்கம்

பார்த்த அவர் "நான் பிரார்த்தனை செய்கிறேன். யாரும் கத்தாதீர்கள்" என்றார். ஆத்ம ஞானியின் குரலுக்கு அனைத்து உயிர்களும் கட்டுப் பட்டன. எங்கிருந்து எந்த ஓசையும் எழவில்லை. இலைகள்கூட அசையவில்லை. எங்கும் பேரமைதி நிலவியது.

ஆனால் ஏனோ தெரியவில்லை. அவரால் பிரார்த்தனையில் ஒன்றவே முடியவில்லை. ஏதோ ஒரு அமைதியின்மையை அவர் மனம் உணர்ந்தது. எங்கோ ஒரு குறை இருப்பது போல் அவர் மனதுக்குப்பட்டது.

என்ன இது? ஏன் என் மனத்தால் பிரார்த்தனையில் ஒன்றவே முடியவில்லை. எங்கே தவறு ஏற்பட்டது?

என்று மனம் உருக அவர் வேண்டியபோது அவர் மனத்துள் ஒரு குரல் கேட்டது. "உன் பிரார்த்தனையைக் கேட்பதுபோலவே இறைவன் தவளையின் சத்தத்தையும் கேட்க விரும்புகிறார் போலும்" என்று.

ஞானி சன்னல் பக்கம் பார்த்து "பாடு" என்றார் மானசீகமாக தவளையை நோக்கி. மறுகணம் கரகரவென்று அந்தத் தவளை கத்த, அதை அடுத்து எல்லாத் தவளைகளும் அதனுடன் சேர்ந்து பாட ஆரம்பித்தன. எந்த ஓசை முன்பு அவருக்கு கர்ண கடூரமாக ஒலித்ததோ அது இப்போது அமைதியான அந்த இரவுக்கு பொலிவு சேர்ப்பதை உணர்ந்தார் அவர்.

முதன் முறையாக வழிபடுதல் என்பதன் தத்துவத்தை உணர்ந்து கொண்டார் அந்த ஞானி.

இயற்கையோடு ஒன்றுவதே வழிபாடு. அனைத்து ஜீவன்களுமே இயற்கையின் படைப்புக்களே. நமது குரல் நமக்கு இனிமை என்றால் கழுதையின் குரல் அதற்கு சங்கீதம்.

குருவியின் கூடு நம் கண்ணுக்கு விகாரமானதாயிருக்கலாம். ஆனால் அதன் கண்ணுக்கு அது அழகாகத்தான் இருக்கும்.

லைலாவின் நினைவால் பித்தனான கயஸ் ஊர், ஊராகப் பாடிக் கொண்டே திரிந்தான். அவனைப் பலரும் லைலா மஜ்னு என்றே குறிப்பிட்டனர். மஜ்னு என்றால் பித்தன் என்று பொருள்.

ஒரு நாள் அரண்மனையில் நடன மாதர்கள் இன்னிசைக் கருவிகள் முழங்க மஜ்னுவின் பாடல்களை உள்ளம் உருகப் பாடி நடனமாடினார்கள். பாடலின் வரிகளில் பரவசமான மன்னன் "யார் பாடியது இதை?" என்று கேட்டான்.

குருஜி வாசுதேவ்

லைலா மஜ்னு என்றனர் அனைவரும். அரசனுக்கு அவனது கதையையும் விளக்கினர். காதலால் ஒருவன் பித்தனானது கேட்டு அவனுக்காகப் பரிதாபப்பட்டான் மன்னன். கூடவே அவனுக்கு ஒரு ஆசை ஏற்பட்டது. இப்படி ஒருவனை பைத்தியமாக்கிய அந்த அழகி எப்படி இருப்பாள் என்று பார்க்க வேண்டுமென்று.

வீரர்களை அனுப்பி லைலாவை வரச் சொன்ன மன்னன் அவளைப் பார்த்து அதிசயித்துப் போனான். "என்ன இருக்கிறது இந்தப் பெண்ணிடம்? இவளைவிடப் பேரழகிகள் பலரும் நமது அரண்மனையிலேயே உள்ளனரே! இவளுக்காகவா ஒருவன் பித்தனானான்?" என்று.

ஆச்சரியப்பட்ட மன்னன் மஜ்னுவை வரவழைத்தான். "என்ன இருக்கிறது அந்தப் பெண்ணிடம் என்று நீ அவளுக்காக இப்படி உருகுகிறாய்?" என்று கேட்டான் நேரடியாகவே.

"நீங்கள் லைலாவைப் பார்த்ததில்லை" என்றான் மஜ்னு அமைதியாக.

"பார்த்துவிட்டுத்தான் கேட்கிறேன்."

"உங்கள் கண்களால் கண்டிருப்பீர்கள்?"

"வேறு எப்படிக் காண்பது?"

"என் கண்கள் உங்களுக்கு இல்லை. மஜ்னுவின் கண் கொண்டுதான் லைலாவைக் காண வேண்டும். மற்றவர்களின் கண்களால் அல்ல."

மஜ்னுவின் இந்த வார்த்தைகள் உலகப் புகழ்பெற்றவை. 'மஜ்னுவின் கண் கொண்டுதான் லைலாவைக் காணவேண்டும்' என்ற இந்த வரிகளை எடுத்து ஆளாத இலக்கியவாதிகளே இல்லை எனலாம்.

உண்மையில் இது அற்புதமான சூஃபி மொழி ஆகும். தான் அறிவாளி என்ற கண்ணோட்டத்தில் ஒரு பொருளைப் பார்ப்பவனுக்கு ஆண்டவனின் படைப்பின் அறுபுதங்கள் தெரியாது. ஆனால் பரவசம் என்ற கண்ணுடன் பார்த்தால் படைப்பின் ஒவ்வொரு சூட்சுமமும் தெரியும். இறைவன் எவ்வளவு அற்புதமான கலைஞன் என்பதை அப்போதுதான் நம்மால் உணர முடியும்.

உயரமான இடத்திலிருந்தபடி கடற்பரப்பைக் காண்பவன் அந்த விநாடியில் தான் வெறும் தூசு என்பதை உணருவான். இயற்கையின்

ஒவ்வொரு அணுவும் திட்டமிட்டு இயக்கப்படுவதை அறிந்து கொள்ளுவான். அந்த விநாடியில் அவனது தான் என்ற எண்ணம் ஓடி மறைந்துவிடும்.

மாபெரும் சாதனைகளை நிகழ்த்திய பலரும் இது தன்னால் நிகழ்ந்தது அல்ல என்பதை தெளிவாக உணர்ந்திருந்தனர். ராமாயண காவியத்தை இயற்றிய கம்பர் அதற்கு முன்பும் ஏர் எழுபது, சடகோபர் அந்தாதி, திருக்கை வழக்கம், சரசுவதி அந்தாதி போன்ற பல நூல்களை எழுதினார். அவற்றையெல்லாம் படித்தால் கம்பரா இதை எழுதினார் என்ற வியப்பே மேலிடும்.

காரணம் அவற்றில் கம்பர் தனது கவிதைத் திறனை மட்டுமே காட்ட முனைந்தார். கம்ப ராமாயணத்திலோ அதுவாகவேஅவர் மாறி விடுகிறார். அவரது உள்ளேயிருந்து ஊற்றுப்போல் அவை பொங்கி வருகின்றன.

என்னைக் கருவியாய்க் கொண்டு தன்னைத் தான் பாடுவித்தான் என்கின்றனர் அடியார்கள்.

தன்னை மறந்த பிரேமை, பரவச நிலை இவையே இறைவனின் இருப்பிடம் என்கின்றனர் ஞானிகள்.

30. கடவுளின் விருப்பம்

நெடு நேரம் கழித்து வீடு திரும்பினான் விவசாயி ஒருவன். "ஏன் இன்று வீட்டுக்கு வர இவ்வளவு நேரம்?" என்று கேட்டாள் அவன் மனைவி.

"பெரிய குரு ஒருவர் வந்திருந்தார்" என்றான் அவன். "ஊரே அங்குதான் கூடியிருக்கிறது. அவர் பேச்சைக் கேட்க பெரிய பெரிய பிரபுக்கள் எல்லாம் திரண்டு வந்திருக்கின்றனர். இன்னும் கொஞ்ச நாளில் நாடே அவர் பின்னால்தான் போகும் போலிருக்கிறது."

"கவலைப்படாதீர்கள்" என்றாள் அவன் மனைவி. இதற்கு முன்னால் எவ்வளவோ துன்பங்கள் ஏற்படவில்லையா? தைமூர், செங்கிஸ்கான், நீட்ட காமென் இப்படி எத்தனையோ பேர்களிடமிருந்து நம்மைக் காப்பாற்றிய கடவுள் இப்போது மட்டும் நம்மைக் கைவிட்டு விடுவாரா என்ன?"

சர்வாதிகாரிகளும், கொடுங்கோலர்களும் இழைக்கும் தீங்குகளை விட மதபோதகர்கள் என்ன பெரிய துன்பத்தை கொடுத்து விடப் போகிறார்கள் என்பதற்காக கூறப்பட்ட கதை இது.

தீயவர்கள் உடலை மட்டும்தான் துன்புறுத்துவார்கள். இவர்களோ மனதிலே குற்ற உணர்வை விதைத்து விடுகின்றனர். நாம் பாவிகள் என்றும், நம்மீது பாவத்தின் நிழல் படிந்துள்ளது என்றும் கூறி நாம் எதை செய்யலாம், எதை செய்யக்கூடாது என இவர்கள் நமது செல்களின் மீதே ஆளுமை செய்யத் துவங்கி விடுகின்றனர்.

முல்லா நஸிருத்தீனிடம் அவர் மனைவி கூறினாள். "அண்டை வீட்டில் ஊரார் எல்லோரும் கூடியுள்ளனர். வாருங்கள். நாமும் போய் அங்கு என்ன நடக்கிறது என்று பார்த்துவிட்டு வருவோம்" என்று.

"எதற்கு?" என்றார் நஸிருத்தீன்.

"அவர் ஹஜ் போய்விட்டு வந்திருக்கிறார்."

"அவர்தானே ஹஜ்ஜை தேடிக் கொண்டு போனார்?" அவரைத் தேடிக்கொண்டு ஹஜ் வரவில்லையே? என்றார் முல்லா.

சூஃபிகளின் ஞான முறையை ஒட்டு மொத்த அறிவு என்றார் இத்ரீஸ் ஷா. இதை ஏற்றுக் கொள். அதை விட்டு விடு என்றெல்லாம் அங்கு போதனைகள் செய்யப்படுவது இல்லை. உள்ளிருந்து கிளிர்ந்தெழும் அனுபவத்தையே அவர்கள் குறிப்பிட்டனர். உரமும், நீரும் வெளியிலிருந்து வரலாம். முளைத்து வளர வேண்டியது விதைதான். இங்கு நீதான் விதை. வீரியமுள்ள விதை எங்கும் முளைக்கும். சாரமற்ற விதை எவ்வளவு சத்தான உரமிட்டாலும் முளைக்காது. உன் மனம் வீரியம் வாய்ந்த விதையாக இல்லையேல் எதனாலும் உனக்கு பயன் இல்லை.

எனவேதான் சூஃபிகள் மனதிற்கு முக்கியத்துவம் அளித்தனர்.

சூஃபிகளின் வாழ்வு முறை, தத்துவங்கள் கோட்பாடுகளை விளக்கும் வகையில் 25 நூல்களுக்குமேல் எழுதியுள்ளார் இத்ரீஸ்ஷா. அவரது 'The Special Illumination உள்ளிட்ட பல நூல்கள் உலகம் முழுதும் பல மொழிகளில் மொழி பெயர்க்கப்பட்டு, லட்சக் கணக்கில் விற்பனையாகி சாதனை படைத்தவை.

சூஃபி தத்துவத்தை விளக்கும் கதைகள் பலவும் இத்ரீஸ்ஷா நூல்களில் உண்டு.

கப்பல் ஒன்று போய்க் கொண்டிருந்தது. அதன் மேல் தளத்தில் நின்றபடி பாதிரியார் ஒருவர் பார்த்துக் கொண்டிருந்தார். தூரத்தில் திட்டுபோல் ஏதோ தென்பட்டது.

"காப்டன்! அது என்ன?"

பாதிரியாரின் கேள்வியை அடுத்து அங்கு வந்த மீகாமன் கூறினான்.

"ஃபாதர்! அது ஒரு குட்டித் தீவு. ஆட்கள் யாரும் வசிக்காத இடம் அது. குடிநீர் தேவை என்றால் வேண்டுமானால் அங்கே போய் நிரப்பிக் கொள்ளலாம். மற்ற எதற்காகவும் யாரும் அங்கு போவது கிடையாது."

"அங்கு யாரும் வசிக்கவில்லையா?"

"யாரோ மூன்று பேர் வசிக்கிறார்கள். அவர்களை காட்டுவாசிகள் என்கிறார்கள் சில பேர். கிறுக்கர்கள் என்கின்றனர் சில பேர். அவர்கள் ஞானிகள் என்றும் சிலர் சொல்கின்றனர்."

"அவர்கள் என்ன மதம்?" ஆவலாக கேட்டார் பாதிரியார்.

"தெரியவில்லை. அவர்கள் வழிபாடு என்று ஏதாவது செய்கிறார்களா என்பதே சந்தேகம்தான்."

"எனக்கு ஒரு படகு கொடு. நான் போதனை செய்து அவர்களை கத்தோலிக்கர்கள் ஆக்குகிறேன்."

காப்டனுக்கு அதில் விருப்பமில்லை. எனினும் சம்மதித்தான். அவன் அளித்த ஒரு படகில் ஏறி தீவை சென்றடைந்தார் பாதிரியார்.

அங்கே மூன்று முதியவர்கள் வசித்தனர். இவரை அன்புடன் வரவேற்றனர். பழங்களும், நீரும் அளித்தனர்.

"நீங்கள் எந்த மதம்?" பாதிரியார் கேட்டார்.

"மதமா? அப்படி என்றால்?" வியப்புடன் கேட்டார்கள் அவர்கள்.

"எந்தக் கடவுளை வணங்குகிறீர்கள்?"

"அவர்கள் எத்தனை பேர் உள்ளனர்? முதலில் கடவுள் என்றால் என்ன?"

பாதிரியார் இதைக் கேட்டு அதிர்ச்சி அடைந்தார். "கடவுள் இந்த உலகத்தைப் படைத்தவர்."

"இந்த உலகை ஒருவர் படைத்தாரா என்ன?"

இவ்வளவு அஞ்ஞானிகளா இவர்கள் என்று அதிசயித்த பாதிரியார் கர்த்தர், சாத்தான், ஆதாம், ஆப்பிள் பழம் என்று விவரிக்க ஆரம்பித்தார். பின்னர் கேட்டார்.

"நீங்கள் ஜெபம் செய்வதுண்டா?"

"அது எதற்கு?" என்றார் ஒருவர். "ஜெபம் என்றால் என்ன?" என்றார் இன்னொருவர்.

மண்டியிட்டு ஜெபம் செய்ய கற்றுக் கொடுத்தார் இவர். "எங்கே சொல்லுங்கள்? பரமண்டலங்களில் உள்ள எங்கள் பிதாவே!"

மூவரும் கோரஸாக அவர் சொன்னதைப் பின்பற்றி சொன்னார்கள். எனினும் அவர்கள் எதன் மீதும் முழுமையாக கவனம் செலுத்தவில்லை. எனவே அவர் சொல்வதை உடனுக்குடன் மறந்து போய் விட்டனர். ஆனால் சளைக்காமல் திரும்பத் திரும்ப பாதிரியாரும் சொல்லிக் கொடுத்தபடி இருந்தார்.

மாலை ஆகியது. ஒரு வழியாக அவர்கள் ஜெபம் செய்யக் கற்றுக் கொண்டனர். கடைசியாக மீண்டும் ஒருமுறை அதை சொல்லச் சொல்லி சரிபார்த்த பாதிரியார் மனநிறைவுடன் அந்த இடத்தை விட்டுக் கிளம்பினார்.

அவருடைய படகு கப்பலை அடையும்போது இருட்டி விட்டது. பாதிரியார் ஏறிக் கொண்டதும் கப்பலின் நங்கூரம் உயர்த்தப்பட்டது.

அப்போது தூரத்தே தண்ணீரின் மேல் ஏதோ அசைவு தென்பட்டது. அது என்னவென்று உற்றுப் பார்த்தார் பாதிரியார். ஆம், அவர்கள் மூவரும் தண்ணீரின் மேல் ஓடி வந்து கொண்டிருந்தனர். ஓடிவந்து கப்பலின் கீழே வந்து நின்றவர்கள், "நீங்கள் சொல்லிக் கொடுத்தது மறந்து போய்விட்டது. தயவு செய்து அந்த ஜெபத்தை மறுபடியும் சொல்லுங்கள்" என்றனர்.

குருஜி வாசுதேவ்

பாதிரியார் கண்களில் கண்ணீர் வழிந்தது. "வேண்டாம். உங்கள் விருப்பப்படி இருங்கள். கடவுளும் அதையேதான் விரும்புகிறார்" என்றார் கண்ணைத் துடைத்தபடி.

உலகில் இரு. ஆனால் உலகிற்கு உரியவனாகி விடாதே என்பதுதான் சூஃபி பாதை. சூஃபிகளின் பாதை புலனறிவுக்கு எட்டாதது. அதனை பராக்கா (Baraka) என்கின்றனர்.

ஒவ்வொரு மனிதனும் ஒரு விதை போன்றவனே. தன்னை வெளிப்படுத்தத் தேவையான சத்துக்களை அந்த விதை எதிர்பார்க்கிறது. விதையாகவே உள்ளவை திரும்பத் திரும்பத் தோன்றிக் கொண்டே இருக்கும். முளைத்து வளர்ச்சி கண்டு முழுமை பெற்ற விதைகள் முழுமையாக பரம்பொருளுடன் ஒன்றி விடும். தனது பிரதிபலிப்புக்கள் (Reflections) என்ற நூலில் இத்ரீஸ்ஷா இதனை விவரித்துள்ளார்.

சூஃபி ஞானி ஜலாலுதீன் ரூமியின் கவிதை பற்றி முன்பே குறிப்பிட்டிருந்தோம். அதனை இத்ரீஸ்ஷா தனது சூஃபி வழி என்ற நூலில், நான் எதுவாக இருப்பேன்? என்ற தலைப்பில் விவரித்துள்ளார்.

பிரபல எழுத்தாளர் லா.ச. ராமாமிர்தம் தமது ராக் விளம்பித் அபிராமி என்ற கதையில் ஒரு கருத்தை கூறுவார்.

எனக்கென்று ஒரு கொள்கை உண்டு. வானத்தின் சிறிய மாதிரிதான் பூமி. வானில் உள்ள ஒவ்வொரு நட்சத்திரமும் ஒவ்வொரு கூடுதான். ஒவ்வொரு உயிருக்கும் ஒவ்வொரு கூடு சொந்தமானது. பூமியில் எத்தனை கோடி ஜீவன்கள் உண்டோ அத்தனை கோடி நட்சத்திரங்கள் வானில் இருக்கின்றன. ஒவ்வொரு உயிரும் இறந்தபின் அதனதன் கூடுகளை சென்று அடையும். சிறிது காலம் அங்கே தங்கி ஓய்வெடுத்த பின்னர் மீண்டும் புத்துணர்ச்சியுடன் பிறவி எடுக்கக் கிளம்பும்.

சூஃபிகளிலும் இதேபோன்ற பல கருத்துக்கள் உண்டு. நாம் விண்ணிலிருந்து வந்தவர்கள். ஒரு குறிக்கோளுடன் உருவெடுத்தவர்கள். நீ இங்கு இருப்பது ஏன் என்று மறந்தனையோ? என்று எழுதுகிறார் என்.பி. ஆர்ச்சர் தமது Sufi Mystery என்ற நூலில்.

நீ வானில் இருந்து வந்தவன். மீண்டும் அங்கே போகப் போகிறாய் என்கிறார் ஜலாலுதீன் ரூமி. அவரது வரலாற்றை எழுதியவர் அஃப்லேகி. அதன் பொருளே அவன் வானத்தவன் என்பதுதான். பழங்கால சூஃபி குரு நஜ்முதீன் குப்ரா என்பதன் பொருளே மகத்தான நம்பிக்கை நட்சத்திரம் என்பதுதான்.

ஹிலாலி கூறுகிறார். உனது வாழ்க்கை என்பது நீ உன் பயணத்தின் போது இளைப்பாறும் ஒரு இடம்தான். இன்னும் நெடிய பயணம் உனக்காகக் காத்திருக்கிறது. அதுபற்றி அறிந்து கொள். காலம் அதிகம் இல்லை . சாமர்கண்டில் பிறந்த இத்ரீஸ்ஷா இவரது கருத்தை சூஃபி கருத்தாய்வின் பிரத்யேக பிரச்சினைகள் என்ற தன் நூலில் எடுத்துக் காட்டியுள்ளார்.

சூஃபி ஞானி பயாசித்திடம் ஒருவன் சொன்னானாம். உங்களால் என் வாழ்க்கை வீணாகி விட்டது. எதையும் தேடாதே. தானே வரும் என்றீர்கள். அதைக் கேட்டு நான் என் வாழ்நாளில் 25 ஆண்டுகளை வீணாக்கி விட்டேன். எதையும் தேடாமல் விட்டுவிட்டேன். எதுவுமே வரவில்லை. பொன் வரவில்லை. பெண் வரவில்லை. எல்லோரும் இவற்றைத் தேடிப் பெற்றனர். நானோ கோட்டை விட்டு விட்டேன்.

பயாசித் சொன்னார்: நீ மவுனமாகவும் இல்லை. விருப்பமற்றும் இல்லை. பின்னோக்கி பார்த்தபடி இருந்தாய். ஒரு அழகான பெண் வீட்டுக் கதவைத் தட்டுவாள் என்று எதிர்பார்ப்புடன் இருந்தாய். கேளாதிருப்பவன் பெறுகிறான். கேட்பவனுக்கு கொடுக்கப் படுவதில்லை. உன் மனதால் சதா நீ கேட்டபடி இருந்தாய்.

சமகாலத்தவரான சூஃபி அப்துல் ஹமீது தொலைவில் உள்ள உலகம் பற்றிய உன் அறிவு தெளிவற்றது என்கிறார். தான் அறியாத உலகம் பற்றி அவன் நடைமுறை கோட்பாடுகளை உருவாக்குகிறான். அவை பயன்படுவதில்லை. ஏனெனில் இவனது அமைவுகளின் நோக்கமும் அவற்றின் அமைவுகளும் வேறுவேறானவை.

சூஃபி ஞானி தாநூன் புத்தரைப்போல் தன்னைச்சுற்றிலும் நெடுந்தூரத்திற்கு ஒளியைப்பரப்பியவர். அவரது பார்வையே பலரையும் அமைதிப்படுத்தும் சக்தி வாய்ந்தது.

ஹஸன் ஞானம் பெறுமுன் ரபியா அவரைப் பார்த்துச் சிரித்தாளாம். ஓ ஹஸன்! இது என்ன பைத்தியக்காரத் தனம். கதவு திறந்துதான் உள்ளது என்று.அதேபோல் எகிப்திய சூஃபி குரு தாநூன் வாழ்விலும் ஒரு பெண் அவரை விழிக்கச் செய்தாள்.

ஞானத் தேடலின்போது ஒரு முறை தாநூன் பாலைவனத்தினூடே நெடுந்தூரம் பயணம் செய்து களைப்புற்றார். கிராமம் ஒன்றை அவர் அணுகியபோது ஒரு வீட்டின் கூரை மீது ஓலைகளை அடுக்கிக் கட்டிக் கொண்டிருந்த ஒரு பெண் அவரைப் பார்த்துச் சிரித்தாள்.

குழம்பிப் போன தாநூன், "எதற்காக பைத்தியம்போல் என்னைப் பார்த்து சிரித்தீர்கள்?" என்று கேட்டார்.

"நீர் இந்த கிராமத்தை அணுகியபோது உமது கம்பளியைக் கண்டு ஸூஃபி ஞானி என்று எண்ணினேன். பிறகு உமது முகத்தைக் கண்ட பின்பே நீர் குரு அல்ல, சீடர்தான் என்றெண்ணினேன். அருகில் நெருங்கிப் பார்த்த பின்பு தான் நீர் சீடர்கூட அல்ல, வெறுமனே ஞானம் தேடி அலைபவர் என்று நினைத்தேன். பிறகு உமது கண்கள் சொல்லின நீர் ஞானத்தை தேடி அலைபவர்கூட இல்லை என்று. ஞானத்தை தேடுகிறேன் என்ற எண்ணத்திலேயே பெருமிதம் கொள்ளும் ஒரு சவடால் பேர்வழிதான் நீர் என்று எனக்கு அப்போது நன்றாகத் தெரிந்தது. அதனால்தான் சிரித்தேன்" என்றாள் அவள்.

மகாபாரதத்தில் தவசீலனான கொங்கணவன் கோபமாக முறைத்தபோது, கொக்கென்று நினைத்தாயா கொங்கணவா? என்று கேட்டு அதிர வைத்தாளாம் ஒரு பதிவிரதை. அதுபோன்ற சம்பவங்கள் ஸூஃபி கதைகளிலும் உண்டு.

ஸூஃபி (Sufi) என்றால் கம்பளி. பாலைவனப் பகுதிகளில் கம்பளி அணிவது என்பது விசித்திரம் நிறைந்த செயல்தானே! கம்பளி உடைகளுடன் திரிவதால் இவர்களை ஸூஃபிகள் என்றனர் மக்கள். அதுவே பின்னர் நிலைத்து விட்டது.

பௌதீகவியல் கூறுகிறது. குளிர்காலத்தில் கம்பளி உங்களுக்குக் கதகதப்பூட்டுவதாக நீங்கள் எண்ணிக் கொண்டிருப்பது தவறு. உண்மையில் கம்பளி எந்த கதகதப்பையும் உங்களுக்கு ஊட்டுவது இல்லை. வெட்டவெளியில் போட்டு வைத்தால் சாதாரண துணிகளைவிட கம்பளிதான் பனியில் அதிகம் ஈரமாகும். உங்களுக்கு நீங்களே கதகதப்பு ஊட்டிக் கொள்ளவே கம்பளி உங்களுக்கு உதவும். இன்னும் சொல்லப்போனால் கம்பளிக்குதான் நீங்கள் கதகதப்பு தருகிறீர்கள்.

அதுபோல் வெளியிலிருந்து எந்த ஞானமும் எவராலும் வருவதில்லை. உன்னை நீயே மூடிக் கொண்டு உனக்கு உள்ளிருந்தே உனது ஞானத்தை நீ அடையலாம் என்பதன் குறியீடாகவே கம்பளிகளுடன் அவர்கள் திரிந்தனர். கம்பளிப் பூச்சி கூட்டுப் புழுவாகி, வண்ணத்துப் பூச்சியாக சிறகடித்துப் பறப்பதுபோல் சராசரி யாகவுள்ள ஒரு அவலட்சணமான மனிதன் தன்னுள் சுருங்கி, சுருண்டு உருமாற்றம்

பெற்று வண்ணத்துப் பூச்சியாகிப் பறக்கலாம் என்பதை உணர்த்தவே சூஃபிகள் கம்பளிகளுடன் திரிந்தனர் என்றும் கூறலாம்.

தன் அங்கிக்கும், தனது ஞானத்துக்கும் தொடர்பே இல்லை என்று உணர்ந்த மறுகணம் தாநூன் தமது அங்கியை உதறி எறிந்தார். பிறகு 20 வருடங்களாக அவர் எங்கிருந்தார் என்பதைக் கூட எவரும் அறியவில்லை.

பிறகு ஒருநாள் எகிப்தில் மீண்டும் அவர் காணப்பட்டார். அப்போது அவரது முகம் நிர்மலமாகக் காணப்பட்டது. அவர் கண்கள் அபாரமாக ஜொலித்தன. "இத்தனை நாள் என்ன செய்து கொண்டிருந்தீர்கள்?" என்று கேட்டனர் பலரும்.

"ஒன்றும் செய்யவில்லை" என்றார் தாநூன். எதைச் செய்தாலும் அங்கே நான் என்பது வந்து விடுகிறது. எதைச் செய்ய முடியும் அதன் பின்பு?

தாநூனிடம் ஒரு இளைஞன் சூஃபிகள் பற்றி குறைவுபடப் பேசினான். மோதிரம் ஒன்றை அவனிடம் தந்த அவர், "இதனை க் கொண்டு போய் காய்கறிச் சந்தையில் இதற்கு என்ன விலை தருவார்கள் என்று கேட்டு வா?" என்றார்.

சந்தையில் போய் அந்த மோதிரத்திற்கு விலை பேசிய அவன் "இதற்கு 2 வெள்ளிக் காசு தர முன் வந்தார்கள்" என்றான்.

"சரி. இதைக் கொண்டு போய் ஒரு நகைக் கடையில் வியாபாரம் பேசு" என்றார் அவர். நகைக் கடைக்குப் போய்விட்டுத் திரும்பி வந்த அவன், "இதற்கு அங்குள்ளவர்கள் நூறு பொன் தருவதாக சொல்கிறார்கள்" என்றான்.

"நகையை மதிப்பிட நகைக்காரனால்தான் முடியும். காய்கறிக் கடைக்காரனால் அது முடியாது. அதுபோல் சூஃபிகளை மதிப்பிட நீயும் சூஃபியாக இருந்தால் மட்டுமே முடியும்" என்றார் தாநூன்.

ஞானி பகாவுதீன் தன்னைத் தேடி வந்த ஒருவரிடம், "ஆன்மீக நூல்களைக் கற்பதை முதலில் நிறுத்து" என்றாராம் கோபமாக. போதனைகள், நெறிமுறைகள் இவற்றால் ஒருவர் இன்னொருவரின் பிரதிபிம்பமாக ஆகலாமே தவிர அதற்கு ப் பிறகு அவன் தனது சுயத்தை இழந்து விடுவான். உன் சுயத்தை நீ அடையாதவரை உன்னால் எதையும் பெற முடியாது.

நோன்புகளிலும், விரதங்களிலும் தீவிர பற்றுடைய ஒருவன் சூஃபி ஞானி பயாசித்தை சந்தித்தான்.

"எனக்கு எப்போது இறைவனின் அண்மை கிடைக்கும்?"

அவன் கேட்டதற்கு பயாசித் சொன்னார்: "அதற்கு நூறு வருடங்கள் ஆகும்" என்று.

"நூறு வருடங்களா?" என்றான் அவன் அதிர்ச்சியுடன்.

அதுவே குறைவு. புனிதம், பரிசுத்தம் என்று உன் மனத்துக்குள் நீ கட்டியிருக்கும் அகந்தை எனும் கோட்டை இடிய குறைந்தது நூறு வருடங்களாவது ஆகும். அதன் பிறகு தான் நீ வெளி மனிதனையே பார்க்க முடியும். அதற்குப் பிறகல்லவா நீ இறைவனைக் காண்பது நடக்கும்? என்றார் அந்த ஞானி.

மூச்சு விடுபவன் சென்ற ஆண்டு இத்தனை மூச்சுவிட்டேன் என்று எண்ணுவதில்லை. தூங்குபவன் இத்தனை மணி நேரங்கள் இவ்வளவு ஆண்டில் தூங்கினேன் என்று கணக்கிடுவதில்லை. ஆனால் பக்திமான்கள் எனப்படுபவர்கள் நான் 15 வருடமாக விடாமல் நோன்பு இருக்கிறேன் , இருபது ஆண்டுகளாக விடாமல் சபரிமலை சென்று வருகிறேன் என்று சர்வசாதாரணமாக சொல்வதைக் கேட்க முடியும்.

ஆத்மார்த்தமாக செய்யப்படுபவை வழக்கமாக்கப்படும்போது அங்கே மனமும், அகந்தையும் மட்டுமே இருக்கும்.

சூஃபி ஞானி மாரூஃப் கார்க்கியின் சீடர்களில் ஒருவன். மகா அறிவாளியாக இருந்தான் அவன். அவனுடன் பேசிய பிரபு ஒருவர் அவனது நுட்பமான அறிவாற்றலைக் கண்டு வியந்தார். அவனது ஞாபக சக்தி, தர்க்கவாதம் அனைத்தையும் கண்டு பாராட்டிய அவர் ஞானி மரூஃப்பிடம் சொன்னார்.

"இவன்தான் உங்கள் சீடர்களிலேயே முதன்மையானவன் என்று எண்ணுகிறேன்."

"இவன்தான் இருப்பவர்களிலேயே அடிமடையன்" என்றார் மரூஃப். "இவன் மனம் பூராவும் தகவல்களால் நிரம்பி வழிகின்றது. நூல்களைக் கற்பதிலேயே இவன் காலம் ஓடிவிட்டால் இவன் என்றைக்கு வாழ்க்கையைப் புரிந்து கொள்வது? ஞானம் என்பது அதற்கும் அப்புறம்தானே?" என்றார் வருத்தத்துடன்.

எல் மஹதி அபாஸி கூறுவார், ஒன்று உனக்கு மறுக்கப்பட்டால் உனக்கு அதைப் பிறர் அளித்தாலும் உன்னுள் உள்ள ஏதோ ஒன்று அதை உனக்கு கிடைக்காமல் தடுத்து விடும் என்று.

உள் மனத்துக்கு அளிக்கும் முக்கியத்துவத்தை சூஃபிகள் வேறு எதற்கும் அளிப்பதில்லை. உன் உள்ளே அதற்கான கனல் மூண்டு விட்டால் பின்னர் எல்லாம் தாமே வந்து சேரும். உள்ளே அதற்கான கனல் இன்றி வெறும் நூல்களினால் பெற்ற ஞானம் என்பது கழுதை பொதி சுமப்பதுபோல் நமது மனம் சுமந்து கொண்டு திரியும் ஒரு சுமைதான்.

இயற்கையில் எல்லாம் ஒன்றோடொன்று தொடர்புடையவையே.

சூஃபி ஞானி ஷிப்லி கூறுகிறார்:

இங்கே ஒரு இலை அசைந்தால் அங்கே ஒரு நட்சத்திர மண்டலமே அசையும் என்று.

31 தேடுங்கள் கிடைக்கும்

மெக்காவுக்குப் புறப்பட்ட பயணி ஒருவர் அலுப்புடன் நகருக்கு வெளியே படுத்திருந்தார். தூங்கிக் கொண்டிருந்த அவரை வழிப்போக்கன் ஒருவன் உலுக்கி எழுப்பினான். கண் விழித்தவரிடம் கோபமாக, "உமக்கு ஏதாவது அறிவிருக்கிறதா? இறைநம்பிக்கை உள்ள எவரும் மெக்காவை நோக்கி தலைவணங்குவார்கள். நீயோ அத்திசையை நோக்கி காலை நீட்டிக் கொண்டிருக்கிறாயே" என்று திட்டினான்.

அவர் சாந்தமாக, "தம்பி! இறைவன் எந்த திசையில் இல்லை என்று எண்ணுகிறாயோ அந்த திசை நோக்கி என் காலைத் திருப்பி வைத்துவிடு" என்றார்.

எல்லா இடங்களிலும் வியாபித்துள்ள இறைவனை எந்த இடத்தில் அவன் இருக்கிறான் என்பது? எங்கு அவன் இல்லை

என்பது? மனிதனைப் படைத்த இறைவன் அவனுக்குத் தலையை அளித்தது போலவேதான் கால்களையும் கொடுத்துள்ளான். இரண்டில் எது உயர்ந்தது? எது தாழ்ந்தது? அவன் இருக்கும் திசை நோக்கி தலையை வைப்பதால் இறைவன் மகிழ்ந்து விடுவாரா? அல்லது கால்களை வைப்பதால் கோபமடைவாரா?

சூஃபிகள் பாவச் செயல், புண்ணியச் செயல் என்று எதனையும் பிரிப்பதில்லை. உன் மனம் ஏற்காதவற்றை செய்யாதே என்கின்றனர்.

எகிப்திய பாலைவனத்தில் பல நாட்கள் தங்கி இருந்த தறவி ஒருவர் தனது ஆசைகளையும், எண்ணங்களையும் வெல்ல முடியாமல் சலிப்படைந்தார். அதனால் அந்த இடத்தை விட்டு வேறு இடத்திற்கு செல்லத் தீர்மானித்தார்.

அவர் தமது காலணிகளை மாட்டிக் கொண்டு நிமிர்ந்தபோது சற்று தூரத்தில் இன்னொருவரும் தமது காலணிகளை அணிந்து கொண்டு புறப்படத் தயாரானதைக் கண்டார்.

"நீ யார்?" என்று கேட்டார் துறவி.

"நானா? நீயேதான் நான்" என்றார் அந்த புதியவர்.

"இந்த இடத்தை விட்டு நீ போவதற்கு நான்தான் காரணம் என்று நீ எண்ணினால் நீ எங்கு போனாலும் அங்கே நானும் இருப்பேன் என்பதைத் தெரிந்து கொள்" என்றாராம் அவர்.

"நீ எங்கு போனாலும் அங்கு உன்னுடன் நீ இருப்பாய். அதுவே உன் துன்பங்களின் காரணம்" என்கிறது சூஃபி இலக்கியம்.

நாம் எதை விலக்க எண்ணுகிறோமோ எதை சேர்க்க எண்ணு கிறோமோ இரண்டும் நம்மிடமே உள்ளன. நம்மை சீர்படுத்தாமல் வெளியே உள்ள எதனையும் மாற்றுவது என்பது எந்தப் பயனையும் தராது.

சூஃபி ஞானி மரூப் கார்க்கியிடம் ஒருவன் கேட்டான்.

"உங்களைப் பற்றி மக்களிடம் பேசிப் பார்த்தேன். யூதர்கள் உங்களை தங்களில் ஒருவர் என்கின்றனர். கிறிஸ்தவர்கள் உங்களை தங்களது புனிதர்களில் ஒருவர் என்கின்றனர். முஸ்லிம்கள் தங்களுக்குப் பெருமை தேடித் தந்தவர் நீங்கள் என்கின்றனர்" என்றான்.

மரூப் அவனிடம், "இங்கே பாக்தாத் மக்கள் இப்படி எண்ணு கின்றனர். ஆனால் நான் ஜெருசலத்தில் இருந்தபோது என்னை யூதர்கள் கிறிஸ்தவனாகவும், கிறிஸ்தவர்கள் முஸ்லிமாகவும், முஸ்லிம்கள் யூதனாகவும் நினைத்தார்கள்" என்றார்.

"நாங்கள் உங்களை எப்படி நினைப்பது?"

"உன்னை நிந்திப்பவர்கள் உன்னைச் சரியாகப் புரிந்து கொள்ள வில்லை என்றுதான் பொருள். உன்னை புரிந்து கொண்டவர்கள் உன்னை நிந்திப்பதில்லை. உன் நண்பர்களும், பகைவர்களும் உன்னைப் பற்றி என்ன எண்ணுவார்களோ அதுதான் நீ என்று நீ எண்ணினால் உன்னை உன்னால் அறிந்து கொள்ள முடியாமல் போகும்" என்றார் ஞானி மரூப்.

தன்னைத்தான் அறிதல் என்பது எல்லா வேதங்களாலும் சுட்டிக்காட்டப்பட்ட ஒன்று. எனினும் எவரும் தன்னைத் தான் அறிந்து கொண்டதே இல்லை. அப்படி அறிய முயற்சிப்பதற்கு தனிப் பாதைகளோ, வழிகளோ இல்லை. எவர் எந்தப் பாதையைக் காட்டினாலும் அவர் அந்தப் பாதையை அறியாதவரே. பாதையை தெளிவாக அறிந்தவர்கள் ஒருபோதும் அதைப் பிறருக்குக் காட்டமாட்டார்கள்.

ஏனெனில் புத்தரின் பாதை புத்தருக்கு மட்டுமே. அதற்கு முன்பு எவரும் அவ்வழியில் சென்றதில்லை. அதன் பின்னும் சென்றதில்லை. அதேபோல் ஒவ்வொருவருக்கும் என்று தனி தனிப் பாதைகள் உண்டு. அதைத் தேடி அடைவதாலேயே அவர்களது வாழ்க்கை நிறைவடைகிறது.

'Each must Find their own Path என்பதுதான் உண்மையான சூஃபி மொழி. ஒன்றின் அமுதம் மற்றொன்றுக்கு நஞ்சு. எனவே, உண்மையில் தேட எண்ணுபவன் தனது பாதையை தானே தான் கண்டுபிடிக்க வேண்டும்.

மற்றபடி பெரியோர்களை பின்பற்றுவதாகக் கூறுபவர்கள் எல்லோருமே அந்த நேரத்தில் தங்களது மன உளைச்சலுக்கு அதன் மூலம் வடிகால் தேடுபவர்களே தவிர அதில் நிஜமான நாட்டம் இல்லாதவர்களே.

சூஃபி என்பது பாதை இல்லாப் பாதை அல்லது எல்லாப் பாதைகளையும் உள்ளடக்கிய ஒரு பெரும் பாதை.

பல ஆண்டுகள் சூஃபி முறைகளை ஆராய்ந்த பலரும் கூட முடிவில் இதுதான் இது என்று உறுதி செய்ய முடியாமல் பின் வாங்கி விட்டனர். சூஃபிகள் தங்களது காலத்தில் எப்படிப் புரியாப் புதிராக விளங்கினரோ

அதுபோல் ஸூஃபியிஸமும் சிந்தனையாளர்களால் இன்றும் புரிந்துகொள்ள முடியாததாகவே உள்ளது.

ஜலாலுதீன் ரூமி கூறுகிறார்: இவ்வாறு மனிதன் இயற்கையின் ஒரு பகுதியில் இருந்து மற்றொன்றிற்கு சென்றான். அவன் இப்போதுள்ள மாதிரி புத்திசாலியாகவும், அறிவுடையோனாகவும் பலசாலியாகவும் ஆகும் வரையில்

ஸூஃபி பற்றி தீர்க்கதரிசி மரபுகளில் ஆன்மஞான அனுபவத்தை விளக்க முதன் முதல் கூறப்பட்ட வார்த்தை அப்ஸன் என்பதாகும்.

நீங்கள் கடவுளைப் பார்க்க முடியும் என்று உணரக் கூடிய ஏதோ ஒரு வழியில் அவரைப் பிரார்த்திக்கிறீர்கள். அது இயலவில்லை என்னும்போது அவர் உங்களைப் பார்த்துக் கொண்டிருப்பதாக உணர்கிறீர்கள்.

இதைவிட எளிய விளக்கம் இல்லை என்றே எம்.வி. காமத் தமது ‘வாழ்க்கையின் மரணத்தின் தத்துவம்’ ‘நூலில் குறிப்பிட்டுள்ளார். அன்பின் ஆன்மா சார்ந்த சமயமரபான ஸூஃபி தெய்வீக உண்மைகளின் உட்பொருளை ‘உணர்தல்’ என்கிறார் அவர்.

அஹ்ல் - அல் - ஹக் இவர்கள் மெய்ம்மையைப் பின்பற்றுபவர்கள். ஒன்றன்பின் ஒன்றாக எல்லாவற்றையும் விலக்கிக் கொண்டே போனால் இறுதியில் விலக்க முடியாமல் எஞ்சி நிற்பது எதுவோ அதுவே மெய்ம்மை என்கிறார்கள் இவர்கள். இறைவன் மெய்ம்மையாக உள்ளவர். உணர்வும், பருப்பொருளும் ஆன உலகத்திலிருந்து 70 ஆயிரம் திரைகள் அவரைப் பிரிக்கின்றன.

ஒரு குழந்தை பிறக்கும்போது அதன் உடலில் ஆத்மா சிறைப்பட்டுள்ளது. கனமான திரைச் சீலைகள் கடவுளிடமிருந்து அதைப் பிரிக்கின்றன. இந்த சிறையில் இருந்து ஆத்மாவுக்கு தப்பிச் செல்ல வழி சொல்லிக் கொடுப்பதும் அந்த குழந்தை தன் தாயின் உடலினுள் இருக்கும் போதே இறைவனுடன் ஒன்று சேர்தலை மீண்டும் பெறுவதுமே ஸூஃபியிஸத்தின் முழுமையான நோக்கமாகும்.

உடலை எங்கும் ஒதுக்கிவிட முடியாது. உள்ளிருக்கும் ஆன்மாவை சிறை வைத்திருப்பதும் அதுவே. அதே சமயம் அதற்குத் துணையாயிருப் பதுவும் அதுவே. எனவே, உடலைத் தள்ளிவிடாமல், குறைவற்றதாகவும் ஆன்மநிலை சார்ந்ததாகவும் அதனைச் செய்தல் வேண்டும். ஆத்மாவிற்கு அது உறுதுணையாக, உதவிகரமாக இருக்கலாம். ஆனால் இடையூறா கவோ, பின்னடைவாகவோ ஆகிவிடக் கூடாது.

உணர்வுகள் கொந்தளிக்காமல், பதிலுக்கு பதிலடி கொடுக்காமல், வருபவற்றை அமைதியாக ஏற்றுக் கொண்டு மெல்ல, மெல்ல உடலின் உணர்வுகள் அசைவுகள் விலக்கப்பட வேண்டும். சலனமற்ற அந்த அமைதிக்கு உடலும், மனமும் பக்குவப்பட வேண்டும்.

சூஃபி கதை ஒன்றின் மூலம் இதனை விளக்கலாம்.

கலிபா அல் மாமூன் அழகான அரபுக் குதிரை ஒன்று வைத்திருந்தார். ஓமா அதை வாங்க ஆசைப்பட்டான். அதற்கு ஈடாக பல ஒட்டகங்களும், பெரும் பணமும் தருவதாக சொன்னான். எனினும் மாமூன் அதற்கு இணங்கவில்லை.

எப்படியாவது அந்த குதிரையை அடைய வேண்டும் என்று ஓமா முடிவு செய்தான். அல் மாமூன் குதிரையில் தினமும் சவாரி செய்யும் பாதையில் ஒரு நாள் அவன் அழுக்கு உடைகளுடன் குப்புற விழுந்து கிடந்தான்.

அந்த வழியாக வந்த அல் மாமூன் பாதையோரம் விழுந்து கிடந்த அவனைக் கண்டு பரிதாபப்பட்டார். இறங்கி வந்து அவனைத் தூக்கினார். ஓமா முனகினான். "ஐயா! நான் பல நாட்களாகப் பட்டினியாக இருக்கிறேன். என்னால் நிற்கக் கூட முடியவில்லை" என்று.

இதையடுத்து அவனைத் தூக்கி தமது குதிரையின் மீது அமர்த்தினார் மாமூன். மறுகணமே குதிரையுடன் ஓட ஆரம்பித்தான் ஓமா.

திகைத்துப்போன கலீபா சட்டென்று தன்னை சுதாரித்துக் கொண்டார். அதற்குள் ஓமா வெகு தொலைவிற்கு போய்விட்டான். "நில். ஒரு கணம் நில். நான் சொல்வதைக் கேட்டுவிட்டுப் போ" என்றார் அவர் உரத்தக் குரலில்.

ஓமா குதிரையிலிருந்தபடியே திரும்பிப் பார்த்து, "என்ன?" என்றான் உரத்த குரலில்.

"உனக்கு இந்த குதிரை எப்படிக் கிடைத்தது என்பதை எவரிடமும் சொல்லாதே. ஒருவேளை உண்மையாகவே உடம்பு முடியாதவனாக சாலையோரம் எவராவது விழுந்து கிடந்தால் கூட மக்கள் அவர்களுக்கு உதவி செய்ய அஞ்சுவார்கள்" என்றார் அல் மாமூன்.

தனது குதிரை களவு போனது பற்றி கூட அவர் கலங்கவில்லை. மக்களிடையே இதுபோன்ற செய்திகள் பரவினால் மற்றவர்களுக்கு உதவி செய்பவர்களும் செய்யாமல் போய் விடுவார்களே என்றுதான் அவர் வருந்தினார்.

மனிதனின் தனித்தன்மை வாய்ந்த உணர்வுதான் அவனுடைய பிறப்பிற்கான மூல காரணமாக இருக்கிறது என்பது சூஃபி காட்டும் சித்தாந்தம். இந்த தனித்தன்மை வாய்ந்த உணர்வு அண்டங்கள் சார்ந்த ஒன்றுக்குள் செல்கிறது (பானா). சில வழிகளில் இது கிட்டத்தட்ட உபநிஷதங்களின் கருத்தை ஒட்டி உள்ளது. ஆனால் நிர்வாணா போல் பானா இல்லை. இரண்டும் தனித்தன்மை அகன்று விடுவதையே குறிக்கின்றன. பானா, பாக்காவுடன் சேர்ந்து வருகிறது. பாக்கா என்பது கடவுளிடத்தில் நிலைத்திருக்கும் வாழ்க்கை. அளவற்ற உணர்வுகள் - விருப்பங்களின் முழு அழிவை பானா தன்னுள் கொண்டிருப்பதாகும். உண்மையில் சூஃபியிஸம் என்பது முழுமையான தற்கட்டுப்பாடு. எதையும் நாம் பெற்றிருக்கக் கூடாது. எதுவும் நம்மைப் பெற்றிருக்கக் கூடாது என்று இதில் விளக்கப்படுகிறது. மனத்திறன்களின் கட்டுப்பாடு மற்றும் மூச்சுக்களின் கவனிப்பு பற்றிதான் இதில் கூறப்பட்டுள்ளது.

அனைத்து சமய வேதங்களைப் போலவே சூஃபியிஸமும் இறைவனை அடைய வேண்டுமானால் விருப்பங்களைத் துறக்க வேண்டும் என்று கூறுகிறது. தன் உறுதிப்பாட்டை அழித்து விடும்படி கூறுகிறது. எனினும் அதனை ஒரு நியதியாகவோ, கோட்பாடு மற்றும் சடங்குகளாகவோ வலியுறுத்தவில்லை. திணிக்கவும் இல்லை.

சூஃபி துறவி ஒருவர் டைகிரீஸ் நதியில் விழுந்தார். அவரால் வெள்ளத்தை எதிர்த்து நீந்த முடியவில்லை. கரையிலிருந்த ஒருவர் கத்தினார்.

"ஓடிப்போய் உங்களுக்கு உதவ யாரையாவது அழைத்து வரட்டுமா?"

"வேண்டாம்" என்றார் துறவி.

"மூழ்க வேண்டும் என்பது உங்கள் எண்ணமா?"

"இல்லை."

"பிறகு உங்கள் விருப்பம்தான் என்ன?"

"கடவுளின் விருப்பமே நடைபெறும்" என்றார் அந்த சூஃபி துறவி.

இந்த சூஃபி கதை அதன் பிறகு என்ன நடந்தது என்பதை சொல்லவில்லை. அவர் மூழ்கினாரா? மீண்டாரா? அல்லது மீட்கப் பட்டாரா? என்பது பற்றியெல்லாம் அவற்றில் எந்த முக்கியத்துவமும் இல்லை. நான் எந்த விருப்பத்தையும் கூறமாட்டேன். அவர் சித்தம் எதுவோ அது நடக்கும். இதுதான் அதில் கூறப்பட்டதின் சாராம்சம்.

சூஃபியில் பானாவை அடைய சில படிகள் உணர்த்தப் படுகின்றன. எல்லா உணர்வுகளும், விருப்பங்களும் அழிக்கப் படுவதன் மூலம் ஓர் நெறிக்கு ஆத்மா மாற்றமடைகிறது. இரண்டாவது மனதைப் பிரித்தெடுத்தல் அல்லது செய்கைகள், உணர்ச்சிகள் எல்லாவற்றிலிருந்தும் மனதை விலக்கி ஒருமுகப்படுத்துதல் எனலாம். இங்கு கடவுளின் எண்ணம் என்பதே தெய்வீகப் பண்பாடுகள் பற்றி சிந்தித்தல். உணர்வின் எல்லா எண்ணங்களும் நிறுத்தப்படுவதே இதன் மூன்றாவது நிலையாகும். பானா வை அடைந்து விட்டோம் என்ற உணர்வுகூட மறைந்து விடுவதே பானா என்பதன் உன்னத நிலை ஆகும். இதனை சூஃபிகள் சென்று விட்டதை சென்று விடுதல் (பானா - அல் - பானா) என்கின்றனர்.

ஆத்ம ஞானி இப்போது தன் வயம் அற்ற தெய்வீக சாரத்தில் மெய்ம்மறந்து இருப்பார். தன் உணர்வின் முழுமையான விடுதலையே பானாவின் முதல் நிலை. இது பாக்கா வின் முன்னோடி நிலை. இது தொடர்தல் அல்லது இறை நிலையில் நிலைத்திருத்தல் என்பதைக் குறிக்கும். இறுதியான மெய்மை யுடன் (பானல்-ஹக்) சேர்கிற இலக்கை நாடுகிற சூஃபி தன்னை ஒரு பிரயாணி (ஸவிக்) என்றே அழைத்துக் கொள்கிறார். மெதுவான வளர்ச்சி நிலைகளால் (மக்கமட்) ஒரு பாதை வழியே (டாரிக்கட்) அவர் இலக்கை நோக்கி முன்னேறுகிறார்.

சூஃபியிஸத்திற்கு என்று தனிநிலைகள், கோட்பாடுகள் இல்லை. ஆனால் இதன் பல்வேறு வகைகளை ஆராய்ந்த தத்துவவாதிகள் இறுதி இலக்கிற்கு ஏழு நிலைகள் உள்ளதாக வகுத்துள்ளனர். 1. தனது தீவினைச் செயல்களுக்கு வருந்துதல்; 2. உண்ணாநோன்பு இருத்தல்; 3. அனைத்தையும் துறத்தல்; 4. ஏழ்மை; 5. பொறுமை; 6. இறை நம்பிக்கை; 7. திருப்தி. இந்த ஏழும்தான் சூஃபித் தன்மையை உண்டாக்கி ஆத்ம ஞானம் அளிப்பதாக குறிப்பிட்டுள்ளனர்.

இவைகளை நிலைமைகள் (அஹ்வல், ஹல் என்பதன் பன்மை) என்று கூறப்படுபவற்றினின்று கவனமாக வேறுபடுத்திக் கொள்ள வேண்டும். ஏனெனில் அவைகளும் அதேபோன்ற மனநிலை சார்ந்த

சங்கிலியை அமைக்கின்றன. இதுமாதிரி பத்து நிலைமைகள் உண்டு என்பதால்தான் இது பற்றிக்குறிப்பிட்டு சொல்லப் படுகிறது.

தியானம், கடவுளின் அருகாமை, அன்பு, அச்சம், நம்பிக்கை, விரும்புதல், தொடர்பு, அமைதியாக இருத்தல், ஆழ்ந்த சிந்தனை, உறுதியாக இருத்தல் ஆகியவையே இவை.

நிலைகள் என்பதை ஒருவன் தன் சுயமுயற்சியால் அடைய முடியும். கட்டுப்படுத்த முடியும். நிலைமைகள் என்பவை ஆன்மா சார்ந்த உணர்வுகள். அவற்றின்மீது மனிதனுக்கு ஆளுமை ஏதும் இல்லை. அவை இறைவனிடமிருந்து அவனது இதயத்துள் இறங்குபவை.

(சிலுவையின் புனித ஜான் என்பவர் எழுதிய ஆத்மாவின் இருளான இரவு என்பதுடன் இதனை ஒப்பிடலாம்.)

சூஃபி மரபிலும் இறுதியான ஒன்றிற்காக உணர்வுகளை அடக்குதலே மனித தேடுதலின் சாரமாக அமைகிறது.

புனித யாத்திரை (ஹஜ்) சென்று திரும்பிய ஒருவர் பாக்தாத்தில் சூஃபி ஞானி ஜுன்னாயிதை காணச் சென்றார்.

ஜுன்னாயித் அவரை, அவரது ஆன்மா சார்ந்த வழிகளினூடே செலுத்துகிறார். அந்த புனிதப் பயணி முதன் முதல் தன் வீட்டை விட்டுப் புறப்பட்டபோதே தனது பாவங்களிலிருந்து விடுபட்டு பயணித்தாரா? இரவில் அவர் தனியே ஒவ்வோரிடத்திலும் கடவுளிடம் செல்லும் வழியில் உள்ள ஒவ்வொரு நிலையத்தை கடந்தாரா? புனித பயணியின் உடைகளை சரியான இடத்தில் அணிந்தபோது அவர் தன் பழைய உடைகளை எறிந்ததுபோல் அவரது மனித குணங்களையும் உதறி எறிந்தாரா? அராபட் என்ற இடத்தில் நின்றபோது இறைவன் பற்றிய எண்ணங்களில் ஒரு கணமாவது நின்றாரா? கற்களை எறிந்தபோது அவருடனே வந்த சிற்றின்ப எண்ணங்களையும் தூக்கி எறிந்தாரா?

இவ்வாறு அந்த புனிதப் பயணி கேட்கப்பட்டார். இப்படிக் கேட்கப்படுபவர் தனது நேர்மைப் பண்பின் காரணமாகஇதற்கெல்லாம் இல்லை என்றுதான் பதிலளிக்க முடியும். அவ்வாறாயீன் அவர் புனிதப் பயணம் செய்யவில்லை என்கிறார் ஜுன்னாயிது.

சூஃபிகளுக்கு மரணம் பற்றி எந்த அச்சமும் இல்லை. ஏனெனில் அவர்கள் மரணம் மனிதனின்முடிவு என்று கருதுவதில்லை. உடலைச் சார்ந்திராத ஆத்மாவின் தனி வாழ்வு புதை குழிக்கு அப்பாலும் தொடர்கிறது. உடல் என்பது அவனுக்கு அளிக்கப்பட்ட ஒரு கருவி. அதன் மூலமே இறைநிலையை எய்தமுடியும்.

பொருள் சார்ந்த உலகில் மனிதனின் அடிப்படையான வளர்ச்சி போல் ஆன்மா சார்ந்த உலகில் அவனது வளர்ச்சி மேலும் அதிகமாக இருக்கும் என்கிறார் ஜலாலுதீன் ரூமி. எல்லாம் வல்ல இறைவனின் கடலுக்குள் மூழ்கி தன்னுணர்வை அழித்துக் கொள்வதன் மூலமே இறுதி இலக்கு எட்டப்படும் என்கிறார் தனது கவிதையில்.

சமீப காலத்தில் வாழ்ந்தவர்களில் சூஃபி ஞானிகளில் ஒருவராக போற்றப்பட்டவர் சீரடி சாயிபாபா. முஸ்லிம்கள் இவரை ஒரு முஸ்லிம் என்றனர். இந்துக்கள் இவர் ஒரு இந்து என்றனர். இவர் இரண்டையும் கடந்தவர் என்பதை சராசரி மக்களால் உணர முடியவில்லை. தவிர அவர் எட்டிய ஆன்மீக நிலையைப் பற்றி எவரும் அக்கறை கொள்ளவில்லை. அவர் நடத்திக் காட்டிய அற்புதங்களைப் பற்றியே மக்கள் அதிகம் ஆர்வம் கொண்டனர். எனினும்கூட சாதி, மத பேதமின்றி அனைத்து மக்களும் அவரது சமாதிக்கு சென்று வழிபடுவதுதான் இதற்குள்ள சிறப்பு. அதேசமயம் எனக்கு இது வேண்டும்; அது வேண்டும் என்றெல்லாம் அவர்கள் வேண்டுவது வேடிக்கையான விஷயம்.

சூஃபி ஞானி கபீரின் போதனைகள் பலவும் அவர் எட்டிய அந்த சூஃபி நிலையை விளக்க முயற்சிக்கின்றன.

கபீர் கூறுகிறார்.

✦ எந்த ஸ்தூலப் பொருள்களாலும் ஆன்மா பாதிக்கப் படுவதில்லை. ஆத்மாவிடம் சென்று அதனைத் தீண்ட இவற்றால் முடியாது. அவைகளால் ஆத்மாவை அசைக்கவோ, நடத்தவோ முடியாது. ஆத்மா பூரண சுவாதீனம் படைத்தது. அது தன்னைத் தானே நடத்திக் கொள்ளும். வெளியில் உள்ள நிகழ்ச்சி, பொருள்கள் பற்றி மனம் என்ன எண்ணுகிறதோ, அதுதான் ஆத்மாவை பாதிக்கும். பொருள்களால் ஆன்மாவை பாதிக்க முடியாது.

✦ (அன்பர்) கண்களுக்கு உள்ளே வா. கண்களை மூடி உன்னை வைத்துக் கொள்கிறேன். நானும் பிறரைப் பார்க்க மாட்டேன். உன்னையும் பார்க்க விடமாட்டேன்.

✦ தோற்றாலோ குருவுக்கு சேவை செய்கிறேன். வென்றாலோ என் பந்தயம் வெற்றி. உண்மைத் திருப்பெயருடன் விளையாடுகிறேன். (திளைக்கிறேன்) தலைபோனால் போகட்டும்.

✸ தலையைக் காப்பாற்ற முயன்றால் தலை போய்விடும். தலையை வெட்டினால் தலை உண்டாகும். விளக்கின் திரிபோல் வெட்டினால் வெளிச்சம் உண்டாகும்.

✸ பிரகிருதியின் ஒருமைப்பாட்டை அறியாதவன் தான் இருக்கும் ஊரையே அறியாத மூடன். பிரகிருதியில் தன் தர்மம் இன்னதென்ற றியாதவன் தன்னையும், பிரகிருதியையும் இரண்டையும் அறியாதவன். தன் இயற்கை தர்மத்தையும், பிரகிருதியையும் அறியாமல் போனால் தான் எதற்காக இருக்கிறோம் என்பதையே அறிய மாட்டான். ஒன்றும் அறியாத பலர் போற்றுவதை விரும்புவதையும், தூற்றுவதை மறுப்பதையும் செய்யும் மடமையை என்னென்பது?

✸ எந்த விஷயமாயினும் நாம் விரும்பினால் அதனை மனத்துள் புகாமலேயே செய்ய முடியும். அதைப்பற்றி நினைக்காமலே இருக்கவும் நம்மால் முடியும். நாம் இடம் கொடாமல் எதுவும் நம் மனத்துள் நுழையாது.

✸ சூனியத்தை சேர்ந்தவன் சாவான். அஜபா நிலை எய்தியவனும் இறப்பான். அநாகத நாதம் அடைந்தவனும் அழுவான். அன்பன் ஒருபோதும் மடியமாட்டான்.

✸ மரணத்தைக் கண்டு அஞ்சுபவன் எதைக் கண்டு அஞ்சுகிறான்? உயிரும், உணர்ச்சிகளும் இல்லாமல் போய்விடும் என்றா? அல்லது புதிய உயிரும், புதிய உணர்ச்சிகளும் வரும் என்ற பயத்தாலா? உணர்ச்சியற்றுப் போனால் துக்கம் இன்றி இருக்கலாம். புதிய உயிரும், உணர்வுகளும் வந்தால் புதுப்பிக்கப்படுவதில் மரணம் ஏது?

சூஃபிகள் எட்டிய நிலையை விளக்க எந்த வார்த்தையும் இல்லை. என்றாலும் எண்ணற்ற சூஃபிகள் உருவானார்கள். இதர மதங்களில் இஸ்லாம், கிறிஸ்தவம், பௌத்தம், ஜைனம் எதுவாயினும் சரி. அதில் ஒரு புத்தர், ஒரு மகாவீரர், ஒரு ஏசு என்றுதான் இருந்தனர். அவர்களைப் பின்பற்றியவர்கள் எவரும் அவர்களது நிலையை நெருங்கக்கூட இல்லை. இங்கோ ஏராளமானவர்கள் சிகரத்தை அடைந்துள்ளனர்.

இது எப்படி சாத்தியம்?

இங்கே நிபந்தனைகள் இல்லை. பைபிள் படி. குரான் ஓது. வேதங்களை உச்சாடனம் செய் என்று எந்த கட்டளையும் இல்லை. குதிரையை கடற்கரை மணலில் ஓடவிட்டு மெல்ல வசப்படுத்துவது போல் உன் மனக்குதிரையை உன் இஷ்டப்படி ஓடவிட்டு வசப்படுத்து. உன் வழி

எனக்கு பொருந்தலாம். பொருந்தாமலும் போகலாம். அவரவர்க்கு ஒத்து வந்த வழியைப் பின்பற்றினால் அனைவரும் உன்னத நிலையை எட்ட முடியும்.

எனவேதான் எண்ணற்ற சூஃபிகள் தோன்ற முடிந்தது. மற்றபடி பின்பற்றுபவர்கள் வெறும் பக்தி மான்களாக அல்லது அதிகபட்சம் சீடர்களாகத்தான் இருக்க முடியும். அதற்கு மேல் எட்ட வழியே இல்லை.

மிகச் சிறந்த சூஃபி ஞானிகள் பலர் உண்டு. எல்லா நாடுகளிலும், எல்லா காலகட்டங்களிலும் அவர்கள் இருந்துள்ளனர். அதில் முதன்மையானவர் அல் பயாஜித்.

சூஃபி ஞானி அல் பயாஜித் தமது தவபலத்தினால் நேராக சுவர்க்கம் சென்றார். அவரது மன ஆற்றல் அவரது ஆன்மாவை விண்ணுக்கு செலுத்தியதாம். எட்ட முடியாத வேகத்தில், எல்லையற்ற பிரம்மாண்டத்தில் பயணம் செய்து அவர் சுவர்க்கத்தை அடைந்தார்.

சொர்க்கத்தின் வாயிலை அவர் அணுகியதுமே எண்ணற்ற தேவர்கள் பலரும் வந்து குவிந்தனர். அவருக்கு வணக்கம் தெரிவித்து உள்ளே அழைத்துச் சென்றனர். அவர்களது உபசரிப்புகளை சற்றும் அவர் பொருட்படுத்தவில்லை. மிகுந்த ஆவலுடன், இறைவன் எங்கே இருக்கிறார்? என்று கேட்டார்.

என்ன? அப்படியானால் அவர் பூமியில் இல்லையா? என்றனர் தேவர்கள் வியப்புடன். இத்தனை யுகங்களாக அவர் பூமியில் இருப்பதாக அல்லவா எண்ணினோம்? அங்கிருந்து யாராவது வந்தால் கேட்டுத் தெரிந்து கொள்ளலாம் என்றுதான் இதுவரை ஆவலுடன் காத்திருந்தோம்.

தேவர்கள் சொன்னதைக் கேட்டு அல் பயாஜீத் திகைத்துப் போனாராம்.

அற்புதமான சூஃபி கதை இது. இதற்கு விளக்கம் சொல்லி தத்துவவாதிகள் ஓய்ந்து விட்டனர்.

ஒன்று இரண்டாக பிரிந்து இரண்டின் பரஸ்பர ஈர்ப்பில்தான் உலகமே இயங்குகிறது என்பது அறிவியல். ஒரு நாட்டில் எல்லோருமே ஏழையாக இருந்துவிட்டால் எதுவுமே நடக்காது. எல்லோருமே பெரும் பணம் வைத்திருந்தால் அப்போதும் எதுவுமே நடக்காது.

ஆன்மவியலும் அப்படியேதான். மனிதன் தேவர் உலகை கற்பனை செய்வதுபோல் தேவர்களும் மனித உலகையே எண்ணிக் கொண்டிருப்பார்கள். கடவுள் வானில் இருப்பதாக நாம் எண்ணுகிறோம் என்றால் அவர் இங்கே இருப்பதாக அவர்களும் எண்ணுவார்கள்.

தனிப்பட்ட வானிலோ, பூமியிலோ இறைவன் இல்லை. எல்லாம் சேர்ந்த முழுமையே இறைவன். அதனாலேயே பூரணம் என்கிறார் ஆதிசங்கரர். அதனாலேயே சூனியம் என்கிறார் புத்தர். எல்லாம் உள்ளது; ஒன்றுமே இல்லை. இரண்டும் ஒரே நாணயத்தின் இரு பக்கங்களே.

வான மண்டலத்தில் தேவதைகள் சாமரம் வீச, சுற்றிலும் தேவர்கள் கூடியிருக்க ரத்தினமயமான சிம்மாசனத்தில் கடவுள் வீற்றிருப்பார் என்பதெல்லாம் சிறுபிள்ளைத்தனமான ராஜா - ராணி கதை என்பதை எடுத்துரைக்கும் சூஃபி கதை இது. எனினும் கடவுள் என்னும் (அது அல்லாவோ, கர்த்தரோ, சிவபெருமானோ) மானுடர் உருவாக்கி வைத்திருக்கும் ஒரு உருவகத்துக்கு நேர் எதிராக இது இருப்பதால் படித்தவர்கள், படிக்காதவர்கள் என சராசரி மக்கள் எவராலும் இதனை ஜீரணிக்கவே முடியவில்லை. அதனாலேயே இது இஸ்லாமியர், கிறிஸ்தவர் என எவராலும் ஏற்கப்படவில்லை.

ஆனால் உண்மையில் உள்ள சூஃபி கதை இது. உன்னால் எங்கு தேடியும் இறைவனைக் காணவே இயலாது. இறைவனைக் காணும் போது அங்கு நீ இருக்கமாட்டாய். நீ இருக்கும்வரை அங்கு இறைவன் இருக்க மாட்டார்.

மெய்ம்மை என்பது பேருண்மை காணல் என்பது சாதாரண விஷயம் அல்ல. கண்டவர் விண்டிலர்; விண்டவர் கண்டிலர் என்பதன் காரணம் இதுதான். இறைவனை உணர்ந்தவர் (அல்லது ஞானம் அடைந்தவர்) வந்து சொல்வதற்கு அவர் இருக்க மாட்டார். ஞானம் பெற்றவர் எவரும் வாய் திறப்பதே இல்லை. அந்த உணர்வில் அவர்கள் மூழ்கி விடுகின்றனர்.

சொல்ல என்ன இருக்கிறது? என்கிறார் அல் பயாஜித்.
சொல்வதற்கு ஒன்றுமில்லை என்கிறார் ஃபரீத்.

நான் என்ன சொன்னாலும் உங்களால் அதை விளங்கிக் கொள்ளவே முடியாது என்கிறார் புத்தர்.

ஆண்டவரின் ராஜ்யத்தில் காலம் என்பதே கிடையாது. நீங்கள் குழந்தைகளைப் போல் ஆகிவிடுங்கள். உங்களால் அதில் பிரவேசிக்க முடியும் என்கிறார் ஏசு.

குருஜி வாசுதேவ்

இரவும் அற்ற, பகலும் அற்ற; உறக்கம் அற்ற, விழிப்பும் அற்ற; பிறப்பும் அற்ற, இறப்பும் அற்ற; இன்பம் அற்ற, துன்பமும் அற்ற; சலனம் அற்ற, அமைதியும் அற்ற; எல்லாம் கொண்ட, அனைத்திற்கும் அப்பாற்பட்ட பெருவெளி என்கிறார் ஆதிசங்கரர்.

ஞானம் தேடி அலைந்த பலரும் மனதிலும் உலகப் பற்றுக்கள் உள்ளவரை அந்த அலைச்சல் அவர்களுக்கு இடர் தரவில்லை. அதனைத் தங்களது அபார முயற்சி என்றே அவர்கள் கருதினர். அந்த முயற்சிகளின் ஒருபடியாக பற்றுக்கள் அகன்ற பின்னர் அந்த அலைச்சலே அவர்களுக்கு துயரமாயிருந்தது.

அந்த நிலையிலான அவர்களது ஓலங்களே ஞானப்புலம்பல் என்ற வகையில் வழங்கப்பட்டன. பட்டினத்தார் புலம்பல் , பத்ரகிரியார் புலம்பல் என்று எல்லாம் பல்வேறு சித்தர் பாடல்களில் இவற்றைக் காணலாம்.

மனதை உதறும் கட்டத்தில் நிகழும், போராட்டத்தையே மனமெனும் மாயக் குரங்கு என்கிறார் ஒருவர். எட்டாப் பழமடியோ, தெவிட்டாத தேனடியோ என்கிறார் ஒருவர்.

பெரும் செல்வத்தை நொடியில் உதறி துறவறம் பூண்ட பட்டினத்தார் மனம் ஒடுங்கும் நிலையில் ஏற்பட்ட அவஸ்தை தாளாமல்,

ஆங்காரம் அடக்கி, ஐம்புலனும் கட்டறுந்து

தூங்காமல் தூங்கி சுகம் பெறுவது எக்காலம்?

என்று புலம்பினார்.

சூஃபிகள், ஜென்கள், ஹசீதுகள், அத்வைதிகள் கண்ட அந்த நிலை திடீர் தரிசனம் அல்லது பரிநிர்வாணம் அல்லது ஞானம் ஒருநாள் அவருக்கும் கிடைக்கிறது.

பேய்க்கரும்பு இனிக்கும் நாள் எந்நாளோ? என்று திரிந்தவர்க்கு திடீரென ஏதோ ஒன்று நேர்கிறது. இதிகாச, புராணங்களின் மொழியில் சொல்வதானால் அவர் உள்ளே ஒளி ஒன்று பிரகாசிக்கிறது. அல்லது அவருக்குள் ஏதோ ஒன்று இறங்குகிறது.

அதை சொல்ல வார்த்தைகள் இல்லை. உள்ளுக்குள்ளே ஏகம் , உயிரின் விசுவரூபம் , சூட்சும தரிசனம் என்று எந்த வார்த்தைகளில் சொன்னாலும் அதை விவரிக்க முடியாது.

எல்லா ஞானிகளுக்கும் நேர்ந்தது தான் இது. அடுத்த கணம் அந்த பரவசத்தில் மூழ்கி அவர்கள் செயலற்று சமாதி நிலையில் ஆழ்ந்து விட்டனர். ஏதும் சொல்ல முற்படவில்லை. அவர்களிடம் கேட்பதற்கும் எவரும் இல்லை.

பட்டினத்தார் அப்படி இல்லை. ஞானம் பெற்ற பின் அவரும் மலர்ந்த சிரிப்புடன் மவுனமாகி விட்டார்தான். ஆனால் அவருள் ஞானம் முகிழ்த்த அந்த நொடியில் அவர் தன் நினைவை இழக்கவில்லை. தனக்கு நேர்ந்த அனுபவத்தை விளக்க முயன்றார்.

அதுவரை ஞானப்புலம்பல் பாடிய அவர் இப்போது பரவசமாகிப் பாடுகிறார்:

அட்டாங்க யோகமும், ஆதாரம் ஆறும் அவத்தை ஐந்தும்
விட்டேறிப்போன வெளிதனிலே வியப்பொன்று கண்டேன்
வட்டாகி செம்மதிப் பாலூறல் உண்டு மகிழ்ந்திருக்க,
எட்டாத பேரின்பம் என்னை விழுங்கி இருக்கின்றதே

இதே நிலைதான் மன்சூருக்கும் ஏற்பட்டது. அவர் பரவசமாகி அனஹலக் என்று கூவினார். 'நான் பைகம்பர், நானே இறைவன்' என்ற பொருளில் அவர் கூவவே அவரை மதத்தின் விரோதி என்று மக்கள் கூட்டம் சித்திரவதை செய்து கொன்றது. கை, கால்கள் வெட்டப்பட்டு, கண்கள் தோண்டப்பட்ட நிலையிலும் 'குழந்தைகளே! நீங்கள் யாரைக் கொல்வதாக எண்ணிக் கொண்டிருகிறீர்களோ அவன் இங்கே இல்லை என்பதை மட்டும் புரிந்து கொண்டால் போதும்' என்றார் அன்புமயமான குரலில் அவர்.

சூஃபி ஞானம் விவரிப்புக்களுக்கு அப்பாற்பட்டது. நீ எந்தப் பாதையில் சென்றாலும் அதிலேயே ஈடுபாட்டுடன் சென்று இறுதியை அடைய முடியும் என்கிறது சூஃபி. யார் எந்த வழியில் பயணித்தாலும் முடிவில் அங்குதான் சென்று சேருவார்கள் என்கிறது அது.

'நாம் அவரிடமே திரும்பிச் செல்வோம்' என்று பாடுகிறார் ஜலாலுதீன் ரூமி.

சூஃபிகளின் வாழ்க்கை, சூஃபிகளின் கதைகள், சூஃபி மொழிகள் இவற்றில் கூறப்படாத எதுவும் எந்த சமயங்களிலும் இல்லை. ஒரே வேறுபாடு என்னவென்றால் நீதிக் கதைகளில் சொல்லப்பட்டதுபோல் இதனால் சகலமானவர்களுக்கும் தெரிவிப்பது என்னவென்றால் என்பது போன்ற நேரிடையான விளக்கங்கள் எதுவும் அதில் சொல்லப் பட்டிருக்காது.

குருஜி வாசுதேவ்

'பொல்லாத உலகம் இது. இதில் அறிவாளிக்கும் அபராதம் தான். முட்டாளுக்கும் அபராதம் தான்' என்கிறார் ஞானி சாஅதி.

'உலக வாழ்க்கை துன்பமயம்' என்கிறார் புத்தர்.

சூஃபி ஞானி ஒருவர் முதுமையில் தமது பார்வை பாதிப்புக்கு உள்ளானார். மதகுரு ஒருவர் அவரிடம், "என்னிடம் நம்பிக்கை வைத்து உன்னை ஒப்படை. நான் குணப்படுத்துகிறேன்" என்றார்.

"தேவையில்லை" என்றார் ஞானி. "எதையெல்லாம் நான் பார்க்க வேண்டுமோ அதை இப்போதும் என்னால் பார்க்க முடிகிறது. எது தேவையில்லையோ அதை என்னால் முன்பும் பார்க்க முடிந்ததில்லை."

கபீர் கூறுகிறார்: "கண் இருப்பதால் மட்டும் ஒருவன் பார்வை யுடையவனாகி விடமாட்டான்" என்று.

ஒவ்வொருவருக்குள்ளும் சூஃபி தன்மை உண்டு என்கிறது சூஃபியிஸம். எனினும் சிலரே அதனை வெளிக்கொணர்ந்து சூஃபிகள் ஆகி விடுகின்றனர். மற்றவை மூடப்பட்ட விதைகளாக முளைக்காம லேயே இருந்து விடுகின்றன.

மனித வாழ்வின் முழுமைக்கு சூஃபிகள் ஆற்றியவை மகத்தானவை. எனினும் கடலின் அடியில் கிடக்கும் முத்துக்கள் போல் அவை மக்களால் உணரப்படாமலேயே உள்ளன. மூச்சடக்கி மூழ்குபவர்கள் மட்டும்தான் இத்தகைய நல் முத்துக்களை கொண்டு வரமுடியும். கடலில் இறங்கித் தேடுபவர்கள் தான் அதை அடைய முடியும். தேடுங்கள், கிடைக்கும் என்பதுகூட ஒருவகையிலான சாகாவரம் பெற்ற சூஃபி மொழி எனலாம்.

◻ குருஜி வாசுதேவின் பிற நூல்கள்

ஜென் தத்துவக் கதைகள்

மாறுபட்டு சிந்தியுங்கள்

லா வோத் ஸுவின் சீன ஞானக்கதைகள்

மன அமைதிக்குச் சில எளிய வழிகள்